സുസ്ഥിര
സമഗ്രവികസനത്തിന്റെ
ജനകീയ മുഖം

susthira samagravikasanathinte janakeeya mugham

•

prof. c raveendranath

•

first chintha edition
february 2017

•

published
chintha publishers, thiruvananthapuram

•

typesetting
star communications, thiruvananthapuram

•

•

cover
vishnuram

•

വിതരണം

ദേശാഭിമാനി ബുക്ക് ഹൗസ്
H O തിരുവനന്തപുരം-695 035
Ph: 0471-2303026, 6063020
www.chinthapublishers.com
chinthapublishers@gmail.com

ബ്രാഞ്ചുകൾ

ഹെഡ്ഡാഫീസ് ബ്രാഞ്ച് കുന്നുകുഴി • സ്റ്റാച്യു തിരുവനന്തപുരം • കെ എസ് ആർ ടി സി ബസ് സ്റ്റേഷൻ ആലപ്പുഴ • കെ എസ് ആർ ടി സി ബസ് സ്റ്റേഷൻ എറണാകുളം • മച്ചിങ്ങൽ ലെയ്ൻ തൃശൂർ • ഐ ജി റോഡ് കോഴിക്കോട് • മാവൂർ റോഡ് കോഴിക്കോട് • എൻ ജി ഒ യൂണിയൻ ബിൽഡിങ് കണ്ണൂർ • സെൻട്രൽ ബസ് ടെർമിനൽ കോംപ്ലക്സ് താവക്കര കണ്ണൂർ

CO - 2488 / 4137
ISBN - 978-93-86364-60-9

സുസ്ഥിര സമഗ്രവികസനത്തിന്റെ ജനകീയ മുഖം

പ്രൊഫ. സി രവീന്ദ്രനാഥ്

ചിന്ത പബ്ലിഷേഴ്സ്
തിരുവനന്തപുരം-695 035
വില : ₹ 110

പ്രൊഫ. സി രവീന്ദ്രനാഥ്

തൃശൂർ ജില്ലയിൽ നെല്ലായിക്കടുത്ത് പന്തല്ലൂരിൽ സ്കൂൾ അദ്ധ്യാപകനായ കുന്നത്തേരി തെക്കേമഠത്തിൽ പീതാംബരൻ കർത്തയുടെയും ചേരാനെല്ലൂർ ലക്ഷ്മിക്കുട്ടി കുഞ്ഞമ്മയുടെയും മകനായി 1955 ൽ ജനനം. ജെ യു പി എസ് പന്തല്ലൂർ, ജി എൻ ബി എച്ച് എസ് കൊടകര, സെന്റ് ആന്റണീസ് ഹൈസ്കൂൾ പുതുക്കാട്, സെന്റ് തോമസ് കോളേജ് തൃശൂർ എന്നിവിടങ്ങളിൽ വിദ്യാഭ്യാസം.

തൃശൂർ സെന്റ് തോമസ് കോളേജിൽ കെമിസ്ട്രി വിഭാഗം അദ്ധ്യാപകനായിരുന്നു.

ജനകീയാസൂത്രണപ്രസ്ഥാനത്തിന്റെയും സാക്ഷരത പ്രസ്ഥാനത്തിന്റെയും പ്രവർത്തനങ്ങളിൽ നേതൃത്വപരമായ പങ്കുവഹിച്ചു. സി പി ഐ (എം) പുതുക്കാട് ഏരിയാ കമ്മിറ്റി അംഗം.

ഇപ്പോൾ സംസ്ഥാന വിദ്യാഭ്യാസമന്ത്രിയാണ്.

കൃതികൾ: *ആണവകരാർ വസ്തുതകളും വിശദാംശങ്ങളും, ആണവകരാർ അധിനിവേശത്തിന്റെ ഉടമ്പടിപത്രം, ആസിയാൻ കരാറിന്റെ യാഥാർത്ഥ്യങ്ങൾ, നവലിബറൽ അഥവാ ദുരിതങ്ങളുടെ നയം, നിയമസഭാ പ്രസംഗങ്ങൾ.*

ഭാര്യ : വിജയം (തൃശൂർ കേരളവർമ്മ കോളേജിൽ കൊമേഴ്സ് വിഭാഗം അദ്ധ്യാപിക)

മക്കൾ : ലക്ഷ്മിദേവി, ജയകൃഷ്ണൻ

വിലാസം : ലക്ഷ്മിഭവൻ, കാനാട്ടുകര, തൃശൂർ

ഫോൺ : 9446048800

ഉള്ളടക്കം

സമർപ്പണം

പി ആർ രാജേട്ടന്

പ്രസാധകക്കുറിപ്പ്

ഉചിതമായ ദരിദ്രപക്ഷ ഇടപെടലുകളിലൂടെ സാമ്പത്തിക വളർച്ചയുടെ താഴ്ന്ന ഘട്ടത്തിൽപ്പോലും സാധാരണ ജനങ്ങളുടെ ജീവിത നിലവാരം ഉയർത്താനാവും എന്ന് വസ്തുനിഷ്ഠ പഠനത്തിലൂടെയും സക്രിയമായ ഇടപെടലുകളിലൂടെയും തെളിയിക്കുകയാണ് ഈ ഗ്രന്ഥത്തിൽ പ്രൊഫ. സി രവീന്ദ്രനാഥ്. ജനകീയാസൂത്രണത്തിന്റെ സങ്കല്പങ്ങളിൽ അധിഷ്ഠിതമായതാണ് ഇവിടെ നടത്തപ്പെട്ടിരിക്കുന്ന പ്രയത്നങ്ങളും പഠനവും.
ഇത്തരത്തിൽ ജനകീയാസൂത്രണത്തിൽ നേരിട്ടു പങ്കാളിയായവർ അനുഭവത്തിന്റെ അടിസ്ഥാനത്തിൽ എഴുതിയ ഗ്രന്ഥങ്ങൾ വളരെ കുറവാണ്. അത്തരത്തിലുള്ള ഗ്രന്ഥങ്ങൾ ഇനിയും ഉണ്ടാകട്ടെ എന്ന ആഗ്രഹത്തോടെ പ്രൊഫ. സി രവീന്ദ്രനാഥിന്റെ സമഗ്രവികസനത്തിന്റെ ജനകീയ മുഖങ്ങൾ അനാവരണംചെയ്യുന്ന ഈ ഗ്രന്ഥം വായനാലോകത്തിന് സമർപ്പിക്കുന്നു.

ചിന്ത പബ്ലിഷേഴ്സ്

ആമുഖം

ചരിത്രത്തിൽ ഇതുവരെ നടന്ന എല്ലാ വികസന പ്രക്രിയകളും തെളിയിക്കുന്നത് ഉചിതമായ ദരിദ്രപക്ഷ ഇടപെടലുകളിലൂടെ സാമ്പത്തിക വളർച്ചയുടെ താഴ്ന്ന ഘട്ടങ്ങളിൽപ്പോലും സാധാരണ ജനങ്ങളുടെ ജീവിത നിലവാരം ഉയർത്താനാവുമെന്നതാണ്. കയറിക്കിടക്കാൻ വീടും വെള്ളവും വെളിച്ചവും പ്രാഥമിക വിദ്യാഭ്യാസവും പ്രാഥമിക ആരോഗ്യപരിരക്ഷയും മിതമായ വിലയ്ക്ക് ഭക്ഷണ സാധനങ്ങളും ലഭിക്കുന്നതിന് ഉയർന്ന സാമ്പത്തിക വളർച്ചയിലെത്തുന്നതുവരെ കാത്തിരിക്കേണ്ടതില്ല. പരിമിതങ്ങളായ വിഭവങ്ങളെ ഏകോപിപ്പിച്ച് മുൻഗണനാക്രമത്തിൽ അടിസ്ഥാനാവശ്യങ്ങൾ നിറവേറ്റുകയെന്ന ലളിതമായ രീതിയാണ് പുതുക്കാട് നിയോജക മണ്ഡലത്തിൽ 'സുസ്ഥിര' പദ്ധതിയിലൂടെ നിറവേറ്റുവാൻ ശ്രമിച്ചത്. പാർശ്വവല്ക്കരണമില്ലാത്ത ഒരു ജനതയുടെ സൃഷ്ടിക്കായി നടക്കുന്ന ഈ എളിയ ജനകീയ വികസനശ്രമം ജനകീയാസൂത്രണത്തിന്റെ സങ്കല്പനങ്ങളിലധിഷ്ഠിതമാണ്.

ഒരു പ്രദേശത്തെ വികസനപ്രവർത്തനങ്ങളെയും വിഭവങ്ങളെയും അടിസ്ഥാനമാക്കി ഞങ്ങൾ അവലംബിച്ച ഈ ലളിതവികസന രീതിശാസ്ത്രം കേരളത്തിലെവിടെയും മാതൃകയാക്കാവുന്നതാണ്. വിവിധ വകുപ്പുകളുടെയും വിഭവങ്ങളുടെയും ഉദ്ഗ്രഥനവും സംയോജനവും പ്രാദേശിക വികസനത്തിന്റെ മുന്നുപാധിയാകണമെന്ന സുപ്രധാന സന്ദേശമാണ് സുസ്ഥിര നല്കുന്നത്. വിവിധ മേഖലകളിൽ മുൻഗണനാക്രമത്തിൽ സുസ്ഥിരയുടെ ഭാഗമായി നടത്തിയ ഇടപെടലിന്റെ ചെറുവിവരണത്തിനാണിവിടെ ശ്രമിച്ചിട്ടുള്ളത്. നിലനില്ക്കുന്ന വ്യവസ്ഥയെ മാറ്റിമറിക്കാനുള്ള പോരാട്ടങ്ങളോടൊപ്പം തന്നെ ജനങ്ങൾക്ക് ആശ്വാസകരമായ 'ബദലുകൾ' സൃഷ്ടിക്കാൻ ഈ വിവരണം പ്രചോദനമാകുമെന്ന പ്രത്യാശ

യാണിതിനു ഞങ്ങൾക്ക് പ്രേരണയായത്. കേരളത്തിന്റെ വികസനത്തിന് നൂതനപരീക്ഷണങ്ങൾ ആവശ്യമാണെന്നുള്ള തിരിച്ചറിവാണ് പുതുക്കാടിനെ സമൂർത്തമായ ഉദാഹരണമാക്കുവാൻ സഹായിച്ചത്.

വികസന കൂട്ടായ്മകൾക്ക് എന്നും ഊർജ്ജമായി വർത്തിക്കുന്ന സഖാവ് തോമസ് ഐസക്കിന്റെ അവതാരിക ഞങ്ങളിൽ ആത്മവിശ്വാസം വർദ്ധിപ്പിക്കുന്നു. പേരെടുത്തു പറഞ്ഞില്ലെങ്കിലും പ്രത്യക്ഷമായും പരോക്ഷമായും സുസ്ഥിരയുടെ പ്രവർത്തനത്തിൽ ഞങ്ങളെ സഹായിച്ച എല്ലാവരോടുമുള്ള കടപ്പാടും നന്ദിയും രേഖപ്പെടുത്തുന്നു. പാർശ്വവല്ക്കരണമില്ലാത്ത ജനതയുടെ സൃഷ്ടിയാണ് വികസനത്തിന്റെ അടിത്തറ. അതിന്റെ പൂർത്തീകരണമാണ് സുസ്ഥിരയുടെ പ്രഥമഘട്ടം. ഈ അടിത്തറയുടെ സർവ്വതല സ്പർശിയായ വളർച്ചയും പരിസ്ഥിതി സന്തുലനവുമാണ് സുസ്ഥിരയുടെ രണ്ടാം ഘട്ടം.

പുസ്തകരചനയിൽ സഹായിച്ച അഡ്വ. ഗീനാകുമാരി, ശ്രീ. കെ വി രാമകൃഷ്ണൻ, ശ്രീ. ടി നരേന്ദ്രൻ, ശ്രീ. പി എസ് കുമാർ, ശ്രീ. സുധാകരൻ നെല്ലായി, ശ്രീ. കെ എം ശിവരാമൻ, ഡോ. ടി വി വിമൽകുമാർ എന്നിവരോടുള്ള നന്ദി പ്രത്യേകം രേഖപ്പെടുത്തുന്നു.

പുതുക്കാട് **പ്രൊഫ. സി രവീന്ദ്രനാഥ്**

അവതാരിക

അധികാരവികേന്ദ്രീകരണം ജനാധിപത്യപരമായി നടപ്പാക്കിയ ഒരു സംസ്ഥാനത്ത് എം എൽ എയുടെ കർത്തവ്യമെന്ത്? ജനകീയാസൂത്രണത്തിന്റെ ആദ്യവർഷങ്ങളിൽ അടക്കിപ്പിടിച്ച ചർച്ചകൾക്ക് വിഷയമായ ചോദ്യമാണിത്. എം എൽ എയുടെ അടിസ്ഥാനകർത്തവ്യം നിയമനിർമ്മാണവും നിയമസഭാ പ്രവർത്തനങ്ങളുമാണ്. എം എൽ എയ്ക്ക് എക്സിക്യൂട്ടീവ് അധികാരമില്ല. എങ്കിലും പ്രാദേശികമായി സർക്കാരിന്റെ പരിപാടികളുടെ പൊതുമേല്നോട്ടക്കാരനും വിവിധ സ്കീമുകളുടെ ഗുണഭോക്താക്കളെ നിർണ്ണയിക്കുന്നതിൽ വളരെ പ്രധാനപ്പെട്ട പങ്കുവഹിക്കുന്ന ആളുമായിരുന്നു എം എൽ എ. ഗ്രാമീണറോഡുകൾ തുടങ്ങിയ കാര്യങ്ങളെല്ലാം വലിയൊരു പരിധിവരെ നിശ്ചയിച്ചിരുന്നതും എം എൽ എ തന്നെ. എന്നാൽ ജനകീയാസൂത്രണത്തോടെ ഇതിൽ വലിയൊരു മാറ്റം വന്നു. പ്രാദേശികാടിസ്ഥാനത്തിൽ നടപ്പാക്കാൻ പറ്റുന്ന വിവിധ സ്കീമുകളും വ്യക്തിഗുണഭോക്താക്കളെ തെരഞ്ഞെടുക്കാനുള്ള അധികാരവും തദ്ദേശസ്വയംഭരണസ്ഥാപനങ്ങൾക്കായി. എം എൽ എമാർക്ക് പെട്ടെന്ന് ഒരു അനാഥത്വം അനുഭവപ്പെട്ടു. പൊതുവിൽ എം എൽ എമാർ തദ്ദേശസ്വയംഭരണ സ്ഥാപനങ്ങളുടെ വിമർശകരായി. ജനകീയാസൂത്രണത്തിൽ മുഖ്യചുമതല വഹിച്ചിരുന്ന അനിയനും എനിക്കുമെതിരെ നിയമസഭയിൽ അവകാശലംഘനപ്രശ്നംപോലുമുയർന്നു. വിമർശനങ്ങളെല്ലാം അടിസ്ഥാനരഹിതമായിരുന്നു എന്നു പറയാനാവില്ല. എന്നാൽ ഇതിനേക്കാൾ എത്രയോ വലിയ പോരായ്മയായിരുന്നു സംസ്ഥാന സർക്കാരിന്റെ പ്രവർത്തനങ്ങളിലുണ്ടായിരുന്നത്.

എം എൽ എ ഫണ്ടിനുള്ള വാദം ശക്തമായി. പ്രാദേശികപദ്ധതികളുടെ ഗുണഭോക്താക്കളെ തെരഞ്ഞെടുക്കുന്നത് തദ്ദേശസ്വയംഭരണ സ്ഥാപനങ്ങളാണെങ്കിൽ, സംസ്ഥാന സർക്കാരിന്റെ പദ്ധതികളുടെ ഗുണ

ഭോക്താക്കളെ തെരഞ്ഞെടുക്കേണ്ടത് എം എൽ എമാരാണ് എന്ന് വാദമുയർന്നു. കല്യാണങ്ങൾക്കും മരണങ്ങൾക്കും പോകുക എന്നതായി പലരുടെയും മുഖ്യ പ്രാദേശിക പ്രവർത്തനം. അന്നും ഇന്നും ഞാൻ എടുത്തുവന്ന നിലപാട് വളരെ വ്യക്തമാണ്. അധികാരവികേന്ദ്രീകരണത്തിന്റെ പശ്ചാത്തലത്തിൽ തന്റെ പ്രാദേശിക കർത്തവ്യങ്ങളെ നിർണ്ണയിക്കേണ്ടതുണ്ട്. തദ്ദേശസ്വയംഭരണസ്ഥാപനങ്ങളുടെ ഒരു സഹായി ആയി എം എൽ എയ്ക്കു മാറാൻ കഴിയണം. സംസ്ഥാന സർക്കാരുമായുള്ള പൊതുവായ പ്രതലമായിരിക്കണം എം എൽ എ. തന്റെ പ്രദേശത്തെ തദ്ദേശസ്വയംഭരണസ്ഥാപനങ്ങളുടെ പ്രവർത്തനം ഏകോപിപ്പിക്കുന്നതിനും എം എൽ എയ്ക്കു പങ്കുവഹിക്കാൻ കഴിയും. എന്നാൽ ഇത് ഔപചാരികമായ നിയമവ്യവസ്ഥയാക്കാൻ കഴിയില്ല. തദ്ദേശസ്വയംഭരണ സ്ഥാപനത്തിന്റെസ്വയംഭരണത്തിൽ കൈകടത്തലായിരിക്കും അത്തരമൊരു നടപടി. ഇത്തരമൊരു ബന്ധം സ്വാഭാവികമായി വളർന്നുവരേണ്ടതാണ്. ഇത് സാദ്ധ്യവുമാണ്.

കൊടകര മണ്ഡലത്തിൽ എം എൽ എ ആയിരുന്ന പ്രൊഫ. സി രവീന്ദ്രനാഥ് തന്റെ അഞ്ചു വർഷത്തെ (2006–2011) പ്രവർത്തനങ്ങളിലൂടെ എങ്ങനെ പുതിയ കാലഘട്ടത്തിലെ ഒരു മാതൃകാ എം എൽ എ എന്നു സാക്ഷ്യപ്പെടുത്തിയിരിക്കുകയാണ്. നിരന്തരമായ ഇടപെടൽ- സംവാദങ്ങളിലൂടെ തന്റെ മണ്ഡലത്തിലെ തദ്ദേശസ്വയംഭരണസ്ഥാപനങ്ങളുടെ പ്രവർത്തനത്തെ ഗാഢമായി സ്വാധീനിക്കുന്നതിനു മാത്രമല്ല അവരെ ഏകോപിപ്പിച്ച് ഒരു പ്രാദേശിക വികസനപദ്ധതിക്കു രൂപംനല്കുന്നതിലും അദ്ദേഹം വിജയിച്ചു. 2006–11 കാലയളവിൽ സംസ്ഥാനത്ത് തദ്ദേശസ്വയംഭരണസ്ഥാപനങ്ങളിൽ നടപ്പാക്കിയ ഏറ്റവും ശ്രദ്ധേയമായ സമഗ്രപരിപാടിയായി ഞാൻ 'സുസ്ഥിര കൊടകര'യെ വിലയിരുത്തും. ജനകീയാസൂത്രണത്തിന് 2001 നു ശേഷമുണ്ടായ തിരിച്ചടിയുടെയും ആശാഭംഗത്തിന്റെയും പശ്ചാത്തലത്തിലാണ് ഈ നേട്ടത്തിന്റെ കാലികപ്രസക്തി.

സാർവ്വദേശീയ പശ്ചാത്തലത്തിലും ജനകീയാസൂത്രണം (1996–2001) അധികാരവികേന്ദ്രീകരണത്തിന്റെ ചരിത്രത്തിൽ അന്യാദൃശ്യമായ ഒന്നായിരുന്നു. അധികാരവികേന്ദ്രീകരണ രംഗത്ത് ഏറ്റവും പിന്നണിയിൽ നിന്ന സംസ്ഥാനമായ കേരളത്തെ അതു മുന്നിലേക്കെത്തിച്ചു. അന്നു താഴേക്കു കൈമാറിയ പണവും അധികാരവും അതു വിനിയോഗിക്കുന്നതിനുണ്ടാക്കിയ ആസൂത്രണ ചിട്ടകളും കേരളത്തിൽ സ്ഥായിയായി. വികസന പ്രക്രിയയിൽ അഭൂതപൂർവ്വമായ ജനപങ്കാളിത്തം അക്കാലത്ത് സൃഷ്ടിച്ചു. എന്നാൽ ഈ ജനകീയതയിൽ പിന്നീട് വലിയ ഇടിവുണ്ടായി. ജനങ്ങളുടെ പ്രത്യക്ഷപങ്കാളിത്തത്തോടു കൂടിയ പ്രാദേശികഭരണകൂടം എന്ന സങ്കല്പത്തിലേക്കു നീങ്ങാൻ കഴിഞ്ഞില്ല. ജനകീയാസൂത്രണത്തിൽ ആവേശഭരിതരായ ഒട്ടേറെപ്പേർ ഹതാശരായി.

ഈ സ്ഥിതിവിശേഷം സൃഷ്ടിക്കപ്പെട്ടതിന് മുഖ്യമായും രണ്ടു കാരണങ്ങളാണുള്ളത്. ഒന്നാമത്തേത് 2001 ൽ അധികാരമേറിയ യു ഡി എഫ് സർക്കാർ ജനകീയാസൂത്രണത്തെ തകർത്തില്ലെങ്കിലും അതു വ്യവസ്ഥാ

പിതമാക്കുന്നതിനോ ജനപങ്കാളിത്തം നിലനിർത്തുന്നതിനോ ആവശ്യമായ നടപടികൾ സ്വീകരിച്ചില്ല. തുടർപ്രവർത്തനങ്ങളായി നിശ്ചയിച്ചിരുന്ന കാമ്പയിനുകൾ നിർത്തലാക്കി. ജനകീയാസൂത്രണം എന്ന പേരു തന്നെ ഉപേക്ഷിച്ചു. വലതുപക്ഷത്തുനിന്നുള്ള ആക്രമണമായിരുന്നു ഇതെങ്കിൽ, ഇടതുപക്ഷതീവ്രവാദികളുടെ ഭാഗത്തുനിന്നും രൂക്ഷമായ വിമർശനമുയർന്നു. ജനകീയാസൂത്രണം സാമ്രാജ്യത്വ ഉപജാപമായി അവഹേളിക്കപ്പെട്ടു. വ്യാമോഹങ്ങൾ സൃഷ്ടിക്കാനുള്ള ഏർപ്പാടായിരുന്നത്രേ ഇത്. നിസ്വാർത്ഥമായ സേവനത്തിനായി ജനകീയാസൂത്രണത്തിലേക്ക് എടുത്തു ചാടിയ ആയിരക്കണക്കിന് സാങ്കേതികവിദഗ്ദ്ധരും പതിനായിരക്കണക്കിന് സന്നദ്ധപ്രവർത്തകരും ഈ ഇടതുപക്ഷവിമർശനങ്ങളിൽ ഖിന്നരായി രംഗം നിഷ്ക്രമിച്ചു.

2006 ൽ വീണ്ടും ഇടതുപക്ഷം അധികാരത്തിൽ വന്നു. ജനകീയാസൂത്രണം പുനഃസ്ഥാപിക്കപ്പെട്ടു. എന്നാൽ ആദ്യഘട്ടത്തിലെ ജനകീയാസൂത്രണ പ്രസ്ഥാനത്തിന്റെ നിഴലു മാത്രമേ രണ്ടാം ഘട്ടത്തിലുണ്ടായുള്ളൂ. അത്രയ്ക്കു വലിയ പരിക്കാണ് യു ഡി എഫിന്റെയും ഇടതുതീവ്രവാദികളുടെയും ആക്രമണം ഏല്പിച്ചത്. എങ്കിലും ജനകീയാസൂത്രണചിട്ടകൾ ശക്തിപ്പെടുത്തുന്നതിനും കൂടുതൽ ഉദ്യോഗസ്ഥരെ പുനർവിന്യസിക്കുന്നതിനും വകുപ്പുതല ഏകീകരണം ഉറപ്പുവരുത്തുന്നതിനും സമഗ്രമായൊരു ഫിനാൻസ് കമീഷൻ അവാർഡ് അംഗീകരിക്കുന്നതിനും തീരുമാനമുണ്ടായി. കുടുംബശ്രീ തദ്ദേശസ്വയംഭരണസ്ഥാപനങ്ങളുടെ പ്രവർത്തനങ്ങളുമായി കൂടുതൽ ഇഴുകിച്ചേർന്നു. വളരെ മാതൃകാപരമായ പ്രവർത്തനം നടത്തുന്ന ഒരു പറ്റം തദ്ദേശസ്വയംഭരണസ്ഥാപനങ്ങൾ കേരളത്തിൽ സൃഷ്ടിക്കപ്പെട്ടു. ഇതിന്റെ മുൻപന്തിയിലായിരുന്നു കൊടകര (ഇന്നത്തെ പുതുക്കാട് മണ്ഡലം). ജനാധിപത്യഅധികാരവികേന്ദ്രീകരണത്തിന്റെ വലിയ സാദ്ധ്യതകളിലേക്ക് കൊടകര വിരൽ ചൂണ്ടി. കൊടകരയിലാകാമെങ്കിൽ എന്തുകൊണ്ട് മറ്റിടങ്ങളിലായിക്കൂടാ എന്ന ചോദ്യം സ്വാഭാവികമായി. ഇതു തന്നെയാണ് കൊടകരയുടെ പ്രസക്തിയും.

സുസ്ഥിര കൊടകരയുടെ ഏറ്റവും പ്രധാനപ്പെട്ട സവിശേഷത ഉദ്ഗ്രഥനമാണ്. ജനകീയാസൂത്രണത്തിന്റെ ഒന്നാംഘട്ട പ്രവർത്തനത്തിന്റെ ഏറ്റവും പ്രധാനപ്പെട്ട ദൗർബല്യമായി ചൂണ്ടിക്കാണിക്കപ്പെട്ടത് ഉദ്ഗ്രഥനത്തിന്റെ അഭാവമാണ്. ഇതിന്റെ പ്രാധാന്യത്തെക്കുറിച്ച് മാർഗ്ഗ നിർദ്ദേശങ്ങളിലും പരിശീലനപുസ്തകത്തിലും പറഞ്ഞിരുന്നുവെങ്കിലും നിർബ്ബന്ധിച്ചിരുന്നില്ല. തുമ്പിയെക്കൊണ്ട് എടുപ്പിക്കുന്ന കല്ലിന്റെ ഭാരത്തിനും ഒരു പരിധിയുണ്ടല്ലോ. യു ഡി എഫ് ഭരണകാലത്ത് ഈ പോരായ്മ സ്ഥിരം സ്വഭാവമായി. ഇതിനൊരു തിരുത്താണ് സുസ്ഥിര കൊടകര നല്കിയത്.

ഉദ്ഗ്രഥനം മൂന്നു തരത്തിലാണ്. ഒന്നാമത്തേത്, സ്ഥലപരമായ ഉദ്ഗ്രഥനമാണ്. ഒരു പ്രദേശത്തെ വിവിധ മേഖലകളിലെ പ്രവർത്തനങ്ങൾ പരസ്പരം സംയോജിപ്പിക്കലാണ് ഇതിന്റെ മർമ്മം. രണ്ടാമത്തേത്, വിവിധ ഏജൻസികളുടെ സംയോജനമാണ്. മൂന്നുതട്ടു പഞ്ചായത്തുകളും സംസ്ഥാനസർക്കാരിനും കേന്ദ്രസർക്കാരിനും പുറമെ, വിവിധ ബോർഡു

കൾ, ഏജൻസികൾ എല്ലാം വികസനപ്രവർത്തനങ്ങളിൽ ഏർപ്പെടുന്നുണ്ട്. ഇവ തമ്മിലും ഇവരുടെ വിഭവങ്ങളും പ്രവർത്തനങ്ങളും ഏകോപിപ്പിക്കേണ്ടതും വളരെ പ്രധാനമാണ്. മൂന്നാമത്തേത്, ഒരു മേഖലയിലെ വിവിധ പ്രോജക്ടുകൾ തമ്മിലുള്ള സംയോജനമാണ്. ഉദാഹരണത്തിന് ആരോഗ്യവുമായി ബന്ധപ്പെട്ട് ആശുപത്രിയും രോഗപ്രതിരോധവും മാത്രമല്ല, കുടിവെള്ളവും പോഷകാഹാരവും വ്യായാമവുമെല്ലാം ചർച്ചചെയ്തിരുന്നു. ഇത്തരത്തിലുള്ള ഉദ്ഗ്രഥനം വഴി വികസനപ്രവർത്തനത്തിലെ ആവർത്തനങ്ങളും പൊരുത്തക്കേടുകളും വിടവുകളും മനസ്സിലാക്കാനാവും. കേന്ദ്രീകൃത ഭരണസംവിധാനത്തിൽ ഇത്തരം സംയോജനസമീപനം വളരെ ശ്രമകരമാണ്. വികേന്ദ്രീകരണം ഇതിനുള്ള സാദ്ധ്യതകൾ വളർത്തും. ആ സാദ്ധ്യതകൾ പ്രയോജനപ്പെടുത്തേണ്ടത് എങ്ങനെയെന്ന് സുസ്ഥിര തെളിയിക്കുന്നു.

സ്ഥലപരമായ ഉദ്ഗ്രഥനത്തിന്റെ യൂണിറ്റായി എടുക്കുന്നത് ഒരു നീർത്തടത്തെയാണ്. നമ്മുടെ നാട്ടിൽ പരമ്പരാഗതമായി നടപ്പാക്കി വരുന്ന സ്കീമാണ് ഏല വികസനപരിപാടി. ഇത്തരത്തിൽ ഏല ഒരു യൂണിറ്റായി എടുക്കുന്നതിന് ഒരു പരിമിതിയുണ്ട്. ഏലയിലെ വെള്ളം അവിടെ പെയ്യുന്ന മഴവെള്ളം മാത്രമല്ല, ചുറ്റുപാടുമുള്ള കുന്നിൻചരിവുകളിൽനിന്നും മഴവെള്ളം ഒഴുകിയെത്തും. ഏലയുടെ ഫലഭൂയിഷ്ഠത നിർണ്ണയിക്കുന്നതിലും കുന്നിൻചരിവിനു പ്രാധാന്യമുണ്ട്. അതിനാൽ ഏലയെയും അതിനു സമീപമുള്ള കുന്നിൻചെരിവുകളെയും ഒരു യൂണിറ്റായി കരുതി പദ്ധതി ആസൂത്രണം ചെയ്യണം. ഇതിനെയാണ് നീർത്തടാധിഷ്ഠിത മാസ്റ്റർ പ്ലാൻ എന്നു പറയുന്നത്. ഇത്തരമൊരു സമീപനമാണ് സുസ്ഥിരയിൽ സ്വീകരിച്ചത്. ഇതിന്റെ അടിസ്ഥാനത്തിൽ നെല്വയൽ ഏലകളിലും ചുറ്റുപാടുമുള്ള പുരയിടങ്ങളിലും സമഗ്രമായ കാർഷിക ഇടപെടലുകൾക്കു രൂപംനല്കി.

ഗാലസ പരിപാടി വിജയകരമായി നടപ്പാക്കാൻ കൊടകരയ്ക്കു കഴിഞ്ഞു. ഇതിന്റെ ഏറ്റവും പ്രധാനഘടകം കൃഷിക്കാരുടെ കൂട്ടായ്മയാണ്. വയലുകളെല്ലാം സ്വകാര്യ ഉടമസ്ഥതയിൽ തുടരുമെങ്കിലും പ്രധാന കൃഷിപ്പണികളും വിപണനവും കൂട്ടായി നടക്കും. ഇത് തുണ്ടുവല്ക്കരണത്തിന് പ്രതിവിധിയാകും. ഇതോടൊപ്പം കൃഷിപ്പണിയെ ശാസ്ത്രീയവും ആധുനികവുമാക്കും. പുതിയ കൃഷി പരിപാലനരീതികൾ പരീക്ഷിച്ചതിന്റെ വിശദമായ വിവരണം ഈ ഗ്രന്ഥത്തിലുണ്ട്. ഈ ഇടപെടലുകളുടെ ഫലമായി കാർഷിക ഉല്പാദനക്ഷമതയും വളരെ ഗണ്യമായി ഉയർത്തുന്നതിന് കഴിഞ്ഞു. നെല്കൃഷി നാശോന്മുഖമായിക്കൊണ്ടിരിക്കുന്ന പ്രവണതയ്ക്കു വിരാമമിടാൻ കഴിഞ്ഞു. ഇതോടൊപ്പം പുരയിടങ്ങളിൽ നാളികേരകൃഷിക്ക് ക്ലസ്റ്ററുകൾ രൂപീകരിച്ചു. പുരയിടങ്ങളിൽ ഇടവിളയായി വാഴക്കൃഷി പ്രോത്സാഹിപ്പിച്ചു.

സുസ്ഥിര പ്രോജക്ട് കേരളമറിഞ്ഞത് വിജയകരമായി നടപ്പാക്കിയ കദളിവാഴകൃഷി പരിപാടിയിലൂടെയാണ്. ഗുരുവായൂർ ദേവസ്വത്തിലേക്കു വേണ്ട കദളിപ്പഴം വർഷം മുഴുവൻ കൊടുക്കുന്നതിന് കരാറുണ്ടാക്കി. അങ്ങനെ വിപണി ഉറപ്പാക്കിയതോടെ പുതിയൊരു കാർഷിക കലണ്ട

റിന്റെ അടിസ്ഥാനത്തിൽ പുരയിടങ്ങളിലും മറ്റും കദളിക്കൃഷി വ്യാപിപ്പിക്കാൻ കഴിഞ്ഞു. ഇത് പ്രാവർത്തികമാക്കുന്നതിന് ആവശ്യമായ പ്രചാരണങ്ങളും സാങ്കേതിക വിദ്യയുമെല്ലാം പ്രോജക്ടിന്റെ ഭാഗമായിരുന്നു. കരാർ കൃഷിക്ക് ബഹുരാഷ്ട്രകുത്തകകളെയും മറ്റും ക്ഷണിക്കുന്ന കാലത്ത് എങ്ങനെയാണ് തദ്ദേശസ്വയംഭരണസ്ഥാപനങ്ങൾ കൃഷിക്കാർക്ക് ന്യായമായ വരുമാനം ഉറപ്പാക്കുക എന്ന് ഈ പ്രോജക്ട് തെളിയിച്ചു.

സുസ്ഥിര കൊടകരയിലെ ഓരോ മേഖലയിലെയും പ്രവർത്തനങ്ങൾ ഞാനിവിടെ അനാവരണം ചെയ്യുന്നില്ല. വിദ്യാഭ്യാസം, ആരോഗ്യം തുടങ്ങിയ സേവനമേഖലകളിലും കുടിവെള്ളം, വൈദ്യുതി, റോഡ് തുടങ്ങിയ പശ്ചാത്തല മേഖലയിലും പട്ടികജാതി, പട്ടികവർഗ്ഗ ക്ഷേമപ്രവർത്തനങ്ങളിലും ശ്രദ്ധേയമായ പ്രോജക്ടുകൾ ആവിഷ്കരിക്കപ്പെട്ടു. കുടുംബശ്രീ ശൃംഖല ഈ പ്രവർത്തനങ്ങളിൽ നിർണ്ണായകമായ പങ്കു വഹിച്ചു. ഇതിലേക്കൊന്നും കടക്കാതെ, സംസ്ഥാന നയരൂപീകരണത്തിൽ പ്രധാന സ്വാധീനം ചെലുത്തിയ ഒരു പദ്ധതിയെക്കുറിച്ചു മാത്രമേ ഈ അവസരത്തിൽ പരാമർശിക്കാൻ ഞാനുദ്ദേശിക്കുന്നുള്ളൂ -സമ്പൂർണ്ണ പാർപ്പിട പദ്ധതി.

എല്ലാവർക്കും വീട് എന്നുള്ളത് എൽ ഡി എഫ് സർക്കാരിന്റെ സുപ്രധാന വാഗ്ദാനമായിരുന്നു. ഏതാണ്ട് അഞ്ചു ലക്ഷത്തോളം വീടുകൾ നിർമ്മിച്ചു നല്കണം. ഇതിൽ രണ്ടു ലക്ഷം പേർ ഭൂരഹിതരുമായിരുന്നു. ഇതിനുള്ള പണം എങ്ങനെയുണ്ടാക്കും? സംസ്ഥാന സർക്കാരിന് ഇതിനാവശ്യമായ തുക വായ്പയെടുക്കാൻ കേന്ദ്രസർക്കാർ അനുവദിക്കുകയില്ല. ഈ സാഹചര്യത്തിൽ ഞാൻ മുന്നോട്ടു വെച്ച നിർദ്ദേശമായിരുന്നു, തദ്ദേശ സ്വയംഭരണ സ്ഥാപനങ്ങൾ സഹകരണബാങ്കിൽനിന്നും വായ്പയെടുത്തു വീടു പണിയട്ടെ എന്നത്. വർഷംതോറും തദ്ദേശ സ്വയംഭരണ സ്ഥാപനങ്ങൾക്കു നല്കുന്ന വികസനഗ്രാന്റിൽ നിന്ന് ഈ വായ്പ പതിനഞ്ചോ ഇരുപതോ വർഷംകൊണ്ട് തിരിച്ചടയ്ക്കാം. അത്രയും കാലം പലിശ സർക്കാർ നല്കണം. സാധാരണഗതിയിൽ പതിനഞ്ചോ ഇരുപതോ വർഷം കൊണ്ട് പണിതീർക്കാവുന്ന പദ്ധതികൾ ഒറ്റയടിക്ക് ഇതുവഴി ജനങ്ങൾക്കു ലഭ്യമാക്കാം. 3000-5000 കോടി രൂപ ഇത്തരത്തിൽ വായ്പയെടുക്കുന്ന ഒരു പരിപാടിയുടെ പ്രായോഗികതയെക്കുറിച്ച് ഗൗരവമായ സംശയങ്ങൾ ഉയർത്തപ്പെട്ടു. സത്യം തുറന്നു പറയട്ടെ. ഫിനാൻസ് വകുപ്പിലെ ഉദ്യോഗസ്ഥർ ഈ നിർദ്ദേശത്തെ കർശനമായിത്തന്നെ എതിർത്തു.

മേല്പറഞ്ഞ തർക്കങ്ങൾ നടന്നുകൊണ്ടിരിക്കുമ്പോഴാണ് കൊടകരയിൽ സമ്പൂർണ്ണപാർപ്പിട പദ്ധതി വിജയകരമായി നടപ്പാക്കിയത്. സർക്കാരിന്റെ ഗ്യാരണ്ടിയൊന്നുമില്ലാതെ തന്നെ പ്രൈമറി സഹ: ബാങ്കുകളുമായി സഹകരിച്ച് എല്ലാവർക്കും വീടു നല്കുന്നതിനുള്ള വായ്പ തദ്ദേശസ്വയംഭരണസ്ഥാപനങ്ങൾ എടുത്തു. ഒരു ഭാഗം ഗുണഭോക്തൃവിഹിതമായി ജനങ്ങൾ നല്കേണ്ടിയിരുന്നു. ഭൂമിയുള്ള മുഴുവൻ കുടുംബങ്ങൾക്കും സമയബന്ധിതമായി വീടു നിർമ്മിച്ചു നല്കി. ഏതാണ്ട് അയ്യായിരത്തോളം വീടുകൾ. യഥാർത്ഥത്തിൽ ഈ വിജയമാണ് ഇ എം എസ്

പാർപ്പിടപദ്ധതിക്ക് പച്ചക്കൊടി കാട്ടിയത്. കൊടകരയിൽ ആകാമെങ്കിൽ പിന്നെന്തുകൊണ്ട് കേരളത്തിൽ ഉടനീളം ആയിക്കൂടാ. ഇ എം എസ് പാർപ്പിട പദ്ധതി ആവിഷ്കരിക്കുന്നതിനുമുമ്പ് വായ്പയെടുത്ത കൊടകരയിലെ പഞ്ചായത്തുകളെ ശിക്ഷിക്കാൻ പാടില്ലല്ലോ. സർക്കാർ തലത്തിലെ കുറച്ചു തർക്കങ്ങൾക്കു ശേഷം ഇ എം എസ് പാർപ്പിട പദ്ധതിയിലെന്നപോലെ തന്നെ കൊടകരയിലെയും പലിശബാദ്ധ്യത സർക്കാർ ഏറ്റെടുത്തു.

മേല്പറഞ്ഞ പ്രവർത്തനാനുഭവങ്ങളാണ് സി രവീന്ദ്രനാഥ് ഈ ലഘുഗ്രന്ഥത്തിൽ വിവരിക്കുന്നത്. ഇത്തരത്തിൽ ജനകീയാസൂത്രണപ്രവർത്തനത്തിൽ നേരിട്ടു പങ്കാളിയായവർ അനുഭവത്തിന്റെ അടിസ്ഥാനത്തിൽ എഴുതിയ ഗ്രന്ഥങ്ങൾ കുറവാണ്. കഞ്ഞിക്കുഴി ഗ്രാമപഞ്ചായത്തിനെക്കുറിച്ച് *മരുപ്പച്ചകൾ ഉണ്ടാകുന്നത് എങ്ങനെ* എന്നൊരു പുസ്തകം ഞാൻ നാലു വർഷം മുമ്പ് പ്രസിദ്ധീകരിച്ചു. പ്രൊഫസർ രവീന്ദ്രനാഥിനെപ്പോലെ വിജയകരമായ വികസനപ്രവർത്തനങ്ങൾക്കും ജനാധിപത്യപ്രവർത്തനങ്ങൾക്കും നേതൃത്വം നല്കിയവർ അതു രേഖപ്പെടുത്തിയാൽ അതു മറ്റുള്ളവർക്കും പ്രചോദനമാകും.

കാരണം, ജനാധിപത്യ അധികാരവികേന്ദ്രീകരണത്തിന് രാഷ്ട്രീയമുണ്ട്. ഇ എം എസ് ചൂണ്ടിക്കാണിച്ചതുപോലെ പാർലമെന്ററി ജനാധിപത്യവ്യവസ്ഥയിലെ ജനാധിപത്യാവകാശം കൂടുതൽ വിപുലപ്പെടുത്തുകയാണ് അധികാരവികേന്ദ്രീകരണത്തിലൂടെ ചെയ്യുന്നത്. ഇത് ജനങ്ങളെ കൂടുതൽ ഫലപ്രദമായി സംഘടിപ്പിക്കാൻ സഹായിക്കും. അതുപോലെ തന്നെ വികസനപ്രവർത്തനങ്ങൾ കൂടുതൽ ഫലപ്രദമായി നടത്തുന്നതിനാൽ ജനങ്ങൾക്കു കൂടുതൽ സമാശ്വാസം നല്കാനും അധികാരവികേന്ദ്രീകരണം സഹായിക്കും. ഇന്നത്തെ ആഗോളവല്ക്കരണത്തിന്റെ കാലഘട്ടത്തിൽ ജനാധിപത്യ അധികാരവികേന്ദ്രീകരണത്തിന് ജനകീയ ചെറുത്തുനില്പിന്റെ ഒരു രൂപമാകാനും കഴിയും. നമ്മുടെ ദേശീയസമരത്തിൽ ഗ്രാമസ്വരാജ് ഒരു പ്രധാന മുദ്രാവാക്യമായിരുന്നത് ഓർക്കുമല്ലോ. നമ്മുടെ പള്ളിക്കൂടത്തെയും ആശുപത്രിയെയും കൃഷിയെയും കൈത്തൊഴിലിനെയുമെല്ലാം കമ്പോളത്തിന്റെ ഗതിവിഗതികൾക്ക് പൂർണ്ണമായി വിട്ടുകൊടുക്കാതെ പ്രാദേശിക കൂട്ടായ്മയുടെ അടിസ്ഥാനത്തിൽ കൂടുതൽ കാര്യക്ഷമവും ജനാധിപത്യപരവുമായി വികസിപ്പിക്കാനാണ് ജനാധിപത്യ അധികാരവികേന്ദ്രീകരണത്തിലൂടെ ശ്രമിക്കുന്നത്. അതുകൊണ്ടാണ് സാമ്രാജ്യത്വത്തിനെതിരെയുള്ള ഏറ്റവും വലിയ സമരമുഖമായ ലാറ്റിൻ അമേരിക്കൻ രാജ്യങ്ങളിൽ നാനാവിധത്തിലുള്ള അധികാരവികേന്ദ്രീകരണ പരീക്ഷണങ്ങൾ സാർവ്വത്രികമായത്. കേരളത്തിലെ ജനകീയാസൂത്രണവും ഇത്തരത്തിലുള്ള പരീക്ഷണമാണ്. സുസ്ഥിര കൊടകര(ഇപ്പോൾ സുസ്ഥിര പുതുക്കാട്) അതിനൊരു ഉത്തമ മാതൃകയും.

ഡോ. ടി എം തോമസ് ഐസക്

1

പാർശ്വവല്ക്കരിക്കപ്പെട്ടവർ മുഖ്യധാരയിലേക്ക്

ജനങ്ങൾ അനുഭവിക്കുന്ന യഥാർത്ഥ സ്വാതന്ത്ര്യങ്ങളെ വിപുലീക രിക്കുന്ന പ്രക്രിയയായി വികസനത്തെ കാണണമെന്ന അമർത്യാസെ ന്നിന്റെ സിദ്ധാന്തത്തെ പ്രയോഗത്തിലെത്തിച്ചുകൊണ്ടാണ് സുസ്ഥിരയി ലൂടെ പാർശ്വവല്കൃത മേഖലയിൽ നടത്തിയ വികസനപ്രവർത്തനങ്ങൾ നീങ്ങിയത്. അസ്വാതന്ത്ര്യങ്ങളുടെ മുഖ്യസ്രോതസ്സുകൾ ഇല്ലാതാകുകയെ ന്നതാണ് ഒരു സമൂഹത്തിന്റെ വികസനത്തിന്റെ മുന്നുപാധിയെന്ന നില യിൽ പൊതുസേവനസൗകര്യങ്ങൾ ലഭ്യമാകുന്നതിനുള്ള പ്രായോഗിക നടപടികളാണ് കൈക്കൊള്ളേണ്ടത്. സമൂഹത്തിലെ പാർശ്വവല്കൃത വിഭാ ഗങ്ങൾക്ക് വിദ്യാഭ്യാസം, പാർപ്പിടം, ശുദ്ധജലലഭ്യത, രോഗപരിഹാരം, ഭക്ഷണം തുടങ്ങിയവ അനുഭവിക്കാനുള്ള ജനങ്ങളുടെ സ്വാതന്ത്ര്യത്തെ പൂർത്തീകരിക്കുകയാണ് സുസ്ഥിരയിൽ വിഭാവനം ചെയ്തത്.

സാമ്പത്തികാവസരങ്ങളും രാഷ്ട്രീയ സ്വാതന്ത്ര്യവും സാമൂഹികാധി കാരവും എല്ലാ വിഭാഗത്തിലുള്ളവർക്കും ഉണ്ടാക്കുകയും അടിസ്ഥാന വിദ്യാഭ്യാസത്തിനും പാർപ്പിടത്തിനും അത് ഉപയോഗിക്കാനും കഴിയു ന്നതാവണം. സാമ്പത്തികമായ അസ്വാതന്ത്ര്യം സാമൂഹികമായ അസ്വാ തന്ത്ര്യത്തെ വളർത്തുമെന്നതുപോലെ സാമൂഹികവും രാഷ്ട്രീയവുമായ അസ്വാതന്ത്ര്യം സാമ്പത്തിക അസ്വാതന്ത്ര്യത്തെയും വളർത്തുമെന്ന അമർത്യാസെന്നിന്റെ പരിപ്രേക്ഷ്യത്തെ ഉൾക്കൊണ്ടുകൊണ്ടാണ് അടി സ്ഥാന വർഗ്ഗത്തിന്റെ വികസനപരിപാടികൾ ചിട്ടപ്പെടുത്തിയത്. ഭൂരി പക്ഷത്തിന് ലഭ്യമായ സാമൂഹ്യവികസനനേട്ടങ്ങളുടെ നിലവാരത്തിലേക്ക് അത് ലഭ്യമല്ലാത്ത സാമൂഹിക സാമ്പത്തിക വിഭാഗങ്ങളെ ഉയർത്തേണ്ട തുണ്ട്. ദളിത് ജനവിഭാഗങ്ങളിലെ ഗണ്യമായ ശതമാനവും പരമദാരിദ്ര്യ ത്തിൽപ്പെടുന്നവരാണ്.

ഒരു കൂട്ടം മനുഷ്യരെ സമൂഹത്തിന്റെ പൊതുധാരയിൽ നിന്നു മാറ്റി നിർത്തുന്നത് ജനാധിപത്യാവകാശങ്ങളുടെ നിഷേധത്തിനു വഴിയൊരുക്കുകയും വിധേയത്വത്തിലേക്കും ദാരിദ്ര്യത്തിലേക്കും നയിക്കുകയും ചെയ്യും. അതുകൊണ്ടുതന്നെ വികസന മുന്നേറ്റത്തിന്റെ പൊതുധാരയിൽ നിന്ന് ഒഴിവാക്കപ്പെട്ടവരെക്കുറിച്ചുള്ള പ്രാഥമിക വിവരശേഖരണവും പഠനവും നടത്തി ആ വിവരങ്ങളുടെയും പഠനത്തിന്റെയും അടിസ്ഥാനത്തിൽ വിവിധ സാമൂഹിക-സാമ്പത്തിക ഘടകങ്ങളുടെ പരസ്പരബന്ധിതമായ വിശകലനത്തിലൂടെ പ്രശ്നപരിഹാരത്തിനുള്ള ശ്രമമാണ് നടന്നത്.

കേരളത്തിന്റെ വികസനമാതൃക സംബന്ധിച്ച ചർച്ചകൾ ഇനിയും കെട്ടടങ്ങിയിട്ടില്ല. വളരെ കുറഞ്ഞ വരുമാനംകൊണ്ട് ലോകത്തിലെ വൻകിട വ്യവസായ രാജ്യങ്ങളോടു കിടപിടിക്കുന്ന ജീവിത ഗുണതാ സൂചകങ്ങൾ കൈവരിക്കാനായതിൽനിന്നാണ് ഈ ചർച്ചകളെല്ലാം മുളപൊട്ടിയത്. എന്നാൽ ഈ വികസനം യാദൃച്ഛികമായിരുന്നില്ല. കേരളത്തിന്റെ ദരിദ്രപക്ഷ പൊതുമണ്ഡലത്തെ പ്രതിനിധാനംചെയ്യുന്ന സർക്കാരുകൾ ബോധപൂർവ്വം ഇടപെട്ടുകൊണ്ട് വരുത്തി തീർത്ത മാറ്റങ്ങളുടെ ഭാഗമായിരുന്നു അത്.

ഏതൊരു സമൂഹത്തെ സംബന്ധിച്ചും, പ്രത്യേകിച്ച് കാർഷികാധിഷ്ഠിതമായ മൂന്നാം ലോകസമൂഹങ്ങളെ സംബന്ധിച്ച് കൃഷിചെയ്തു ജീവിക്കാനുള്ള ഭൂമിയുടെ ലഭ്യത വളരെ പ്രധാനമാണ്. എന്നാൽ നിലനിന്നിരുന്ന ജാതി-ജന്മി നാടുവാഴിക്രമത്തിൽ ഈ ഭൂമി ജന്മിമാരിലും അവരുടെ ആശ്രിതരിലും കേന്ദ്രീകൃതമായിരുന്നു. ഈ ഭൂമിയെ സ്വന്തം അദ്ധ്വാനംകൊണ്ട് ഉഴുതുമറിക്കാൻ കെല്പുള്ളവർക്ക് പുനർവിതരണം ചെയ്യാനായതാണ് കേരളത്തിന്റെ വികസനപന്ഥാവിലെ നിർണ്ണായകമായ വഴിത്തിരിവ്.

ഭൂപരിഷ്കരണത്തിലൂടെ ഭൂമിയുടെ ഏറക്കുറെ സമതുലിതമായ വിതരണം സാദ്ധ്യമായി. ഭൂമി ഒരു ഫ്യൂഡൽ ദായക്രമത്തിൽ കേവലം ഉപജീവനോപാധിമാത്രമായിരുന്നില്ല. അത് സാമൂഹിക പദവിയുടെ ആധാരശിലകൂടിയായിരുന്നു. ഒരു തുണ്ടുഭൂമിയുടെ ഉടമസ്ഥതയിലൂടെ കൈവന്ന സാമൂഹികാംഗീകാരവും അത് സൃഷ്ടിച്ചെടുത്ത സ്വയാർജ്ജിത മനോഘടനയും ആത്മവിശ്വാസവുമെല്ലാം ഇവരിലെ തുടർന്നുള്ള സാമൂഹിക-സാമ്പത്തിക ചലനാത്മകതയിൽ നിർണ്ണായക സ്വാധീനമായി വർത്തിച്ചു. 1970 കളുടെ രണ്ടാം പാദം മുതൽ ഗൾഫ് നമുക്ക് മുമ്പാകെ വലിയൊരു സാദ്ധ്യതയായപ്പോൾ അതിനോട് പെട്ടെന്ന് പ്രതികരിക്കാൻ സാധിച്ചതും മേല്പറഞ്ഞ ഒരു തുണ്ടുഭൂമിയുള്ളവർക്കായിരുന്നു. അത് അവർ പണയപ്പെടുത്തി മണലാരണ്യങ്ങളിലെ സൗഭാഗ്യങ്ങളിലേക്ക് വിസയും ടിക്കറ്റും സമ്പാദിച്ചു. ഈ തുണ്ടു ഭൂമിയുടെ പണയത്തിന്മേൽതന്നെയാണ് ചെറുകിട കുടിൽ സംരംഭങ്ങളുൾപ്പെടെയുള്ള സ്വയംതൊഴിൽ സംരംഭങ്ങളിലേക്ക് അവർ നടന്നു നീങ്ങിയത്. ചുരുക്കത്തിൽ ഭൂമി ഒരു ഉല്പാദനോപാധിയെന്ന നിലയിൽ കാർഷികമേഖലയിലും അതേത്തുടർന്ന്

ആസ്തി എന്ന നിലയിൽ കാർഷികേതര മേഖലകളിലേക്കുള്ള പകർച്ചയിലും നിർണ്ണായക സ്വാധീനമായി.

എന്നാൽ 1990 കളിൽ നവലിബറൽ സാമ്പത്തികനയങ്ങളുടെ പിൻബലത്തിൽ ഭൂമി ഏതാനും കൈകളിലേക്ക് കേന്ദ്രീകരിക്കുന്ന പ്രവണത വളർന്നു വന്നു. ഇത് ഭൂമിയെ അടിസ്ഥാനമാക്കി സാമൂഹിക-സാമ്പത്തിക ചലനാത്മകത കൈവരിച്ചവരെ വലിയതോതിൽ പിറകോട്ടടിച്ചു. കേരളശാസ്ത്രസാഹിത്യപരിഷത്തിന്റെ *കേരളപഠനം* 2004 ഇക്കാര്യങ്ങൾ കൂടുതൽ വസ്തുനിഷ്ഠമായി വെളിച്ചത്തുകൊണ്ടു വന്നിട്ടുണ്ട്.

ഇതിൽനിന്നെല്ലാം, ഭൂപരിഷ്കരണത്തിന്റെ സാദ്ധ്യതകളിൽനിന്ന് മിക്കവാറും ഊർന്നുപോയ പട്ടികജാതി സമൂഹത്തിന് നഷ്ടമായതെന്താണെന്ന് ബോദ്ധ്യമാകും. എന്നാൽ ഇക്കാലയളവിൽത്തന്നെ കേരളത്തിലെ ദരിദ്രപക്ഷ സർക്കാരുകൾ പൊതു സംവിധാനങ്ങളുടെ വിപുലമായൊരു ശൃംഖല പടുത്തുയർത്തിയിരുന്നു. ഊർന്നുപോയവരെ പ്രത്യേകം പരിഗണിക്കുന്നതിന് വിശേഷാൽ പ്രാധാന്യം നല്കി. പൊതുവിതരണശൃംഖലയിലൂടെ കേവലദാരിദ്ര്യം ഒഴിവാക്കുന്നതിനും പൊതുജനാരോഗ്യ-പൊതുവിദ്യാഭ്യാസസംവിധാനങ്ങളിലൂടെ അവരിലെ ശാക്തീകരണസാദ്ധ്യതകളെ പ്രയോജനപ്പെടുത്തി മുഖ്യധാരയിലേക്കുയർത്തുന്നതിനുമായിരുന്നു മുഖ്യപരിഗണന. കയറിക്കിടക്കാനൊരു കൂരയും, വെള്ളം-വെളിച്ചം-വഴി തുടങ്ങിയ സൗകര്യങ്ങളുണ്ടായാൽ മേല്പറഞ്ഞ ശാക്തീകരണ സാദ്ധ്യതകളെ പ്രയോജനപ്പെടുത്തി അവർ മുഖ്യധാരയിലെത്തുമെന്നായിരുന്നു വിശ്വാസം. അതുപ്രകാരം പട്ടികജാതി ജനതയുടെ വികസനനയങ്ങളിൽ ഭൗതിക പശ്ചാത്തല സൗകര്യങ്ങൾക്കുമേലുള്ള ഊന്നൽ വ്യാപകമായി. ഒട്ടനേകം സാമൂഹ്യക്ഷേമ ഭവനനിർമ്മാണ പദ്ധതികൾ നടപ്പിലായി. പലപ്പോഴും ഈ പദ്ധതികളെല്ലാം ഒരിടത്തുതന്നെ കൂട്ടമായി ഭവനനിർമ്മാണം നടത്തുന്ന രീതിയാണ് അവലംബിച്ചത്. ഇതിലൂടെ പട്ടികജാതി കോളനികൾ വ്യാപകമായി രൂപംകൊണ്ടു. സാമൂഹികക്ഷേമപ്രവർത്തനങ്ങൾ, കോളനികളെ കേന്ദ്രീകരിച്ച് നടത്തപ്പെട്ടു. ഇത് പലപ്പോഴും പൊതുസമൂഹങ്ങളുമായി വളരെയധികം ഇടപഴകിക്കഴിഞ്ഞവരെപ്പോലും കോളനികളിലേക്ക് പറിച്ചുമാറ്റി. കോളനികൾ, സങ്കേതങ്ങൾ ഒട്ടനവധിയായി പെരുകി. അവ ഒരു തരത്തിൽ സ്ഥാപനവല്ക്കരിക്കപ്പെടുന്ന പ്രവണത ശക്തമായി. കോളനിക്കകത്തുള്ളവരും പുറത്തുള്ളവരും തമ്മിൽ കാഴ്ചയിലും അടുപ്പത്തിലും ഇടപെടലുകളിലും അകലുന്ന പ്രവണത ദൃശ്യമായി. ഇത് കോളനിക്കകത്ത് തനതായൊരു സംസ്കൃതിയെ വളർത്തി. "കോളനിക്കാരൻ" എന്ന വിശേഷണത്തിലൂടെ "എന്തോ കുറവുള്ളവൻ" "എന്തോ പ്രശ്നക്കാരൻ" എന്ന ഒരു മുഖ്യധാരാ കാഴ്ചപ്പാട് രൂപപ്പെട്ടു. ഇതുവഴി സ്വയം ഉൾക്കൊള്ളുന്നവർ എന്ന നിലയിൽ കോളനിക്കകത്തുള്ളവർ അപകർഷതാബോധത്തിന്റെ തടവറകളിലേക്ക് തള്ളിമാറ്റപ്പെട്ടു. കോളനിക്കകത്തു നിന്ന് പുറത്തു കടക്കാൻ അവൻ വിമുഖത

പ്പെട്ടു. പുറത്തുള്ളവർ അവനെ പൂർണ്ണമായി ഉൾക്കൊള്ളുന്നതിലും പരാജയപ്പെട്ടു.

ഇവിടെയാണ് നാം നേരത്തേ സൂചിപ്പിച്ച ശാക്തീകരണസാദ്ധ്യതകളുടെ ജയപരാജയങ്ങളെ വിലയിരുത്തുന്നത്. വിദ്യാഭ്യാസത്തിലൂടെ കോളനികളിലെ കൂരകളിൽ നിന്ന് സമൂഹത്തിന്റെ മുഖ്യധാരയിലേക്കുള്ള മാറ്റം സാദ്ധ്യമായിട്ടുണ്ടോ? ആരോഗ്യാവസ്ഥയിലും വിദ്യാഭ്യാസനിലവാരത്തിലും ഗണ്യമായ പുരോഗതി ഉണ്ടായിട്ടുണ്ടോ? ഈ പുരോഗതി ഉയർന്ന തൊഴിൽ-വരുമാന സാദ്ധ്യതകളിലേക്ക് ജനതയുടെ ശേഷിയെ ഉയർത്തിയിട്ടുണ്ടോ? ഉണ്ടെങ്കിൽ ആസ്തി വരുമാന സാദ്ധ്യതകളിൽ വന്ന മാറ്റങ്ങൾ എന്തൊക്കെയാണ്? ഈ മാറ്റങ്ങൾ പൊതുസമൂഹത്തിലെ മാറ്റങ്ങളുമായി എത്രമാത്രം താരതമ്യം അർഹിക്കുന്നുണ്ട്? എന്നിങ്ങനെ പ്രസക്തമായ ഏതാനും ചോദ്യങ്ങളിലൂടെയാണ് കാര്യങ്ങൾ വിലയിരുത്തുന്നത്.

സമഗ്രവിലയിരുത്തലിനും തുടർപ്രവർത്തനത്തിനുമായി പാർശ്വവല്കൃതസമൂഹത്തിന്റെ ജീവിത നിലവാരത്തെ പരിശോധിക്കുന്ന തരത്തിൽ പട്ടികജാതി-പട്ടികവർഗ്ഗ വിഭാഗത്തിലുള്ളവരുടെ പദവി പഠനം നടത്തി.

പദവി പഠനം

പട്ടികജാതി ജനവിഭാഗങ്ങളെക്കുറിച്ചുള്ള പഠനം വികസനത്തെക്കുറിച്ചും ജനങ്ങൾക്കിടയിൽ നിന്നുയർന്നു വരുന്ന ചോദ്യങ്ങൾക്ക് ഉത്തരം തേടുന്നതിനുള്ള ഒരു ശ്രമത്തിന്റെ ഭാഗമായാണ് ഉരുത്തിരിയുന്നത്. ഈ ചോദ്യങ്ങൾ പ്രധാനമായും രണ്ട് തലങ്ങളിൽനിന്നാണ് ഉയർന്നുവരുന്നത്.

1. പട്ടികജാതി ഇതര ജനവിഭാഗങ്ങളിൽനിന്ന്
2. പട്ടികജാതി ജനവിഭാഗങ്ങളിൽനിന്ന്

ഇതിൽ ആദ്യത്തെ കൂട്ടരിൽ നിന്നുള്ള ചർച്ചകൾ പ്രധാനമായും അവർക്കെന്തു കൊടുത്തിട്ടെന്തു കാര്യം. ഇത്രനാളും കൊടുത്തതു പോരേ? എല്ലാം പട്ടികക്കാർക്കുമാത്രം; എന്നിങ്ങനെയുള്ള ചോദ്യങ്ങളാലും ആത്മഗതങ്ങളാലും ഉന്നയിക്കപ്പെട്ടു. ഈ ചോദ്യങ്ങൾക്കും ആത്മഗതങ്ങൾക്കും അവജ്ഞ കലർന്ന ഭാഷ്യമാണുള്ളതെങ്കിലും പട്ടികജാതി ജനവിഭാഗങ്ങളുടെ അവസ്ഥയിൽ കാര്യമായ പുരോഗതിയൊന്നും സംഭവിച്ചിട്ടില്ലെന്നു തന്നെയാണ് ദ്യോതിപ്പിക്കുന്നത്.

ഇത്തരം ചർച്ചകളോട് പട്ടികജാതി ജനസമൂഹത്തിൽനിന്നുള്ള പ്രതികരണങ്ങൾ തീക്ഷ്ണമായിരുന്നു. ഇതിൽ പ്രധാനമായും സഹായങ്ങളുടെ ഘടനയും ചേരുവയും ചോദ്യം ചെയ്യപ്പെട്ടു. ഇതുകൊണ്ടെന്തു ചെയ്യാനാ? എന്ന ചോദ്യം വ്യാപകമായി. എന്നാൽ ഇവ മേല്പറഞ്ഞ വലിയൊരു വിഭാഗം ജനങ്ങളുടെ ശബ്ദാരവങ്ങളിൽ മുങ്ങി ശ്രദ്ധിക്കപ്പെടാതെ പോയി.

1996 ന് ശേഷം വികേന്ദ്രീകൃതാസൂത്രണ പ്രക്രിയയിലൂടെ സർക്കാർ സഹായങ്ങളുടെ വ്യാപനം വർദ്ധിച്ചു. തന്നെയുമല്ല സഹായങ്ങളുടെ ഗുണ

ഭോക്താക്കളെ നിർണ്ണയിക്കുന്നതിലും പദ്ധതി നിർവ്വഹണത്തിലും ഗ്രാമ സഭകൾക്കും മറ്റ് ജനകീയ ഫോറങ്ങൾക്കും ഗണ്യമായ പ്രാധാന്യവും ലഭിച്ചു. ഇവിടെ നേരത്തെ സൂചിപ്പിച്ച ചർച്ചകൾ കൂടുതൽ വ്യാപകമായി. ഇത്തരം ചർച്ചകൾ പദ്ധതി നിർവ്വഹണത്തിന്റെ ചുമതലയുള്ള തദ്ദേശ സ്വയംഭരണ സംവിധാനങ്ങളെ വലിയ തോതിൽ സ്വാധീനിക്കുന്ന ഘട്ട ത്തിലാണ് പട്ടികജാതി ജനവിഭാഗങ്ങളുടെ വികസനത്തെക്കുറിച്ചുള്ള ഈ പഠനം ഏറ്റെടുക്കുന്നത്.

ഈ പഠനത്തിന് മുഖ്യമായി രണ്ടു ഘട്ടങ്ങൾ ഉണ്ടായിരുന്നു. ഇതിൽ ആദ്യത്തേത് പട്ടികജാതി ജനസമൂഹത്തിൽ നിന്നുയർന്നുവന്നതും കേൾക്കാതെ പോയതുമായ ചർച്ചകളെ ശ്രദ്ധാപൂർവ്വം കേൾക്കുന്നതിനും രേഖപ്പെടുത്തുന്നതിനുമുള്ള ശ്രമമായിരുന്നു. തങ്ങളുടെ ജീവിതാവസ്ഥ കളെക്കുറിച്ചും ജീവിതാവസ്ഥകളിലുണ്ടായിക്കൊണ്ടിരിക്കുന്ന മാറ്റങ്ങളെ ക്കുറിച്ചും, മാറ്റങ്ങളുടെ ഗതിവേഗങ്ങളെക്കുറിച്ചും സ്വയം വിമർശനാത്മ കമായി വിലയിരുത്തുന്ന ചർച്ചകൾ കോളനിക്കകത്ത് ഉയർത്തിക്കൊണ്ടു വരികയായിരുന്നു ഈ ഘട്ടത്തിൽ. ഇതിനായി ബ്ലോക്ക് പഞ്ചായത്ത് പരി ധിയിൽ 116 കോളനി/സങ്കേതങ്ങളിൽ അവയുടെ തനത് സാഹചര്യങ്ങ ളിൽ നിന്നു കൊണ്ടു തന്നെ ചർച്ചകൾ സംഘടിപ്പിച്ചു. ഈ ചർച്ചകൾ കോളനി കുടുബങ്ങളിലെ എല്ലാ വിഭാഗം ജനങ്ങളേയും പങ്കെടുപ്പിച്ചു കൊണ്ട്, ഒട്ടും ഔപചാരിക പരിവേഷമില്ലാതെയാണ് സംഘടിപ്പിച്ചത്. മാത്രമല്ല അവ വളരെ സൂക്ഷ്മമായ വിശദാംശങ്ങളോടുകൂടി തന്നെ മിനിട്ട്സ് ചെയ്തു. ചോദ്യാവലിയെ രൂപപ്പെടുത്തുന്നതിൽ ഈ മിനിട്ട്സു കൾ നിർണ്ണായക പങ്കാണ് വഹിച്ചത്. ഏതെല്ലാം മേഖലകൾ? എന്തെല്ലാം ഘടകങ്ങൾ? അവയുടെ ആപേക്ഷിക പ്രാധാന്യങ്ങൾ? എന്നിങ്ങനെ സാമൂ ഹിക സാമ്പത്തിക മേഖലയിലെ സൂക്ഷ്മാംശങ്ങളെ പഠനവിധേയമാ ക്കുന്ന സമൂഹത്തിന്റെ തന്നെ മുൻഗണനാക്രമങ്ങളിൽ ചിട്ടപ്പെടുത്തുന്ന തിന് സാധിച്ചു. തന്നെയുമല്ല മൊത്തം കോളനികളിൽനിന്ന് സാമ്പിൾ കോളനികളെ തെരഞ്ഞെടുക്കുന്നതിലും ഇത് നിർണ്ണായകമായി. കോള നികളിലെ ഗണപരവും ഗുണപരവുമായ വിശദാംശങ്ങളെ കൂടുതൽ കൃത്യ തയോടെ നിജപ്പെടുത്തുന്നതിലൂടെയാണ് ഇത് സാദ്ധ്യമായത്. ഉദാഹര ണത്തിന് കോളനി കുടുംബങ്ങളുടെ എണ്ണത്തിന്റെ അടിസ്ഥാനത്തിൽ ഏറ്റവും വലിയ കോളനികളെ തെരഞ്ഞെടുക്കുന്നതിനും ഒപ്പം പ്രദേശത്തെ പട്ടികജാതി സമൂഹത്തിന്റെ വ്യത്യസ്തതകളെ നിർണ്ണയിക്കുന്ന സൂക്ഷ്മ ഘടകങ്ങളെ ഒപ്പിയെടുക്കുന്നതിനും ഇതുകൊണ്ടു സാധിച്ചു.

രണ്ടാം ഘട്ടത്തിൽ കോളനി ചർച്ചകളിലൂടെ ഉരുത്തിരിഞ്ഞു വന്ന ചോദ്യാവലിയെ ഈ രംഗത്തെ വിദഗ്ദ്ധരുടെ സഹായത്തോടെ സമ ഗ്രവും ശാസ്ത്രീയവുമാക്കി. ഈ ചോദ്യാവലിയാണ് പഠനത്തിൽ വിവര ശേഖരണത്തിന്റെ അടിസ്ഥാനമാകുന്നത്. ചോദ്യാവലി ഉപയോഗിച്ച് പ്രത്യേകം പരിശീലനം നേടിയ സർവ്വെ ടീം വിവരശേഖരണം നടത്തി. ഈ സർവ്വെ ടീം അക്കാദമികമായ പരിഗണനകളാൽ തെരഞ്ഞെടുക്ക

പ്പെട്ട കോളനിക്കു പുറത്തുനിന്നുള്ളവരായിരുന്നു. കോളനിക്കകത്ത് സർവ്വെ പ്രവർത്തനത്തിന്റെ ഗൗരവവും സൂക്ഷ്മതയും ഉറപ്പു വരുത്തുന്നതിന് അതത് കോളനികളിൽനിന്നും വിദ്യാസമ്പന്നരായ റിസോഴ്സ് ഗ്രൂപ്പിന്റെ സേവനവും പ്രയോജനപ്പെടുത്തി. ഇത്തരത്തിൽ ഓരോ കോളനികളിൽനിന്നും വിദ്യാഭ്യാസപരമായി ഉയർന്നു നില്ക്കുന്നവരെ ഉൾപ്പെടുത്തി ബ്ലോക്കു തലത്തിൽ ഒരു റിസോഴ്സ് ഗ്രൂപ്പ് സജ്ജമാക്കുകയും, സർവ്വെ ക്രോഡീകരണത്തിന്റെ വിവിധ ഘട്ടങ്ങളിൽ ഈ ഗ്രൂപ്പിന്റെ സേവനം പ്രയോജനപ്പെടുത്തുകയും ചെയ്തു.

2

പട്ടികജാതി/പട്ടികവർഗ്ഗ കോളനികൾ സ്വയം പര്യാപ്തമാകുന്നു

പട്ടികജാതി ജനതയുടെ സാമൂഹിക-സാമ്പത്തിക സ്ഥിതിയെക്കുറിച്ച് കോളനികളുടെ ഭൗതിക പശ്ചാത്തലത്തിൽനിന്ന് പഠിക്കുമ്പോൾ പ്രാഥമികമായി കോളനികളുടെ രൂപീകരണവും അവയെ നിർണ്ണയിക്കുന്ന ഘടകങ്ങളും പഠനവിധേയമാക്കണം. ഏറ്റവും കൂടുതൽ എസ് സി കുടുംബങ്ങൾ ഒരുമിച്ചു താമസിക്കുന്ന കോളനികളായിരുന്നു സാമ്പിൾ തെരഞ്ഞെടുപ്പിലെ പ്രധാനഘടകം. "കോളനിവല്ക്കരണത്തിന്റെ" തീവ്രത ഏറ്റവും ഉയർന്ന തോതിൽ നിലനില്ക്കുന്നവയാണ് ഈ കോളനികൾ. പരിമിതവും നിശ്ചിതവുമായ ഒരു സ്ഥലത്തിനകത്ത് കുടുംബങ്ങൾ ക്രമാതീതമായി പെരുകുന്നു. ഇവരുടെ പുറംലോകവുമായുള്ള ഇടപഴകൽ സാദ്ധ്യതകൾ പരമാവധി ചുരുങ്ങുന്നു. ഇതുവഴി ഭൗതികമായും മാനസികമായും സ്വയം ഒരു കോളനിക്കാരായി ഇവർ പരിണമിക്കുന്നു. അതിനാൽ കോളനികളിലെ കുടുംബങ്ങളുടെ എണ്ണത്തിലുണ്ടാകുന്ന വർദ്ധനവ്, ഈ വർദ്ധനവിനെ നിർണ്ണയിക്കുന്ന വിവിധങ്ങളായ ഘടകങ്ങൾ എന്നിവ പ്രത്യേകം വിശകലന വിധേയമായിരിക്കണം.

7 ഗ്രാമപഞ്ചായത്തുകളിലായി 11 കോളനികളാണ് പഠനവിധേയമാക്കിയത്. ഈ കോളനികളിൽ മൊത്തം സർവ്വെചെയ്ത കുടുംബങ്ങൾ 659 എണ്ണമാണ്. ഒരു കോളനിയിൽ ശരാശരി 60 കുടുംബങ്ങൾ.

കോളനിയിലേക്കുള്ള കുടുംബങ്ങളുടെ വരവ്

കോളനികളിലെ കുടുംബങ്ങളുടെ വർദ്ധനവിനെ കാലഗണനയനുസരിച്ച് തരംതിരിക്കുമ്പോൾ കോളനിയിലേക്കുള്ള കുടുംബങ്ങളുടെ വരവ് ഏറ്റവും ഉയർന്നിരിക്കുന്നത് 1956 നു മുമ്പുള്ള കാലയളവിലാണ് എന്നു കാണാം (45.8%). തുടർന്ന് ഉയർന്ന വർദ്ധനവ് രേഖപ്പെടുത്തുന്നത്

1996–2007 കാലയളവിലാണ് (15.6%). 1985–95 കാലയളവിൽ ഇത് 10.35% ആണ്. കോളനികളുടെ രൂപീകരണ കാലയളവിനുശേഷം ഏറ്റവും ഉയർന്ന തള്ളിക്കയറ്റം ഉണ്ടാകുന്നത് ഇക്കഴിഞ്ഞ പത്തുവർഷകാലയളവിലാണെന്നു കാണാം. 1985–2007 കാലയളവിൽ കോളനികളിൽ കൂട്ടിച്ചേർക്കപ്പെട്ടത് 26 ശതമാനത്തോളം കുടുംബങ്ങളാണ്.

കുടുംബങ്ങളുടെ വർദ്ധനവ് കോളനിയടിസ്ഥാനത്തിൽ

കാലഗണനനയനുസരിച്ച് ഓരോ കോളനിയിലും ദൃശ്യമാകുന്ന കുടുംബങ്ങളുടെ വർദ്ധനവ് പ്രത്യേകം പ്രത്യേകം പരിശോധിക്കുമ്പോൾ 1956 ന് മുമ്പ് തന്നെ കോളനികളിൽ താമസമാക്കിയവരുടെ അനുപാതം ഏറ്റവും ഉയർന്നിരിക്കുന്നത് വേലുപ്പാടം കോളനിയിലാണ്. 21.85 ശതമാനം. എന്നാൽ ഇക്കഴിഞ്ഞ പത്തു വർഷക്കാലയളവിൽ (1996–2007) കോളനിയിലേക്ക് വന്നുചേർന്നവരുടെ അനുപാതം ഏറ്റവും കൂടുതലായിരിക്കുന്നത് നാഡിപ്പാറ കോളനിയിലാണ്, 19.42 ശതമാനം. തുടർന്ന് പുലിപ്പാറ കുന്ന് (17.48%), ആതൂർ (13.60%) തുടങ്ങി കോളനികൾ വരുന്നു. ഇവിടെ ഏറ്റവും ശ്രദ്ധേയമാകുന്ന സംഗതി 1956 കൾക്കു ശേഷം പാലിയേക്കര കോളനിയിൽ ഒരൊറ്റ കുടുംബവും കൂടുതലായി കൂട്ടിച്ചേർക്കപ്പെട്ടിട്ടില്ല എന്നതാണ്. മടവാക്കര കോളനിയും കേവലം രണ്ടു കുടുംബങ്ങൾ മാത്രമേ കൂട്ടിച്ചേർക്കപ്പെട്ടിട്ടുള്ളൂ. മറ്റു കോളനികളെല്ലാം താരതമ്യേന കാർഷിക പ്രധാനമായ പ്രദേശങ്ങളിലാണെങ്കിലും ഈ രണ്ടു കോളനികളും മിക്കവാറും കാർഷികേതരമായ നെന്മണിക്കര ഗ്രാമപഞ്ചായത്തിലാണ്. പരമ്പരാഗത ചെറുകിട വ്യവസായത്തിൽ ഉൾപ്പെടുന്ന ഓടുവ്യവസായ യൂണിറ്റുകൾക്ക് പ്രാമുഖ്യമുള്ള പ്രദേശത്താണ് ഈ രണ്ടു കോളനികളും സ്ഥിതിചെയ്യുന്നത് എന്ന സവിശേഷതയുമുണ്ട്.

കോളനികളിലെ കുടുംബങ്ങളുടെ വർദ്ധനവ് ജാതിയടിസ്ഥാനത്തിൽ

ജാതിയടിസ്ഥാനത്തിലുള്ള കുടുംബങ്ങളുടെ വർദ്ധനവ് പരിശോധിക്കുമ്പോൾ പറയവിഭാഗത്തിലും മറ്റു പട്ടികജാതി വിഭാഗത്തിലും യഥാക്രമം 52.1 ശതമാനം, 57.1 ശതമാനം എന്നിങ്ങനെ കുടുംബങ്ങൾ 1956 നു മുമ്പേ കോളനികളിൽ താമസമാക്കിയവരാണ്. പുലയവിഭാഗം ജനതയാണ് കോളനികളിലേക്ക് ഏറ്റവും ഒടുവിലായി കടന്നുവരുന്നത്. അതിനാൽ തന്നെ 1956 കൾക്കുശേഷമുള്ള ഓരോ കാലയളവിലും കോളനികളിലേക്കുള്ള കുടുംബങ്ങളുടെ കൂട്ടിച്ചേർക്കലിൽ താരതമ്യേന ഉയർന്ന അനുപാതം പുലയവിഭാഗത്തിൽ നിന്നുള്ളവരാണ്. മറ്റൊരു പ്രധാനപ്പെട്ട സംഗതി എല്ലാ ജാതി വിഭാഗങ്ങളിലും 1956 നു ശേഷം ഏറ്റവും ഉയർന്ന വർദ്ധനവ് രേഖപ്പെടുത്തുന്നത് 1996–2007 കാലയളവിലാണ്. ചോദ്യാവലിയിൽ കോളനികളിലേക്കുള്ള കുടുംബങ്ങളുടെ വരവുമായി ബന്ധപ്പെട്ട്

ഉന്നയിക്കുന്ന പ്രധാനപ്പെട്ട ഒരു ചോദ്യമാണ് "താങ്കളുടെ കുടുംബത്തെ ആരാണ് കോളനിയിലേക്ക് കൊണ്ടു വന്നത്? അത് താങ്കൾ (ഗൃഹനാഥൻ) തന്നെയാണെങ്കിൽ കോളനി തെരഞ്ഞെടുക്കുന്നതിനുള്ള കാരണമെന്ത്? എന്ന ഉപചോദ്യവും ഉന്നയിക്കുന്നുണ്ട്. ആകെ കുടുംബങ്ങളിൽ 23.5 ശതമാനം കുടുംബങ്ങൾ ഈ ചോദ്യത്തിന് കൃത്യമായ ഉത്തരം നല്കുന്നില്ല. 27.6 ശതമാനം കുടുംബങ്ങളെ മുത്തച്ഛൻ/മുത്തശ്ശിയാണ് കോളനിയിലെത്തിച്ചതെങ്കിൽ 24.6 ശതമാനം കുടുംബങ്ങളെ അച്ഛൻ/അമ്മയാണ് കോളനിയിലേക്കെത്തിച്ചത്. ഗൃഹനാഥന്മാർ മുഖേന കോളനിയിലേക്കെത്തിയവർ 22.5 ശതമാനം കുടുംബങ്ങളാണ്. ഈ കുടുംബങ്ങളുടെ കാര്യത്തിൽ ഗൃഹനാഥന്മാർ എന്തുകൊണ്ട് കോളനി തെരഞ്ഞെടുത്തു? എന്ന ഉപചോദ്യം ഉന്നയിക്കുമ്പോൾ ലഭിക്കുന്ന ഉത്തരങ്ങൾ താഴെ പറയുംവിധം ക്രമീകരിക്കുന്നു. ഗൃഹനാഥന്മാർ കോളനിയിലേക്ക് കൂട്ടിക്കൊണ്ടുവന്ന 148 കുടുംബങ്ങളിൽ കോളനിയിലേക്ക് വരാനുള്ള കാരണങ്ങൾ അന്വേഷിക്കുമ്പോൾ 16.9 ശതമാനം പേർ കുടുംബസ്വത്ത് വിഹിതം കിട്ടിയത് കാരണമായി പറയുന്നു. 14.2 ശതമാനം പേർ ജനിച്ചു ജീവിച്ച സ്വദേശമാണെന്നു പറയുന്നു. മാതാപിതാക്കളുടെ തുണയ്ക്കെന്ന് 2 ശതമാനം പേർ പറയുന്നു. ഇതിൽനിന്നും പുതിയ തലമുറയ്ക്കിടയിൽ (നിലവിൽ ഗൃഹനാഥന്മാരായിട്ടുള്ളവർക്കിടയിൽ) കോളനിക്കകത്തെ കുടുംബങ്ങൾ പെരുകുന്നതിനുള്ള ഒരു പ്രധാന കാരണം അവർക്ക് വീട് വയ്ക്കുന്നതിന് കുടുംബസ്വത്തിന്റെ ഒരു ഭാഗത്തെ തന്നെ ആശ്രയിക്കേണ്ടി വരുന്നു എന്നതാണ്. മറ്റൊരു പ്രധാനപ്പെട്ട സംഗതി, കുടിവെള്ളം-റോഡ്- മറ്റു ഭൗതിക പശ്ചാത്തല സൗകര്യങ്ങൾ എന്നിവ കണക്കിലെടുത്ത് കോളനികൾ തെരഞ്ഞെടുക്കുന്നവർ കേവലം 2 ശതമാനമാണ് എന്നുള്ളതാണ്. 9.5 ശതമാനം പേർക്ക് പഞ്ചായത്ത്/സർക്കാർ സഹായം കാരണമാകുമ്പോൾ 8.8 % പേർക്ക് ഇവിടുത്തെ ഭൂമിയുടെ വിലകുറവാണ് കാരണമായത്.

ചുരുക്കത്തിൽ കുടുംബസ്വത്ത്-ജന്മസ്ഥലം-വിവാഹം-മാതാപിതാക്കളുടെ തുണയ്ക്ക്, എന്നിങ്ങനെ കോളനിക്കകത്തുനിന്നു വരുന്ന കാരണങ്ങളാൽ കോളനിയിലുള്ളവർ അവിടെത്തന്നെ വീട് വെച്ച് താമസിക്കുന്നതാണ് പുതിയ തലമുറക്കിടയിൽ കോളനി കുടുംബങ്ങൾ വർദ്ധിക്കുന്നതിനുള്ള പ്രധാന കാരണം.

ഗൃഹനാഥന്മാർ കോളനിയിലേക്ക് കൊണ്ടുവന്നവരിൽ ഏറ്റവും ഉയർന്ന അനുപാതം മറ്റു പട്ടികജാതി വിഭാഗങ്ങളിലുണ്ട് (23.3%). എന്നാൽ അച്ഛൻ/അമ്മ വഴി കോളനിയിലേക്കു വന്നവരിൽ പുലയവിഭാഗമാണ് ഏറ്റവും മുൻപന്തിയിൽ സർവ്വേയിൽ 155 കുടുംബങ്ങൾ (23.5%) മേല്പറഞ്ഞ വിവരങ്ങൾ റിപ്പോർട്ടു ചെയ്യുന്നില്ല എന്നത് പ്രധാനപ്പെട്ട ഒരു ന്യൂനതയാണ്.

'കോളനിവല്ക്കരണ'ത്തെക്കുറിച്ചുള്ള ഈ വിശകലനം കോളനികളുടെ രൂപീകരണവും വ്യാപനവുമായി ബന്ധപ്പെട്ട് ഒട്ടേറെ ഉൾക്കാഴ്ചകൾ പ്രദാനം ചെയ്യുന്നു. പ്രധാനമായും കാലഗണനപ്രകാരമുള്ള വിശക

ലനം. കോളനി രൂപീകരണ കാലയളവിനുശേഷം ഏറ്റവും കൂടുതൽ കോളനികുടുംബങ്ങളുടെ വർദ്ധനവ് രേഖപ്പെടുത്തുന്നത് 1996-2007 കാലയളവിലാണെന്നത് പ്രത്യേകം പരിഗണനയർഹിക്കുന്നു. കോളനിതല വിശകലനത്തിൽനിന്നും പ്രാദേശിക ഘടകങ്ങൾക്കുള്ള സ്വാധീനങ്ങൾ വ്യക്തമാക്കുന്നതോടൊപ്പം 'കാർഷികേതര' കോളനി കുടുംബങ്ങളുടെ വർദ്ധനവിനെ ലഘൂകരിക്കുന്ന പ്രവണതയും കാണാനാകും. ജാതിപരമായ വിശകലനത്തിൽ നിന്ന് പുലയവിഭാഗമാണ് കോളനികളിലേക്ക് ഏറ്റവും ഒടുവിലായി കടന്നുവന്നതെന്ന് ബോദ്ധ്യമാകുന്നു. മറ്റൊരു പ്രധാനപ്പെട്ട വിശകലനം കോളനികളിൽ വീടുവയ്ക്കുന്നതിനുള്ള കാരണവുമായി ബന്ധപ്പെട്ടതാണ്. ഇതിൽനിന്ന് പുതിയ തലമുറയ്ക്കിടയിൽ (നിലവിൽ ഗൃഹനാഥന്മാരായിട്ടുള്ളവർക്കിടയിൽ) വെള്ളം-വഴി-വിളക്ക് തുടങ്ങി ഭൗതിക പശ്ചാത്തലസൗകര്യങ്ങൾ കണക്കിലെടുത്ത് കോളനികളിൽ വീടുവയ്ക്കുന്നവർ നാമമാത്രമാണ്. മിക്കവാറും സാമ്പത്തിക പരാധീനതകളും, ബന്ധങ്ങളുമാണ് അവരെ കോളനികളിൽ തന്നെ കുരുക്കിയിടുന്നത്.

വീടും - ഭൗതികസൗകര്യങ്ങളും

മനുഷ്യന്റെ അടിസ്ഥാനപരമായ ആവശ്യങ്ങളിൽ ഒന്നാണ് പാർപ്പിടം. അടച്ചുറപ്പുള്ള സ്വന്തം വീടുണ്ടാകുക എന്ന സ്വപ്നം സമൂഹത്തിലെ ഏറ്റവും താഴെക്കിടയിലുള്ള പട്ടികജാതി സമൂഹത്തെ സംബന്ധിച്ച് എത്ര മാത്രം സാദ്ധ്യമായിട്ടുണ്ട് എന്ന പരിശോധനയാണ് ഇവിടെ നടക്കുന്നത്. വീടിനെ സംബന്ധിക്കുന്ന ഓരോ ഘടകങ്ങൾ പ്രത്യേകം പ്രത്യേകം താഴെപ്പറയുന്നു. ഈ പഠനപ്രകാരം 95.6 ശതമാനം കുടുംബങ്ങൾക്കും സ്വന്തം വീടുണ്ട്. കേവലം 0.2 ശതമാനം കുടുംബങ്ങളാണ് വാടക വീടുകളിൽ താമസിക്കുന്നത്. ബന്ധുവീടുകൾ, സുഹൃത്തുക്കളുടെ വീടുകൾ എന്നിങ്ങനെ മറ്റുള്ളവയിൽപ്പെടുന്നത് 2.6 ശതമാനം കുടുംബങ്ങളാണ്. നിലവിലുള്ള വീടിന്റെ കാലപ്പഴക്കം വളരെ പ്രധാനപ്പെട്ട സൂചികയാണ്. ഇതനുസരിച്ച് വീടുകളുടെ ഗുണനിലവാരവും ആവശ്യങ്ങളും ഒരു പരിധിവരെ നിർണ്ണയിക്കാനാകും. 21.1 ശതമാനം വീടുകളും അഞ്ചു വർഷത്തിൽ താഴെ പഴക്കമുള്ളവയാണ്. 37 ശതമാനം വീടുകളും വികേന്ദ്രീകൃതാസൂത്രണ കാലയളവിൽ (കഴിഞ്ഞ 10 വർഷം) പണികഴിപ്പിച്ചവയാണ്. പൊതുവേ പരിശോധിച്ചാൽ നിലവിലുള്ള വീടുകൾ താരതമ്യേന കാലപ്പഴക്കം കുറഞ്ഞവയാണ്. 70 ശതമാനം വീടുകൾക്കും 25 വർഷത്തിൽ താഴെയാണ് കാലപ്പഴക്കം. 17.5 ശതമാനം വീടുകൾക്ക് 25 നും 50 നും മദ്ധ്യേ പഴക്കമുണ്ട്. 50 നും 80 നും മദ്ധ്യേ പഴക്കമുള്ള വീടുകൾ 4.6 ശതമാനമാണ്. 80 വർഷത്തിനും മേലെ പഴക്കമുള്ളവ കേവലം 1.8 ശതമാനവും.

ഇനി വീടുകളുടെ ഗുണതയെ നിർണ്ണയിക്കുന്ന മറ്റു പ്രധാന ഘടകങ്ങൾ പരിശോധിക്കാം. ഇവയിൽ വീടുകളുടെ മേല്ക്കൂര, ചുമർ, തറ, തറ വിസ്തീർണ്ണം, മുറികളുടെ എണ്ണം, പ്രത്യേക അടുക്കള എന്നിയാണ് പ്രധാനമായും പരിശോധിച്ചത്.

വീടിന്റെ ഗുണനിലവാരത്തെ നിശ്ചയിക്കുന്ന ഒരു പ്രധാന ഘടകമാണ് മേല്ക്കൂര. നിലവിലുള്ള വീടുകളിൽ 50 ശതമാനവും ഓടിട്ട വീടുകളാണ്. 28.8 ശതമാനം കോൺക്രീറ്റ് വീടുകളും. ഒന്നിലധികം സാമഗ്രികൾ ഉപയോഗിച്ചുള്ള മേല്ക്കൂരകൾ 7.43 ശതമാനം വരും. ഇത് മിക്കവാറും ഓട് + കോൺക്രീറ്റ് വിഭാഗത്തിൽപ്പെടുന്നവയാണ്. എന്നാൽ ഏറ്റവും ശ്രദ്ധേയമായ സംഗതി 7.6 ശതമാനം വീടുകൾ ഇപ്പോഴും ഓലമേഞ്ഞവയാണ്.

64 ശതമാനം വീടുകളുടേയും ചുമർ കല്ല്/ഇഷ്ടിക കൊണ്ട് നിർമ്മിച്ചിരിക്കുന്നു. എന്നാൽ ഇതിൽ 49 ശതമാനവും തേക്കാത്തതാണ്. 18.5 ശതമാനം വീടുകളിൽ മൺചുമരുകളാണ്. ഓല/മുള കൊണ്ട് ചുമരുകൾ പണിതീർത്ത 6.2 ശതമാനം വീടുകളുണ്ട്. 67 ശതമാനം വീടുകളുടെയും തറ സിമന്റിട്ടതാണ്. 14.6 ശതമാനം വീടുകളിൽ ചാണകം മെഴുകിയിരിക്കുന്നു. ഇവിടെ കല്ല്/ഇഷ്ടിക കൊണ്ട് ചുമർ പണിത വീടുകളിൽ 51 ശതമാനവും തേക്കാത്തതെങ്കിലും അവയിൽ മിക്കവാറും വീടുകളിൽ തറ സിമന്റിട്ടിരിക്കുന്നത് ശ്രദ്ധേയമാണ്. വീടിന്റെ സൗകര്യങ്ങളുമായി ബന്ധപ്പെട്ട് വളരെ പ്രധാനപ്പെട്ട ഘടകമാണിത്. ഇവിടത്തെ വീടുകളിൽ 70 ശതമാനത്തോളം മൂന്നോ അതിൽ കുറവോ മുറികളുള്ളവയാണ്. 32 ശതമാനം വീടുകൾക്ക് മൂന്ന് മുറികളുള്ളപ്പോൾ 28.4 ശതമാനം വീടുകൾക്ക് 2 മുറികളാണുള്ളത്. ഒരേയൊരു മുറിയുള്ള വീടുകൾ 9.3 ശതമാനം വരുന്നു.

ഒരു വീടിന്റെ സൗകര്യങ്ങളുടെ നിർണ്ണായകമായ ഘടകമാണ് തറ വിസ്തീർണ്ണം. സർവ്വേ കുടുംബങ്ങളിൽ ഇത് റിപ്പോർട്ട് ചെയ്യാത്തവരുടെ എണ്ണം കൂടുതലാണ് (38.5%). ഇത് പ്രധാനമായും തറ വിസ്തീർണ്ണം കണക്കാക്കുന്നത് സംബന്ധിച്ച് വിവരദാതാക്കളുടെ അറിവില്ലായ്മയുമായി ബന്ധപ്പെട്ടതാണ്.

ആകെ റിപ്പോർട്ട് ചെയ്ത കുടുംബങ്ങളിൽ പകുതിയിലധികം (51.85%) വീടുകളുടെയും തറവിസ്തീർണ്ണം 200 ച.അടിക്കും 500 ച.അടിക്കും ഇടയിലാണ്. 500-1000 ച.അടി വിഭാഗത്തിൽപ്പെടുന്ന വീടുകൾ 40 ശതമാനമാണ്. 200 നും താഴെ തറ വിസ്തീർണ്ണമുള്ള 26 വീടുകൾ ഉണ്ട് (6.4%) 1000 ച.അടിക്കുമേൽ തറവിസ്തീർണ്ണമുള്ള വീടുകൾ കേവലം 7 എണ്ണമാണ്.

ശുചിത്വമുള്ള കക്കൂസ്

കക്കൂസുണ്ടോ, എന്നതല്ല ചോദ്യം. ശുചിത്വമുള്ള കക്കൂസുണ്ടോ എന്നതാണ് പ്രശ്നം. ഇതിൽ ചുവരും മേല്ക്കൂരയുമില്ലാത്ത കക്കൂസുകളും, പൊട്ടിപ്പൊളിഞ്ഞ് വൃത്തികേടായ കക്കൂസുകളും ഉൾപ്പെടുന്നില്ല. ഇതിൻപ്രകാരം 17.9% വീടുകൾക്ക് ശുചിത്വമുള്ള കക്കൂസില്ല.

ശുചിത്വശീലങ്ങളിൽ വളരെ പ്രധാനപ്പെട്ടതാണല്ലോ കുളിമുറി. അതിലുപരി കോളനികളിലെ ജനസാന്ദ്രമായ ജീവിതസാഹചര്യങ്ങളിൽ ഒഴിച്ചുകൂടാനാവാത്ത ഘടകം കൂടിയാണ് സ്വകാര്യതയുള്ള കുളിമുറി.

ആകെ വീടുകളിൽ 74.7 ശതമാനം വൈദ്യുതീകരിച്ചതാണെങ്കിലും 22.3 ശതമാനത്തോളം വീടുകളിൽ ഇനിയും വൈദ്യുതി എത്തിയിട്ടില്ല എന്നത് ശ്രദ്ധേയമാണ്.

കുടിവെള്ള സ്രോതസ്സുകൾ

ശുചിത്വമുള്ള കുടിവെള്ളം വർഷത്തിൽ മുഴുവൻ ലഭിക്കുകയെന്നത് ജനതയുടെ ആരോഗ്യപരമായ നിലനില്പിന് അത്യന്താപേക്ഷിതമാണ്. സർവ്വെ കുടുംബങ്ങളിലെ കുടിവെള്ള സ്രോതസ്സുകൾ പരിശോധിക്കുമ്പോൾ 33.7 ശതമാനം കുടുംബങ്ങൾ സ്വന്തം കിണറുകളെയാണ് ആശ്രയിക്കുന്നത് എന്ന് കാണാം. തുടർന്ന് 25.3 ശതമാനം കുടുംബങ്ങൾ കുടിവെള്ളത്തിനായി പൊതുടാപ്പുകളെ ആശ്രയിക്കുന്നു. പൊതുകിണറുകളെ ആശ്രയിക്കുന്നവർ 15.8 ശതമാനമാണ്. അയൽപക്കകിണറുകളും ഒരു പ്രധാന കുടിവെള്ള സ്രോതസ്സാണ് (11.7 %).

കോളനിക്കകത്ത് സ്വന്തം കിണറുകളുടെ എണ്ണത്തിൽ കാണുന്ന ഈ പ്രാധാന്യം വളരെ ചുരുങ്ങിയ സ്ഥലപരിമിതിക്കകത്ത് കക്കൂസും കിണറും ഒന്നിക്കുന്നതിന്റെ അപകടംകൂടി സൂചിപ്പിക്കുന്നു.

വീടിന്റെ ഭൗതികസാഹചര്യങ്ങളിൽ ഏറ്റവും അടുത്ത കുടിവെള്ള സ്രോതസ്സിലേക്കുള്ള ദൂരം ഒരു പ്രധാനഘടകമാണ്. ഇവിടെ 73.7 ശതമാനം വീടുകളുടെയും കുടിവെള്ള സ്രോതസ്സുകൾ 100 മീറ്റർ ദൂരപരിധിക്കകത്താണ്. കുടിവെള്ളത്തിനായി 500 മീറ്ററിലധികം യാത്ര ചെയ്യേണ്ടുന്നവർ കേവലം 0.2 ശതമാനമാണ്.

പാചക ഇന്ധനം

58 ശതമാനം വീടുകളും പാചക ഇന്ധനത്തിനായി വിറക് ഉപയോഗിക്കുന്നവരാണ്. 17.5 ശതമാനം കുടുംബങ്ങൾ വിറകും മണ്ണെണ്ണയും ഉപയോഗിക്കുന്നു. 6.2 ശതമാനം കുടുംബങ്ങൾ മണ്ണെണ്ണ മാത്രം ഇന്ധനമാക്കിയവരാണ്. ഗ്യാസ് ഉപയോഗിക്കുന്നവർ കേവലം 5.8 ശതമാനം മാത്രമാണ്. പുകയില്ലാത്ത അടുപ്പ് (പരിഷത്ത് അടുപ്പ്) ഇല്ലാത്ത വീടുകളാണ് 81 ശതമാനവും.

ഉപഭോക്തൃ ഉല്പന്നങ്ങളുടെ ഉടമസ്ഥത

ഉപഭോക്തൃ ഉല്പന്നങ്ങളുടെ വലിയൊരു വിപണിയായി കേരളം മാറിക്കഴിഞ്ഞിരിക്കുന്നു. ജോലിഭാരം കുറയ്ക്കുന്നതിനുള്ള മിക്സി/ഗ്രൈന്റർ, ഇലക്ട്രിക് പമ്പ്, പ്രഷർകുക്കർ തുടങ്ങിയ ഉപാധികൾ ഇന്ന് സാർവ്വത്രികമായിക്കഴിഞ്ഞിരിക്കുന്നു. വാർത്താവിനിമയ ഉപാധികളായ ഫോൺ, മൊബൈൽഫോൺ, ടെലിവിഷൻ, റേഡിയോ എന്നിവയുടെ കാര്യവും വ്യത്യസ്തമല്ല. ഈ സാഹചര്യത്തിൽ കോളനികളിൽ താമസിക്കുന്ന പട്ടികജാതി വിഭാഗം ജനതയുടെ കാര്യത്തിൽ ഇത് എത്രമാത്രം ശരിയാണെന്ന് പരിശോധിക്കുകയാണിവിടെ.

ജോലിഭാരം ലഘൂകരിക്കുന്നതിനുള്ള ഉപാധികളിൽ ഏറ്റവും വ്യാപകമായി കാണുന്നത് പ്രഷർ കുക്കർ ആണ്. ഇത് 194 കുടുംബങ്ങളിൽ കാണാനാകുന്നു. മിക്സി/ഗ്രൈന്റർ 112 കുടുംബങ്ങളിലുള്ളപ്പോൾ ഇലക്ട്രിക് പമ്പ് കേവലം 72 കുടുംബങ്ങളിലാണുള്ളത്. യാത്രാസംബന്ധിയായ ഉപാധികളിൽ സൈക്കിൾ 124 കുടുംബങ്ങളിലാണ് (18.8 %) കാണാനാകുന്നത്. മോട്ടോർ സൈക്കിൾ/സ്കൂട്ടർ കേവലം 24 കുടുംബങ്ങളിലും (4.2 %).

വാർത്താവിനിമയ-വിനോദ ഉപാധികളിൽ റേഡിയോയേക്കാൾ (27.5%) വ്യാപകമായിരിക്കുന്നത് ടെലിവിഷൻ(36.4%) ആണ്. അതുപോലെ തന്നെ ഫോണിനേക്കാൾ (10.61%) വ്യാപകമായിരിക്കുന്നത് മൊബൈൽ ഫോൺ (17.6%) ആണ്.

വീട്ടുപകരണങ്ങൾ പരിശോധിക്കുമ്പോൾ 80 ശതമാനം വീടുകളിലും കസേരകൾ കാണാനാകുന്നു. മേശ 38 ശതമാനം വീടുകളിലുണ്ട്. കട്ടിലാകട്ടെ 56 ശതമാനം വീടുകളിലുണ്ട്.

കുടുംബങ്ങളിലെ ഉപഭോക്തൃ ഉല്പന്നങ്ങളുടെ സാന്നിദ്ധ്യം പൊതുവെ പരിശോധിക്കുമ്പോൾ 8.6 ശതമാനം കുടുംബങ്ങളിൽ ഒരു ഉപഭോക്തൃ ഉല്പന്നംപോലും കാണാനാകുന്നില്ല. മൂന്നോ അതിൽ കുറവോ ഉപഭോക്തൃ ഉല്പന്നങ്ങളുള്ള കുടുംബങ്ങൾ 47 ശതമാനത്തോളം വരുന്നു. പത്തോ അതിലധികമോ ഉപഭോക്തൃ ഉല്പന്നങ്ങൾ കൈവശമുള്ള കുടുംബങ്ങളുടെ അനുപാതം കേവലം 13.0 ആണ്. ഇനി ഉപഭോക്തൃ ഉല്പന്നങ്ങളെ താഴെ പറയും വിധം നാലുവിഭാഗങ്ങളായി തരംതിരിച്ച് പരിശോധിക്കാം.

1. വിനോദ-വാർത്താവിനിമയ ഉപാധികൾ: ടെലിവിഷൻ, റേഡിയോ, വി സി ആർ, ഫോൺ, മൊബൈൽഫോൺ, കമ്പ്യൂട്ടർ എന്നിങ്ങനെ ആറു ഉപകരണങ്ങൾ.
2. തൊഴിൽഭാരം കുറയ്ക്കുന്നതിനുള്ള ഉപകരണങ്ങൾ: ഇലക്ട്രിക് പമ്പ്, മിക്സി, ഗ്രൈന്റർ, കുക്കർ, ഗ്യാസ് സ്റ്റൗ, ഇലക്ട്രിക് അയൺ, തുന്നൽ മെഷീൻ എന്നിങ്ങനെ ആറു ഉപകരണങ്ങൾ.
3. യാത്രാ സംബന്ധിയായവ: സൈക്കിൾ, മോട്ടോർ സൈക്കിൾ/ സ്കൂട്ടർ എന്നിങ്ങനെ രണ്ടു ഉപാധികൾ
4. ഫർണീച്ചർ മറ്റു സാധനങ്ങൾ: സോഫ, ഡൈനിങ് ടേബിൾ, മേശ, കസേര, കട്ടിൽ, ഫാൻ എന്നിങ്ങനെ ആറു സൗകര്യങ്ങൾ.

43 ശതമാനം കുടുംബങ്ങളിലും ഒരൊറ്റ വിനോദ-വാർത്താവിനിമയോപാധി ഇല്ല. 27 ശതമാനം കുടുംബങ്ങളിൽ ഏതെങ്കിലും ഒരു ഉപാധി കാണാനാകുന്നു. 54.6 ശതമാനം കുടുംബങ്ങളിലും തൊഴിൽഭാരം കുറയ്ക്കുന്നതിനുള്ള ഒരു ഉപകരണം പോലും ഇല്ല. എങ്കിലും ഒരു ഉപകരണം മാത്രമുള്ള വീടുകൾ 21.9 ശതമാനമാണ്. 78.15 ശതമാനം കുടുംബങ്ങൾക്കും സ്വന്തമായി യാത്രാസംബന്ധിയായ സൈക്കിൾ, സ്കൂട്ടർ, മോട്ടോർ സൈക്കിൾ തുടങ്ങി ഉപാധികൾ ഒന്നും തന്നെയില്ല. 12 ശതമാ

നത്തോളം കുടുംബങ്ങൾ ഒരു കസേരപോലും സ്വന്തമായില്ലാത്തവരാണ്. 21 ശതമാനം കുടുംബങ്ങൾക്കാണ് ഏതെങ്കിലും ഒരു ഫർണിച്ചർ സൗകര്യം കാണാനാകുന്നത്.

തൊഴിൽ

ഇതിൽ പ്രധാനമായും പ്രവൃത്തിനില (Activity Status), തൊഴിൽ പങ്കാളിത്ത നിരക്ക്, തൊഴിലിനങ്ങളുടെ വർഗ്ഗീകരണം, തൊഴിലിന്റെ സാമൂഹിക ചലനാത്മകത എന്നിങ്ങനെ സുപ്രധാനമായ ഘടകങ്ങൾ പരിശോധിക്കുന്നു.

ജനതയുടെ പ്രവൃത്തിനില, തൊഴിലുള്ളവർ, തൊഴിലില്ലാത്തവർ, വിദ്യാർത്ഥികൾ, റിട്ടയർ ചെയ്തവർ, കുട്ടികൾ എന്നിങ്ങനെ അഞ്ചു തലങ്ങളിൽനിന്ന് പരിശോധിക്കുകയാണിവിടെ ചെയ്തത്.

ഇവിടെ തൊഴിലുള്ളവർ 42 ശതമാനം വരുന്നു. ഇതിൽ ആൺ പെൺ വ്യതിയാനം ശ്രദ്ധേയമാണ്. പുരുഷന്മാരിൽ 55.8 ശതമാനം തൊഴിലുള്ളവരാണെങ്കിൽ സ്ത്രീകളിൽ പ്രസ്തുത നിരക്ക് 28.9 ശതമാനമാണ്. മൊത്തം ജനതയിൽ 18.2 ശതമാനം വിദ്യാർത്ഥികളാണ്. ഇതാകട്ടെ പുരുഷന്മാരിൽ 19.5 ശതമാനവും സ്ത്രീകളിൽ 16.9 ശതമാനവുമാണ്. ഈയൊരു വിശകലനത്തിൽനിന്ന് തൊഴിലുള്ളവരിൽ 15–25 പ്രായപരിധി മുതൽ 36–45 പ്രായപരിധി വരെ ക്രമാനുഗതമായ ഒരു വർദ്ധനവ് ദൃശ്യമാകുന്നു. (അതായത് 13.3 ശതമാനത്തിൽനിന്ന് 29.4 ശതമാനംവരെ) തുടർന്ന് തൊഴിൽ പങ്കാളിത്തം കുറഞ്ഞു വരുന്നു. ഇതിൽ 46–55 പ്രായക്കാരിലെ 20.3 ശതമാനത്തിൽനിന്ന് 56–65 ലെ 8.5 ശതമാനത്തിലേക്കുള്ള കുറവ് ശ്രദ്ധേയമാണ്. 65 നുമേൽ പ്രായമുള്ളവരിൽ 16.9 ശതമാനം പേർ തൊഴിലെടുക്കുന്നുവെന്നതും ശ്രദ്ധേയമാണ്. 15–25 പ്രായക്കാരിൽ വിദ്യാർത്ഥികളേക്കാൾ (27.2%) ഉയർന്ന അനുപാതം തൊഴിലെടുക്കുന്നവരാണ് (31.1%). ഇവരിൽ തൊഴിലില്ലാത്തവർ 33.7 ശതമാനം വരുന്നു.

തൊഴിൽ പങ്കാളിത്ത നിരക്ക്

15 വയസ്സിനുമേലെ പ്രായമുള്ളവരിലെ തൊഴിൽ പങ്കാളിത്ത നിരക്ക് പരിശോധിക്കുമ്പോൾ പുരുഷന്മാരിലെ തൊഴിൽ പങ്കാളിത്തം 71.58 ശതമാനവും സ്ത്രീകളുടേത് 35.07 ശതമാനവുമാണ്. ആകെ എസ് സി ജനതയിൽ ഇത് 52.09 ശതമാനമാണ്. ഇനി 15 വയസ്സിനു താഴെയുള്ളവരെ ഒഴിവാക്കാതെ മൊത്തം ജനതയിലെ തൊഴിൽ പങ്കാളിത്ത നിരക്ക് പരിശോധിക്കുമ്പോൾ ഇത് പുരുഷന്മാരിൽ 55.8 ശതമാനവും സ്ത്രീകളിൽ 44.2 ശതമാനവും, മൊത്തം 41.8 ശതമാനവുമാണ്. എസ് സി ജനതയിലെ തൊഴിൽ പങ്കാളിത്ത നിരക്കിനെ സെൻസസ്-2010ലെയും കേരള ശാസ്ത്രസാഹിത്യ പരിഷത്തിന്റെ കേരളപഠനം-2014 ലെയും തൊഴിൽ പങ്കാളിത്ത നിരക്കുമായി താരതമ്യംചെയ്യുമ്പോൾ ഗണ്യമായ വ്യതിയാനം കാണാനാകുന്നു.

തൊഴിൽ പങ്കാളിത്തം

മൊത്തം തൊഴിൽ പങ്കാളിത്ത നിരക്ക് പരിഷത്ത് 2004-സെൻസസ്, 2001 തൊഴിൽ പങ്കാളിത്ത നിരക്കുകളുമായി താരതമ്യം ചെയ്യുമ്പോൾ 10 ശതമാനത്തോളം ഉയർന്നിരിക്കുന്നു. ഇത്തരമൊരു വർദ്ധനവിന് പ്രധാന കാരണം സ്ത്രീ തൊഴിൽ പങ്കാളിത്ത നിരക്കിലെ ഗണ്യമായ വർദ്ധനവാണ്. സ്ത്രീ തൊഴിൽ പങ്കാളിത്ത നിരക്ക് 15.8 ശതമാനവും സെൻസസ് 2001 നേക്കാൾ 13.6 ശതമാനവും അധികമാണ്. പൊതുവെ പുരുഷന്മാരിലെ തൊഴിൽ പങ്കാളിത്തം വർദ്ധിച്ചിട്ടുണ്ട്. ഇത് സെൻസസ് 2001 നേക്കാൾ 5.1 ശതമാനവും പരിഷത്ത് സർവ്വേ 2004 നേക്കാൾ 2.3 ശതമാനവും ഉയർന്നിരിക്കുന്നു. ഇവിടെ താരതമ്യേന ഉയർന്ന തൊഴിൽ പങ്കാളിത്ത നിരക്ക് (41.8%) എസ് സി ജനതയിലെ തുച്ഛമായ ആസ്തി-സമ്പാദ്യനിലവാരത്തിന്റെയും ഉയർന്ന ഋണബാദ്ധ്യതയുടെയും പശ്ചാത്തലത്തിൽ എന്തെങ്കിലും തൊഴിലെടുക്കാതെ ജീവിക്കാനാവാത്ത അവസ്ഥകളിലേക്ക് വിരൽ ചൂണ്ടുന്നു.

കൂലിത്തൊഴിലാളികൾ മുഖ്യമായും കാർഷിക-നിർമ്മാണമേഖലയിൽ പണിയെടുക്കുന്നവരാണ്. കൂലിയേതര തൊഴിലുകളിൽ മുഖ്യമാകുന്നത് ഡ്രൈവർ, കമ്പനി തൊഴിൽ, സ്വയം തൊഴിൽ, പെയിന്റിങ് എന്നിവയാണ്. ഇവ യഥാക്രമം മൊത്തം തൊഴിലെടുക്കുന്നവരിലെ 2.2 ശതമാനം, 1.8 ശതമാനം, 1.7 ശതമാനം, 1.6 ശതമാനം എന്നിങ്ങനെയാണ്. പരമ്പരാഗത തൊഴിലുകളായ നെയ്ത്ത്, കുട്ടനെയ്ത്ത് എന്നിവയുടെ പ്രാധാന്യം കുറയുമ്പോൾ കൂടുതൽ വൈദഗ്ദ്ധ്യം ആവശ്യമുള്ളതും ആധുനിക സാങ്കേതികവിദ്യ പ്രയോജനപ്പെടുത്തുന്നതുമായ തൊഴിലുകൾ കാണാനാകുന്നുമില്ല. മറ്റൊരു പ്രധാനപ്പെട്ട വസ്തുത മറ്റു സംസ്ഥാനങ്ങളിലും പുറംരാജ്യങ്ങളിലും പണിയെടുക്കുന്നവർ പട്ടികജാതി സമൂഹത്തിൽ മിക്കവാറും അന്യം നില്ക്കുന്നുവെന്നതാണ്. ചുരുക്കത്തിൽ അനിശ്ചിതത്വം ഏറിയതും വരുമാനം കുറഞ്ഞതുമായ കൂലിത്തൊഴിലാളികളുടെ ഒരു സമൂഹമായി പട്ടികജാതി സമൂഹം പരിവർത്തിതപ്പെടുന്നു.

തൊഴിലിന്റെ ആൺ-പെൺ അനുപാതം പരിശോധിക്കുമ്പോൾ 66:34 ആണ്. 66 ശതമാനം പേർ പുരുഷന്മാരും 34 ശതമാനം പേർ സ്ത്രീകളും. കൂലിത്തൊഴിലിൽ ഇത് 63:37 ആണ്. കമ്പനി തൊഴിൽ, തയ്യൽപ്പണി, ചില്ലറ വ്യാപാരം-സെയിൽസ് തുടങ്ങി തൊഴിലുകളിലെ ഉയർന്ന സ്ത്രീ പ്രാതിനിദ്ധ്യവും സ്വയം തൊഴിലിലെ സ്ത്രീ സാന്നിദ്ധ്യവും ശ്രദ്ധേയമാണ്.

തൊഴിലിന്റെ പ്രായഘടന

തൊഴിലിന്റെ പ്രായഘടന പരിശോധിക്കുമ്പോൾ തൊഴിലെടുക്കുന്നവരിൽ 55 ശതമാനം പേരും 25-45 പ്രായപരിധിയിലുള്ളവരാണ്. 45-55 പ്രായക്കാർ 20 ശതമാനവും 55-65 പ്രായക്കാർ 8.5 ശതമാനവും വരുന്നു. 65 വയസ്സിനു മീതെ പ്രായമുള്ള തൊഴിലാളികൾ 2.8 ശതമാനമാണ്. 25 വയസ്സിനു താഴെ പ്രായമുള്ളവർ 13.4 ശതമാനവും.

കൂലിത്തൊഴിലാളികളിൽ 57 ശതമാനമാണ് 25-45 പ്രായപരിധിയിലുള്ളവർ. 45-55 പ്രായക്കാർ 23 ശതമാനവും 55-65 പ്രായക്കാർ 9 ശതമാനവുമാണ്. 65 നു മീതെ പ്രായമുള്ളവർ 2.4 ശതമാനം വരുമ്പോൾ 25-നു താഴെ പ്രായമുള്ളവർ 8.7 ശതമാനം വരുന്നു.

വിവിധ തൊഴിലുകളിൽ, ഡ്രൈവിങ്-പെയിന്റിങ്-സ്വർണ്ണപ്പണി-മരപ്പണി-സെയിൽസ് എന്നിവ താരതമ്യേന പ്രായം കുറഞ്ഞവരിലാണ് കാണുന്നത്. കുട്ടനെയ്ത്ത് ഉയർന്ന പ്രായക്കാരിലും, കമ്പനിതൊഴിൽ - സ്വയം തൊഴിൽ എന്നിവ മദ്ധ്യവയസ്ക്കരിലും കൂടുതലായി കാണുന്നു.

പഠനത്തിലൂടെ ഉയർന്നു വന്ന നിർദ്ദേശങ്ങൾ കണക്കിലെടുത്തുകൊണ്ടാണ് പട്ടികജാതി വികസനപ്രവർത്തനങ്ങൾ ആരംഭിച്ചത്. മൂന്ന് മേഖലകൾ പ്രത്യേകം തെരഞ്ഞെടുത്തു. 1.വീട്, 2. വെള്ളം, 3.വെളിച്ചം. മണ്ഡലത്തിലെ മുഴുവൻ കോളനികളിലും വീടും വെള്ളവും വെളിച്ചവും എല്ലാവർക്കും ലഭിക്കുവാൻ ലക്ഷ്യം വച്ചുകൊണ്ടാണ് മാസ്റ്റർ പ്ലാൻ തയ്യാറാക്കിയത്.

ആദ്യത്തെ മൂന്ന് വർഷം കൊണ്ടുതന്നെ എല്ലാ കോളനികളിലും വെള്ളവും വെളിച്ചവും എത്തിക്കുവാൻ കഴിഞ്ഞു എന്നത് സുസ്ഥിരയുടെ ശ്രദ്ധേയമായ നേട്ടമാണ്. പക്ഷേ, ഭൂപ്രശ്നം പൂർണ്ണമായും പരിഹരിക്കപ്പെട്ടിട്ടില്ല എന്നതിനാൽ സ്വന്തമായി ഭൂമിയില്ലാത്ത നിരവധി പട്ടികജാതി കുടുംബങ്ങൾ ഉണ്ട്. സ്വന്തമായി ഭൂമിയുള്ള കുടുംബങ്ങൾക്ക് വീട് നല്കിക്കഴിഞ്ഞു. ചുരുക്കത്തിൽ പ്രായോഗികമായി എല്ലാവർക്കും വീടും, വെളിച്ചവും, വെള്ളവും എത്തിക്കുവാൻ കഴിഞ്ഞു. പക്ഷേ, പൂർണ്ണമായും വസ്തുതാപരമായി പരിശോധിച്ചാൽ സമൃദ്ധമായി ജലമെത്തിക്കുന്നതിന് ചില കോളനികളിൽ സാധിച്ചിട്ടില്ല. ആ ലക്ഷ്യത്തിലുള്ള പ്രവർത്തനം തുടരുകയാണ്.

ലഭ്യമായ സ്ഥലം ഉപയോഗിച്ച് എല്ലാ പ്രശ്നങ്ങൾക്കും പരിഹാരം കാണുവാൻ കഴിഞ്ഞ രണ്ട് കോളനികളെ മാതൃകയായി സൃഷ്ടിക്കണം എന്ന ലക്ഷ്യം വച്ചുകൊണ്ട് മറ്റത്തൂർ ഗ്രാമപഞ്ചായത്തിലെ നാഡിപ്പാറ, വെള്ളിക്കുളങ്ങര കോളനികളെ തെരഞ്ഞെടുത്തു. ഗ്രീൻ കോളനികളാക്കി ഇവയെ മാറ്റിക്കൊണ്ടിരിക്കുകയാണ്. സംസ്ഥാന സർക്കാരിന്റെ പദ്ധതിയിൽ ഉൾപ്പെടുത്തി 2 കോടി രൂപ രണ്ട് കോളനികൾക്ക് മാത്രമായി നല്കി. 24 മണിക്കൂറും വൈദ്യുതിയും വെള്ളവും ലഭിക്കുന്നതും വൃക്ഷങ്ങളാൽ സമൃദ്ധമായ ചുറ്റുപാടുള്ളതുമായ കോളനികളായി ഇവ മാറിക്കൊണ്ടിരിക്കുകയാണ്.

പട്ടികജാതി/വർഗ്ഗ മേഖലകളിൽ ഏറ്റവും മാതൃകാപരമായ മൂന്ന് കോളനികൾ രണ്ട് വർഷത്തിനുള്ളിൽ നിലവിൽ വരും.

1. ആനപ്പാന്തം ആദിവാസി കോളനി
2. നാഡിപ്പാറ പട്ടികജാതികോളനി
3. വെള്ളിക്കുളങ്ങര പട്ടികജാതി കോളനി.

വിദ്യാഭ്യാസരംഗത്ത് പട്ടികജാതി മേഖലയിൽ സൃഷ്ടിപരമായ ഇട

പെടൽ നടന്നതുകൊണ്ട് പത്താം ക്ലാസിലും പ്ലസ്ടുവിലും പട്ടികജാതി വിദ്യാർത്ഥികൾക്ക് നല്ല നേട്ടം കൈവരിക്കാൻ കഴിഞ്ഞു. (വിദ്യാഭ്യാസ രംഗത്ത് ഇടപെട്ടതിന്റെ വിശദീകരണം വിദ്യാഭ്യാസ അദ്ധ്യായത്തിൽ നല്കിയിട്ടുണ്ട്.)

ആരോഗ്യരംഗത്ത് നിരന്തരമായ പരിശോധനകളും ബോധവല്ക്കരണവും നടക്കുന്നതിനാൽ സാംക്രമിക രോഗങ്ങളെ ഒരു പരിധിവരെ തടഞ്ഞുനിർത്തുവാൻ കഴിഞ്ഞിട്ടുണ്ട്. എങ്കിലും മദ്യപാനം പുകയില ഉപയോഗം തുടങ്ങിയ മേഖലകളിൽ വലിയ ഇടപെടൽ നടത്തേണ്ടതുണ്ട്. ഒരു കാമ്പയിൻ തന്നെ ഈ ദിശയിൽ നടപ്പിലാക്കുവാൻ സുസ്ഥിര ഉദ്ദേശിക്കുന്നു.

10 പുതിയ കുടിവെള്ള പദ്ധതികൾ കഴിഞ്ഞ 7 വർഷത്തിനുള്ളിൽ പൂർത്തീകരിക്കുവാൻ കഴിഞ്ഞിട്ടുണ്ട് എന്നത് ആരോഗ്യ രംഗത്ത് വലിയ മാറ്റങ്ങൾക്ക് കാരണമായി.

3

പട്ടികവർഗ്ഗ കോളനികൾ

പുതുക്കാട് നിയോജകമണ്ഡലത്തിൽ 12 പട്ടികവർഗ്ഗ കോളനികൾ ഉണ്ട്. ഈ 12 കോളനികളിലായി 300 കുടുംബങ്ങൾ ഉണ്ട്. മൊത്തം ജന സംഖ്യ 1312 ആണ്. ഇതിൽ 662 സ്ത്രീകളും 650 പുരുഷന്മാരും ഉണ്ട്. മണ്ഡലത്തിലെ ജനസംഖ്യയിൽ 0.48 % ആണ് പട്ടികവർഗ്ഗവിഭാഗ ത്തിൽപെട്ടവർ. 2006 ൽ സുസ്ഥിര പദ്ധതി ആരംഭിക്കുമ്പോൾ ഇവരുടെ സാമൂഹ്യപദവി വളരെ പിറകിലായിരുന്നു. മൂന്ന് കോളനികളിൽ മാത്ര മാണ് വെള്ളവും വെളിച്ചവും സമ്പൂർണ്ണമായി ലഭിച്ചിരുന്നത്. ഏറ്റവും വലിയ കോളനിയായ ആനപ്പാന്തം ആദിവാസി കോളനി പ്രകൃതിദുരന്ത ത്തിൽ തകർന്നതിനാൽ നിവാസികൾ ശാസ്താംപൂവ്വത്ത് താല്ക്കാലിക മായ ഷെഡ്ഡുകളിലാണ് താമസിച്ചിരുന്നത്. ഏറ്റവും ദുരിതപൂർണ്ണമായ അന്തരീക്ഷത്തിലാണവർ ജീവിച്ചിരുന്നത്. ചരിത്രപരമായും സാമൂഹിക മായും ഏറ്റവും പിറകിൽ നില്ക്കുന്നവരാണ് പട്ടികവർഗ്ഗവിഭാഗത്തിലെ ജനങ്ങൾ.

മേല്പറഞ്ഞ പിന്നോക്കാവസ്ഥയാണ് നിലനില്ക്കുന്നത് എന്നതി നാൽ സുസ്ഥിര വികസനത്തിന്റെ പ്രഥമലക്ഷ്യം ഈ മേഖലയുടെ സമ ഗ്രവികസനമായിത്തീർന്നു. കാരണം സുസ്ഥിര വികസന സങ്കല്പത്തിന്റെ കാതലായ വശം പാർശ്വവല്ക്കരണമില്ലാത്ത ജനതയെ സൃഷ്ടിക്കുക എന്നതാണ്. അതുകൊണ്ട് ആരംഭത്തിൽ തന്നെ പട്ടിക വർഗ്ഗ കോളനിക ളിലെ ജീവിതപ്രശ്നങ്ങളെക്കുറിച്ച് വിശദമായ ജനകീയ പഠനം നടത്തി റിപ്പോർട്ട് തയ്യാറാക്കി.

ഈ പഠനത്തിന്റെ അന്തസ്സത്ത ഉൾക്കൊണ്ടുകൊണ്ടാണ് കോളനി വികസന പരിപാടികൾ ഏറ്റെടുത്തത്. സംസ്ഥാന സർക്കാർ വകുപ്പുക ളുടെ ഫണ്ടും തദ്ദേശസ്വയംഭരണസ്ഥാപനങ്ങളുടെ ഫണ്ടുകളും എം എൽ എ, എം പി ഫണ്ടുകളും കേന്ദ്രാവിഷ്കൃത ഫണ്ടുകളും ഉദ്ഗ്രഥിച്ചു

കൊണ്ടാണ് പദ്ധതിപ്രവർത്തനം ആരംഭിച്ചത്. മുൻഗണനാക്രമങ്ങൾ നിശ്ചയിച്ചു കൊണ്ടുതന്നെയാണ് പ്രവർത്തനം ആരംഭിച്ചത്.

എല്ലാ കോളനികളിലും വീടും വെളിച്ചവും വെള്ളവും എത്തിക്കുക എന്ന ലക്ഷ്യമാണ് ആദ്യം ഏറ്റെടുത്തത്. തുടർന്ന് വിദ്യാഭ്യാസരംഗത്തും ആവശ്യമായ ഇടപെടലുകൾ നടത്തുന്നതോടൊപ്പം തൊഴിൽ മേഖലയിലും ഇടപെടുക എന്നതായിരുന്നു രണ്ടാമത്തെ ലക്ഷ്യം.

ഈ പരിപാടി നടപ്പിലാക്കുന്നതിനു വേണ്ടി എല്ലാ കോളനികളിലും പ്രത്യേക യോഗങ്ങൾ ചേർന്നു. കോളനി നിവാസികളുടെ പങ്കാളിത്തത്തോടെ വിശദമായ പരിപാടികൾ തയ്യാറാക്കി. ഈ വിശദപരിപാടികളുടെ നിർവ്വഹണഘട്ടത്തിൽ ഒന്നാമത്തെ പരിഗണന നല്കിയത് എല്ലാ കോളനികളിലും വെളിച്ചമെത്തിക്കുക എന്നതിനായിരുന്നു.

അന്നത്തെ ഇടതുപക്ഷജനാധിപത്യമുന്നണി സർക്കാരിന്റെ കാലഘട്ടത്തിൽ നടപ്പിലാക്കിയിരുന്ന സമ്പൂർണ്ണ വൈദ്യുതവല്ക്കരണ പരിപാടിയിൽ ഉൾപ്പെടുത്തിക്കൊണ്ട് ആനപ്പാന്തം ഒഴികെയുള്ള എല്ലാ കോളനികളിലും വെളിച്ചമെത്തിച്ചു. അവസാനം എല്ലാ കുടുംബങ്ങൾക്കും സ്വന്തമായ ഭൂമിയും വീടും നല്കി. ആനപ്പാന്തം കോളനിയിലും 2013 ഡിസംബറിൽ വെളിച്ചം എത്തിച്ചു. ചുരുക്കത്തിൽ എല്ലാ ആദിവാസികോളനികളിലും വൈദ്യുതി എത്തിക്കുവാനും പൊതുവഴികളിൽ തെരുവ് വിളക്ക് എത്തിക്കുവാനും കഴിഞ്ഞു. ഇതാണ് സുസ്ഥിരയുടെ ഏറ്റവും പ്രധാന നേട്ടം.

ആനപ്പാന്തം ആദിവാസി കോളനിയിലൊഴികെ മറ്റെല്ലാ കോളനികളിലും ശുദ്ധജലം എത്തിച്ചു. ആനപ്പാന്തം കോളനിയിൽ 72 ലക്ഷം രൂപയുടെ കുടിവെള്ള പദ്ധതിക്ക് ഭരണാനുമതി ലഭിച്ചു കഴിഞ്ഞു. അത് കൂടി നടപ്പിലാക്കിയാൽ എല്ലാ ആദിവാസി കോളനിയിലും ശുദ്ധജലവും എത്തും.

12 കോളനികളിലും ഉള്ള മുഴുവൻ കുടുംബങ്ങൾക്കും വീട് വെക്കുന്നതിന് പണം അനുവദിച്ചു. പക്ഷേ, നിരവധി സാങ്കേതികപ്രശ്നങ്ങൾ മൂലം വീടുകൾ പൂർത്തീകരിക്കുവാൻ കഴിഞ്ഞില്ല. ശ്രമം തുടരുകയാണ്. ചുരുക്കത്തിൽ എല്ലാവർക്കും വീടും വെളിച്ചവും വെള്ളവും കോളനികളിലാകെ എത്തിക്കുന്നതിന്റെ പൂർത്തീകരണത്തിലേക്ക് നീങ്ങിക്കൊണ്ടിരിക്കുകയാണ്. പാർശ്വവല്ക്കരണമില്ലാത്ത ജനത എന്ന സുസ്ഥിരയുടെ സുപ്രധാന ലക്ഷ്യം സാർത്ഥകമാകുന്ന ദിശയിലാണ് പദ്ധതി പുരോഗമിക്കുന്നത്.

ആനപ്പാന്തം കോളനി ഒരു മാതൃക

ആനപ്പാന്തം ആദിവാസി കോളനിയിലെ 64 കുടുംബങ്ങൾക്ക് 2011 ജനുവരിയിൽ 54 സെന്റ് സ്ഥലം വീതം ശാസ്താംപൂവ്വത്ത് നല്കുവാൻ കഴിഞ്ഞത് സുസ്ഥിരയുടെ ഏറ്റവും സന്തോഷകരവും അഭിമാനകരവു

മായ നേട്ടമായി കാണുന്നു. ഇവിടെ 64 വീടുകളും പണി പൂർത്തീകരിച്ചു കഴിഞ്ഞു. ഇവർക്കുള്ള വൈദ്യുതി കണക്ഷനും റോഡടക്കമുള്ള ഗതാഗതസൗകര്യങ്ങളും പൂർത്തീകരിച്ചു വരികയാണ്. ജലസൗകര്യം കൂടി എത്തിച്ചു കഴിഞ്ഞാൽ ആനപ്പാന്തം ആദിവാസികോളനി കേരളത്തിലെ മാതൃകാവികസിത കോളനിയായി മാറും.

എല്ലാ കുടുംബങ്ങൾക്കും മണ്ണ് ജലപരിപാലന പരിപാടികൾക്ക് സാഹചര്യവും സാമ്പത്തിക സഹായവും നല്കിയിട്ടുണ്ട്. കോളനിയുടെ മൊത്തം ഭൂമിയും മണ്ണ് സംരക്ഷണപരിപാടികൾക്ക് വിധേയമായിക്കൊണ്ടിരിക്കുന്നു. ആനപ്പാന്തം നീർത്തടം ജലസമ്പന്നമാകുകയാണ്. അതുകൊണ്ട് തന്നെ മലയിൽനിന്നുള്ള വരുമാനത്തോടൊപ്പം കാർഷികമേഖലയിൽ നിന്നും വരുമാനം ഉണ്ടാക്കുവാൻ കഴിയും. ആനപ്പാന്തം ആദിവാസി കോളനിയെ ഒരു കാർഷിക കോളനിയായി മാറ്റിക്കൊണ്ടിരിക്കുകയാണ്.

ആരണ്യകം പദ്ധതി

ആരോഗ്യരംഗത്തും പൊതുവിൽ ആദിവാസികൾ പിറകിലാണ്. ഈ പ്രശ്നം കണക്കിലെടുത്ത് നടപ്പിലാക്കിയ പദ്ധതിയാണ് 'ആരണ്യകം'. ഓരോ പൗരനും ഒരു ആരോഗ്യ കൈപ്പുസ്തകം നല്കിക്കൊണ്ട് തുടർച്ചയായി മെഡിക്കൽ പരിശോധന നടത്തിവന്നിരുന്നു. സർക്കാർ ആരോഗ്യ സംവിധാനങ്ങളെയാണ് ഇതിനായി ഉപയോഗിച്ചുവരുന്നത്. ജീവിത ശൈലി മെച്ചപ്പെട്ടതാകുന്നതിനുവേണ്ടി ബോധവല്ക്കരണ പ്രവർത്തനവും നടന്നു വരുന്നു.

കാട്ടിൽനിന്ന് ശേഖരിക്കുന്ന ഉല്പന്നങ്ങൾ സംഭരിക്കുന്നതിനായി ഒരു സഹകരണസംഘം രൂപീകരിച്ചിട്ടുണ്ട്. പക്ഷേ, സംഭരിക്കുന്ന വിഭവങ്ങൾ സംസ്കരിക്കുന്നതിന് ഇപ്പോഴും നടപടികൾ ഉണ്ടായിട്ടില്ല. സുസ്ഥിരയുടെ അടുത്ത പ്രധാന ലക്ഷ്യം ഉല്പന്നങ്ങളുടെ സംസ്കരണവും മൂല്യവർദ്ധനവുമാണ്. ഇതോടെ ആദിവാസികളുടെ പ്രതിദിന വരുമാനം വർദ്ധിപ്പിക്കുവാൻ കഴിയും. പുതിയ തലമുറയിലെ കുട്ടികൾ ബഹുഭൂരിപക്ഷവും വിദ്യാലയങ്ങളിൽ എത്തിയിട്ടുണ്ട് എന്നതും ഒരു നേട്ടമാണ്.

എല്ലാ ആദിവാസികോളനികളും വികസിതകോളനികളായി മാറിക്കൊണ്ടിരിക്കുന്നതിന്റെ സന്തോഷത്തിലാണ് സുസ്ഥിരപദ്ധതി.

പട്ടികവർഗ്ഗകോളനികൾ

1.	ശാസ്താംപൂവ്വം കോളനി(ആനപ്പാന്തം)
2.	പത്തരക്കുണ്ട് കോളനി
3.	കാരിക്കടവ് കോളനി
4.	ചക്കിപ്പറമ്പ് കോളനി
5.	ഒളനപ്പറമ്പ് കോളനി

6.	നടാംപാടം കോളനി
7.	കള്ളിചിത്ര കോളനി
8.	വേപ്പൂർ കോളനി
9.	ചീനിക്കുന്ന് കോളനി
10.	എച്ചിപ്പാറ കോളനി
11.	എലിക്കോട്ട് കോളനി
12.	കുന്നത്തുപാടം കോളനി

കള്ളായി, കാവല്ലൂർ, ആളൂർ, കോനിക്കര, കല്ലൂർ, പ്ലാവിൻചുവട്, ഭരതമല, ഇത്തനോളി, മോനടി, കടമ്പോട്, പത്തരക്കുണ്ട്, വെള്ളിക്കുളങ്ങര, ഏരവൺപാറ, കുറിഞ്ഞിപ്പാടം, കുട്ടിപ്പൊക്കം, പയ്യാക്കര, വരാക്കര എന്നിവിടങ്ങളിലും പട്ടികവർഗ്ഗ വിഭാഗത്തിലെ ജനങ്ങൾ താമസിക്കുന്നുണ്ട്.

4

കദളീവനങ്ങൾ: പുതുക്കാടിന്റെ അലങ്കാരം

കാർഷികമേഖലയുടെ വളർച്ചയാണ് വികസനത്തിന്റെ മുഖ്യ ഊർജ്ജസ്രോതസ്സ്. പക്ഷേ, നവലിബറൽ അജണ്ട കാർഷിക മേഖലയെ തകർത്തിരിക്കുകയാണ്. അതുകൊണ്ട് തന്നെ സുസ്ഥിര പദ്ധതിയുടെ പ്രധാന ലക്ഷ്യം കാർഷിക മേഖലയുടെ സമഗ്രമായ വളർച്ചയാണ്. നെല്ല്, തെങ്ങ്, വാഴ, കമുക്, ജാതി, പച്ചക്കറി തുടങ്ങിയ എല്ലാ കൃഷികളിലും പരമാവധി ഉല്പാദനം വർദ്ധിപ്പിക്കുവാൻ ശ്രമിക്കുന്നതോടൊപ്പം കൃഷി ചെയ്യുന്ന ഭൂമിയുടെ വിസ്തീർണ്ണവും വർദ്ധിപ്പിക്കുവാൻ ശ്രമിക്കുകയാണ് ചെയ്തത്.

പൊതുവിൽ പുതുക്കാട് മണ്ഡലത്തിൽ വളരെ കുറച്ചുമാത്രം കൃഷി ചെയ്യുന്ന വിളയാണ് നിവേദ്യകദളി. നല്ല ഔഷധഗുണമുള്ള ഒരു പഴമാണ് നിവേദ്യകദളിപ്പഴം. കദളി രസായനം എന്ന ഔഷധത്തെക്കുറിച്ച് *അഷ്ടാംഗഹൃദയ*ത്തിൽ പ്രതിപാദിക്കുന്നുണ്ട്. ഈ പഴം ധാരാളമായി ഉപയോഗിക്കുന്നത് അമ്പലങ്ങളിലാണ്. കദളി രസായനം പലപ്രമുഖ ആയുർവ്വേദ നിർമ്മാതാക്കളും ഉണ്ടാക്കാത്തത് പഴം ലഭ്യമല്ലാത്തതുകൊണ്ടാണ്. ചുരുക്കത്തിൽ ഡിമാന്റ് അനുസരിച്ച് നിവേദ്യകദളിപ്പഴം ഉല്പാദിപ്പിക്കപ്പെടുന്നില്ല. ഈ വിടവ് തിരിച്ചറിഞ്ഞുകൊണ്ടാണ് സുസ്ഥിര പദ്ധതി കദളി കൃഷി ആരംഭിക്കുവാൻ ശ്രമിക്കുന്നത്.

ഉല്പാദനമേഖലയിൽ ഏറ്റെടുക്കുന്ന ഏതൊരു പദ്ധതിയും മുൻ പിൻ ബന്ധങ്ങൾ ഉറപ്പിക്കുന്നതായിരിക്കണം. മുൻബന്ധം പ്രധാനമായും ഉല്പന്നത്തിന്റെ വിപണി ഉറപ്പിക്കുന്നതാണ്. മേൽ സൂചിപ്പിച്ച വിപണി വിടവ് പരിശോധിക്കുമ്പോൾ കദളിപ്പഴത്തിന് ഏറ്റവും കൂടുതൽ ആവശ്യമുള്ളത് ഗുരുവായൂർ അമ്പലത്തിലാണ്. ഒരു ദിവസം 12,000 കദളിപ്പഴം ഗുരുവായൂരിൽ ആവശ്യമാണ്. 2009 വരെ ഇവിടേക്ക് കദളിപ്പഴം എത്തിയിരുന്നത്

തമിഴ്നാട്ടിൽനിന്നുമാണ്. പലപ്പോഴും നിവേദ്യകദളിയല്ല ലഭ്യമായിരുന്നത് എന്നതും ശ്രദ്ധേയമാണ്. ഈ അപൂരിതമായ ആഭ്യന്തരവിപണിയെ പ്രയോജനപ്പെടുത്തുവാനാണ് സുസ്ഥിര തീരുമാനിച്ചത്..

കൊടകര ബ്ലോക്ക് പഞ്ചായത്തിന്റെ പദ്ധതിയായി കദളികൃഷി ഏറ്റെടുത്തു. ഈ പദ്ധതിയുടെ നോഡൽ ഏജൻസിയായി കുടുംബശ്രീയെ നിശ്ചയിച്ചതാണ് ഈ പദ്ധതിയുടെ വിജയത്തിന് വഴിയൊരുക്കിയത്. കുടുംബശ്രീയുടെ വിപുലമായ പൊതുയോഗം വിളിച്ചുചേർത്തുകൊണ്ടാണ് ഈ മാതൃകാ പദ്ധതിയുടെ ആരംഭം കുറിച്ചത്. നിവേദ്യകദളീവനമായി പഴയ കൊടകര മണ്ഡലത്തെ മാറ്റിയെടുക്കണമെന്ന തീരുമാനം പ്രഖ്യാപിച്ചു കൊണ്ടാണ് പൊതുയോഗം പിരിഞ്ഞത്. അക്ഷരാർത്ഥത്തിൽ തുടർന്നങ്ങോട്ട് ഒരു ജനകീയ കാർഷിക പ്രവർത്തനം തന്നെയാണുണ്ടായത്. കാർഷികമേഖലയിലെ നൂതനമായ ഇടപെടൽ തന്നെയാണ് ഇവിടെ നടന്നത്.

ജനകീയ കാർഷിക പ്രവർത്തനം ആരംഭിക്കുന്നതോടൊപ്പം കൊടകര ബ്ലോക്ക് പഞ്ചായത്തും കുടുംബശ്രീമിഷനും ഗുരുവായൂർ ദേവസ്വവും തമ്മിൽ ഒരു കരാറിൽ ഏർപ്പെട്ടു. കരാർ അനുസരിച്ച് കുടുംബശ്രീ മിഷൻ ഓരോ ദിവസവും ഗുരുവായൂർ ദേവസ്വം ആവശ്യപ്പെടുന്ന കദളിപ്പഴം നല്കണം. പഴത്തിന്റെ വില നിശ്ചയിക്കുന്നത്. VFPCK ആണ്. അതത് കാലത്ത് വിപണി വിലയെ ആസ്പദമാക്കി VFPCK വില നിശ്ചയിക്കും. അത് ഗുരുവായൂർ ദേവസ്വം ബോർഡ് അംഗീകരിച്ചുകൊണ്ടാണ് കർഷകർക്ക് വില നല്കുന്നത്. വർഷാവർഷം ഈ പ്രവർത്തി തുടർന്നുവരുന്നു. മുൻബന്ധം എന്ന ഉല്പാദനപദ്ധതികളുടെ സങ്കല്പം യാഥാർത്ഥ്യമാക്കിയതാണ് നിവേദ്യകദളി പദ്ധതിയുടെ വിജയത്തിന്റെ പ്രധാന കാരണം. ഗുരുവായൂർ ദേവസ്വം ഇക്കാര്യത്തിൽ ഇന്നും ഈ പദ്ധതിയെ സഹായിക്കുന്നുണ്ട്.

പക്ഷേ, പിൻബന്ധം ഉറപ്പിക്കുന്ന കാര്യത്തിൽ ചില കുറവുകൾ ഉണ്ടായി. കൃഷി ചെയ്യുവാനുള്ള ഭൂമിയാണ് പിൻബന്ധങ്ങളിൽ ഒന്ന്. കുടുംബശ്രീ ഈ ബന്ധം കാര്യക്ഷമമായി തന്നെ സംഘടിപ്പിച്ചു. അമ്പലപ്പറമ്പുകളും സ്കൂൾ അങ്കണങ്ങളും പാട്ടത്തിനെടുത്ത സ്വകാര്യഭൂമിയും വഴി മേല്പറഞ്ഞ ബന്ധം സ്ഥാപിച്ചു. മറ്റൊരു പ്രധാന പിൻബന്ധം വാഴക്കന്ന് (വാഴത്തൈ) ലഭ്യമാക്കുക എന്നതാണ്. ശ്രദ്ധക്കുറവുമൂലം ഈ ബന്ധം സ്ഥാപിക്കുന്നതിൽ ചില്ലറ വീഴ്ച പറ്റി. കേരളത്തിൽ തന്നെ നിവേദ്യകദളികൃഷി കുറവായതിനാൽ വാഴത്തൈ ലഭിക്കാതെ വന്നു. തെങ്കാശിയിലും മറ്റും പോയി അന്വേഷിച്ചിട്ടുപോലും തൈ ലഭ്യമായില്ല. അതുകൊണ്ട് തുടക്കത്തിൽ വാഴത്തൈ ഉല്പാദിപ്പിക്കുക എന്ന ലക്ഷ്യം മാത്രമായി. അല്പാല്പമായി നിവേദ്യകദളികൃഷി തുടങ്ങി. പദ്ധതി വിജയിക്കുമോ എന്ന് സംശയം തോന്നിയ കാലമാണിത്. ഇത്തരത്തിൽ വളർത്തിയെടുത്ത വാഴക്കന്നുകൾ മണ്ഡലത്തിന്റെ എല്ലാ പഞ്ചായത്തുകളിലും നട്ടുപിടിപ്പിച്ചുകൊണ്ടാണ് പിന്നീട് കൃഷി വളർന്നത്. ഇന്ന് എത്ര വേണമെ

ങ്കിലും വാഴക്കന്നുകൾ വില്പനയ്ക്ക് തയ്യാറായിട്ടുണ്ട് എന്നത് പ്രധാന നേട്ടമാണ്. എല്ലാ ആഴ്ചയിലും കുല വെട്ടാവുന്ന തരത്തിൽ നടുന്നതിന്റെ കാലയളവ് ക്രമീകരിച്ചിരുന്നു.

കുടുംബശ്രീയെ ഈ സംരംഭത്തിൽ സഹായിക്കുന്നതിനായിട്ടാണ് മറ്റത്തൂർ ലേബർ സഹകരണസംഘം രൂപീകരിച്ചത്. എട്ടു പഞ്ചായത്തുകളിലും ഉല്പാദിപ്പിക്കുന്ന കദളിപ്പഴം ശേഖരിക്കുക എന്ന പ്രക്രിയയാണ് ഈ സംഘത്തിൽ നിക്ഷിപ്തമായിരിക്കുന്നത്. അതത് ഗ്രാമപഞ്ചായത്തിലെ സഹകരണസംഘങ്ങൾ കർഷകർ കൊണ്ടുവരുന്ന കദളിക്കായ തത്സമയം പണം കൊടുത്ത് വാങ്ങി സൂക്ഷിക്കും. അങ്ങനെ ശേഖരിക്കുന്ന കദളിക്കായ ഗുരുവായൂരിലെത്തിച്ച് പഴുപ്പിച്ച് അമ്പലത്തിൽ എണ്ണം കൊടുക്കുന്ന ചുമതലയാണ് മറ്റത്തൂർ ലേബർ സംഘത്തിനുള്ളത്. ഇപ്പോൾ 6,000 പഴം വീതം ഓരോ ദിവസവും ഗുരുവായൂരിൽ നല്കി വരുന്നു. മറ്റ് അമ്പലങ്ങളിലും ഇപ്പോൾ കദളിപ്പഴം നല്കി വരുന്നുണ്ട്.

ആഭ്യന്തര കമ്പോളത്തെ മാത്രം ആശ്രയിച്ചാലും പല ഉല്പാദനപദ്ധതികളും വിജയിപ്പിക്കാം എന്ന് ഈ പദ്ധതിയുടെ വിജയത്തിലൂടെ മനസ്സിലാക്കാം. പലപ്പോഴും വിദേശ കമ്പോളം തേടി പദ്ധതികൾ തയ്യാറാക്കാറുണ്ട്. അപ്പോഴും ആഭ്യന്തരകമ്പോളം അപൂരിതമായിരിക്കും. ആഭ്യന്തര കമ്പോളത്തെ പ്രയോജനപ്പെടുത്തുവാനും തദ്ദേശീയമായ തൊഴിലവസരങ്ങൾ വർദ്ധിപ്പിക്കുവാനും കാർഷികമേഖല വികസിപ്പിക്കുന്നതിനും ഇത്തരം പദ്ധതികൾക്ക് കഴിയുമെന്ന് തെളിയിക്കുവാൻ സാധിച്ചു.

അന്യസംസ്ഥാനങ്ങളെ ആശ്രയിക്കാതെ തന്നെ പല മേഖലകളിലും സ്വയം പര്യാപ്തത കൈവരിക്കുവാൻ കഴിയും എന്ന് കദളി പദ്ധതി പഠിപ്പിക്കുന്നു. പച്ചക്കറി, പാലുല്പാദനം, മുട്ടയുല്പാദനം എന്നീ മേഖലകളിൽ ഇതേ രീതിശാസ്ത്രം പ്രയോഗിക്കാവുന്നതാണ്.

സുസ്ഥിരയുടെ ഉദ്ഗ്രഥനസങ്കല്പം ഇതിൽ അർത്ഥപൂർണ്ണമാകുന്നു. കുടുംബശ്രീ, ദേവസ്വം, കൃഷിവകുപ്പ്, സഹകരണമേഖല, തദ്ദേശസ്വയംഭരണസ്ഥാപനങ്ങൾ തുടങ്ങിയ സ്ഥാപനങ്ങൾ, VFPCK എന്നിവ മാതൃകാപരമായി ഉദ്ഗ്രഥിക്കപ്പെടുന്നതായി കാണാം.

സമഗ്രമായ ഈ പദ്ധതിയുടെ വിജയമാണ് സുസ്ഥിരയുടെ വിജയത്തിന് കരുത്ത് നല്കിയത്. ആഭ്യന്തര വിപണിയെ സമർത്ഥമായി പ്രയോജനപ്പെടുത്തിയാൽ പല ഉല്പാദന പദ്ധതികളും വിജയിപ്പിക്കാമെന്ന് തിരിച്ചറിയാനായി.

5

നാച്ചറൽ ഫ്രഷ് മിൽക് പദ്ധതി

പണ്ട് ഓരോ വീട്ടിലും തൊഴുത്തും പശുവും ഉണ്ടായിരുന്നു. അതുകൊണ്ട് രാവിലെ ശുദ്ധമായ കറന്നെടുത്ത പാടെയുള്ള പാൽ ലഭ്യമായിരുന്നു. മായമില്ലാത്ത പാൽ പുതുമയോടെ ഉപയോഗിച്ചിരുന്നതിനാൽ പല രോഗങ്ങളേയും തടഞ്ഞു നിർത്തുവാൻ ശരീരത്തിന് ശക്തി ലഭിച്ചിരുന്നു. ശുദ്ധമായ പാലിനൊപ്പം ജൈവവളമായ ചാണകവും ലഭ്യമായിരുന്നതിനാൽ മണ്ണിന്റെ ജൈവാംശവും കാത്തു സൂക്ഷിക്കപ്പെട്ടിരുന്നു. മൃഗങ്ങളും മനുഷ്യനും തമ്മിലുള്ള ജൈവബന്ധം പരിപാലിക്കപ്പെട്ടിരുന്നതിനാൽ പരിസ്ഥിതി സന്തുലനത്തിന് സാദ്ധ്യതയും ഉണ്ടായിരുന്നു. മൃഗസംരക്ഷണം ജീവിതത്തിന്റെ ഭാഗമായിരുന്നു എന്ന് ചുരുക്കം. ഈ സംസ്കാരത്തിന്റെ ഉല്പന്നമാണ് പരിസ്ഥിതിസന്തുലനം.

നഗരവല്ക്കരണവും കമ്പോളവല്ക്കരണവും മേല്പറഞ്ഞ ആശയത്തെ അപ്പാടെ മാറ്റി. മൃഗസംരക്ഷണം സാംസ്കാരിക പ്രവർത്തനമാണെന്ന സങ്കല്പം മാറുകയും കച്ചവടമാകുകയും ചെയ്തു. ഈ മാറ്റം മനുഷ്യജീവിതത്തിൽ നിരവധി പരിവർത്തനങ്ങൾക്ക് വഴിയൊരുക്കി. നാടൻ ഇനം പശുക്കൾ നഷ്ടപ്പെട്ടു. പുൽത്തകിടികൾ നഷ്ടപ്പെട്ടു. പുതുമയുള്ള പാൽ നഷ്ടപ്പെട്ടു. ധാരാളം സൂക്ഷ്മ ജീവികളുള്ള ചാണകം നഷ്ടപ്പെട്ടു. രാസപദാർത്ഥങ്ങൾ നിറഞ്ഞ പാൽ നിത്യാഹാരമായി. ശീതീകരിച്ച പാൽ, പാലുല്പന്നങ്ങൾ ശീലമായി. ഇവയോടിണങ്ങി പോകാത്തതുകൊണ്ട് ശരീരം വല്ലാതെ പ്രതികരിച്ചുതുടങ്ങുന്നതിന്റെ ലക്ഷണങ്ങളാണ് പല പല പുതുരോഗങ്ങളും. ഇത് വികസനമല്ല, മറിച്ച് വികലമായ വികസനമാണ്. പാലുല്പാദനം എങ്ങനെയെങ്കിലും വർദ്ധിപ്പിക്കുക എന്നതാകരുത് വികസനലക്ഷ്യം. പാൽ തരുന്ന മൃഗത്തിനും പാലുപയോഗിക്കുന്ന മനുഷ്യനും ജീവൽപ്രശ്നങ്ങളുണ്ടാകരുത് എന്നതാണ് കാര്യം.

പ്രകൃതിയോടിണങ്ങിയ പാലും ചാണകവും ലഭ്യമാക്കുക എന്ന

ലക്ഷ്യത്തിൽ സുസ്ഥിര ആരംഭിച്ച പരിപാടിയാണ് നാച്വറൽ ഫ്രഷ് മിൽക്. ഈ പദ്ധതിയുടേയും സംഘാടനം കുടുംബശ്രീയാണ്. അളഗപ്പനഗർ ഗ്രാമ പഞ്ചായത്തിലെ കുടുംബശ്രീയും ആമ്പല്ലൂർ സഹകരണ സംഘവുമാണ് മുഖ്യ സംഘാടകർ. സാമ്പത്തിക സഹായം തുടക്കത്തിൽ നല്കിയത് ആമ്പല്ലൂർ സംഘമാണ്. തുടർന്ന് കുടുംബശ്രീയും സഹായിച്ചു. 50 കുടും ബശ്രീ കുടുബങ്ങളെ ഉൾപ്പെടുത്തിക്കൊണ്ടാണ് പദ്ധതി ആരംഭിച്ചത്. പര മ്പരാഗതമായ തൊഴുത്തുകൾക്ക് പകരം മൃഗസംരക്ഷണ വകുപ്പിന്റെ വിദ ഗ്ദ്ധർ വിഭാവനം ചെയ്ത പുതിയതരം തൊഴുത്തുകൾ പണിതു. കൂടു തൽ വായുചംക്രമണമുള്ളതും വല്ലാതെ അടച്ചുറപ്പില്ലാത്തതുമായ പ്രകൃ തിക്കിണങ്ങിയ തൊഴുത്തുകളാണ് അവ. അവയിൽ പശുക്കളെ വളർത്തി നാടൻ ഭക്ഷ്യവസ്തുക്കളും പുല്ലും കൂടുതൽ നല്കുവാൻ ശ്രമിച്ചു.

പുലർച്ചയ്ക്ക് പാൽ കറക്കുന്നത് കുടുംബശ്രീ പ്രവർത്തകർ തന്നെ യാണ്. വീട്ടിൽ കൊടുക്കുന്ന പാൽ കുപ്പി സ്റ്റെറിലൈസ് ചെയ്ത് പാൽ നിറയ്ക്കും (ഫ്രെഷ് മിൽക്). 6 മണിക്ക് മുമ്പുതന്നെ ഗുണഭോക്താക്ക ളുടെ വീട്ടിലെത്തിക്കും. ഇതു പഴയകാലത്തെ വീട്ടിലെ തൊഴുത്തിൽ നിന്ന് ലഭിക്കുന്ന പാലിന്റെ പ്രതീതി ജനിപ്പിക്കുവാൻ കഴിഞ്ഞു. പാൽ തൃശൂർ പട്ടണത്തിലെത്തിക്കുന്നതിന് പ്രത്യേക വാഹനം തന്നെ കുടും ബശ്രീ സംഘടിപ്പിച്ചു. ആരോഗ്യ രംഗത്തും തൊഴിൽ രംഗത്തും ഉത്തമ മാതൃകയാണീ പദ്ധതി.

ആട് ഗ്രാമം പദ്ധതി

മറ്റൊരു തൊഴിൽദായക പദ്ധതിയാണ് കുടുംബശ്രീ വഴി നടപ്പിലാ ക്കിയ ആട് ഗ്രാമം പദ്ധതി. മാംസവും പാലും ജൈവവളവും സമൃദ്ധമാ ക്കുവാൻ കഴിയുന്ന ഈ പദ്ധതി അളഗപ്പനഗർ, മറ്റത്തൂർ ഗ്രാമപഞ്ചായ ത്തുകളിൽ നടപ്പിലാക്കിവരുന്നു. ഈ പദ്ധതിയിലൂടെ കുടുംബത്തിന്റെ നിലനില്പിനാവശ്യമായ സാമ്പത്തിക വരുമാനം ലഭ്യമാണ്. ആട്ടിൻകാഷ്ഠം പാക്കറ്റിലാക്കി ഇപ്പോഴും വില്ക്കപ്പെടുന്നുണ്ട്. ആട്ടിൻ പാൽ നല്ല ഒരു ഔഷധവും കൂടിയാണ്.

ആമ്പല്ലൂർ സർവ്വീസ് സഹകരണ സംഘം, വെള്ളിക്കുളങ്ങര സർവ്വീസ് സഹകരണ സംഘം എന്നിവ ഈ പദ്ധതിക്ക് സാമ്പത്തിക സ്രോതസ്സുകളാണ്. മേല്പറഞ്ഞ കുടുംബശ്രീയുടെ മൂന്ന് പദ്ധതികളും സുസ്ഥിരയുടെ അഭിമാനപദ്ധതികളാണ്. ഗ്രാമ, ബ്ലോക്ക്, ജില്ലാപഞ്ചായ ത്തുകളുടെ സാമ്പത്തിക ഇടപെടലില്ലാതെ സഹകരണ സ്ഥാപനങ്ങളും കുടുംബശ്രീയും നേതൃത്വം നല്കുന്ന പദ്ധതികളാണിവ എന്നതാണ് കൂടു തൽ പ്രാധാന്യമുണ്ടാക്കുന്നത്. പഞ്ചായത്തുകളുടെ വിഭവസ്രോതസ്സു കൾക്കപ്പുറം മറ്റു വിഭവ സ്രോതസ്സുകളെ വികസനപ്രക്രിയയിലേക്ക് ഉദ്ഗ്ര ഥിക്കുക എന്ന സുസ്ഥിരയുടെ പരമമായ ലക്ഷ്യം ഇവിടെ സാക്ഷാൽക്ക രിക്കപ്പെടുന്നു. ഈ വികസന രീതിയുടെ വിപുലീകരണത്തിലൂടെ മറ്റ് മേഖലകളിലേക്കും അധികസമ്പത്ത് കണ്ടെത്താം.

6

എല്ലാവർക്കും വീട്: ഇ എം എസ് പാർപ്പിട പദ്ധതി

പാർപ്പിടപ്രശ്നം പരിഹരിക്കുക എന്നത് വികസനസങ്കല്പത്തിലെ ഏറ്റവും വലിയ സ്വപ്നമാണ്. വികസിതരാഷ്ട്രങ്ങളിൽപ്പോലും ഈ സ്വപ്നം പൂർണ്ണമായും സാർത്ഥകമായിട്ടില്ല. അതുകൊണ്ട് മണ്ഡലത്തിൽ എല്ലാവർക്കും പാർപ്പിടവും വെള്ളവും വെളിച്ചവും എത്തിക്കുക എന്നത് മാതൃകാപദ്ധതിയായ സുസ്ഥിരയുടെ പ്രധാന ലക്ഷ്യമായിത്തീർന്നു. അതിനാൽ തന്നെ സുസ്ഥിര പദ്ധതിയുടെ ഭാഗമായി 2007 ൽ സമ്പൂർണ്ണ പാർപ്പിട പദ്ധതി ആരംഭിക്കുവാൻ തീരുമാനിച്ചു. പാർപ്പിടവുമായി ബന്ധപ്പെട്ട് വ്യാപകമായ ഒരു സർവ്വേ ജനകീയമായി സംഘടിപ്പിച്ചു. ഏഴ് പഞ്ചായത്തുകളിലായി 5500 ഭവനരഹിതരുണ്ടെന്ന് സർവ്വേയിലൂടെ കണ്ടെത്തി. ഇവരിൽ ബഹുഭൂരിപക്ഷവും സ്വന്തമായി ഭൂമിയുള്ളവരെന്നത് അതിശയകരമായ അറിവായിരുന്നു. ഏകദേശം 4500 പേർക്ക് സ്വന്തമായി ഭൂമിയുണ്ടായിരുന്നു. ഇത്രയും കുടുംബങ്ങൾക്ക് സ്വന്തമായി റേഷൻകാർഡും ഉണ്ടായിരുന്നു. അതുകൊണ്ട് സ്വന്തമായി ഭൂമിയും റേഷൻകാർഡും ഉള്ള വിഭാഗത്തിലെ 4500 പേരെ ഗുണഭോക്താക്കളായി വിവിധ പഞ്ചായത്തുകളിൽ കണ്ടെത്തി. ഏകദേശം 600 പേർക്ക് റേഷൻകാർഡ് ഉണ്ടായിരുന്നെങ്കിലും സ്വന്തമായി ഭൂമി ഇല്ലായിരുന്നു. ബാക്കി 400 പേർ റേഷൻ കാർഡും ഭൂമിയും ഇല്ലാത്തവരായിരുന്നു. ഒരുപക്ഷേ, ഭൂപരിഷ്കരണം നടപ്പായ സംസ്ഥാനത്തെ വലിയൊരു തിരിച്ചറിവായിരിക്കും ഇത്. 1957 ലെ കേരളത്തിലെ കമ്യൂണിസ്റ്റ് സർക്കാരിന്റെ ഏറ്റവും വലിയ സ്വപ്നമായിരുന്നു ഭൂപരിഷ്കരണം. സ്വന്തമായി ഭൂമിയില്ലാതിരുന്ന പൊതു സമൂഹത്തിൽ എല്ലാവർക്കും ഭൂമി നല്കുകയായിരുന്നു ലക്ഷ്യം. ഈ ലക്ഷ്യം പൂർത്തിയാകുമ്പോൾ സ്വാഭാവികമായും ഉണ്ടാകുന്ന മറ്റൊരു സ്വപ്നമാണ് സ്വന്തമായി ലഭിച്ച ഭൂമിയിൽ സ്വന്തമായി വീട് ഉണ്ടാകുക എന്നത്. അതിനാൽ തന്നെ ഭൂപരി

ഷ്കരണ നടപടികളുടെ രണ്ടാം ഘട്ടമായി സുസ്ഥിരപദ്ധതിയുടെ സമ്പൂർണ്ണ ഭവനപദ്ധതിയെ കാണാവുന്നതാണ്.

മേല്പറഞ്ഞ മൂന്ന് വിഭാഗങ്ങൾക്കും ഘട്ടംഘട്ടമായി വീടു നല്കുവാൻ സുസ്ഥിര പദ്ധതി തയ്യാറാക്കി. ഏകദേശം 50 കോടി രൂപ ഇതിനുവേണ്ടി സ്വരൂപിക്കണമെന്നും ധനകാര്യവിശകലനത്തിലൂടെ ബോദ്ധ്യപ്പെട്ടു. ആദ്യഘട്ടത്തിൽ പൊതുവിഭാഗത്തിന് 75,000 കയും പട്ടികജാതി വിഭാഗത്തിന് ഒരു ലക്ഷവും പട്ടികവർഗ്ഗവിഭാഗത്തിന് 1.25 ലക്ഷം രൂപയുമാണ് നല്കേണ്ടിയിരുന്നത്.

50 കോടി രൂപ ലഭിക്കുന്നതിനുവേണ്ട വിഭവസ്രോതസ്സിനെക്കുറിച്ചായിരുന്നു അടുത്ത പഠനം.

ഗ്രാമ-ബ്ലോക്ക്-ജില്ലാ പഞ്ചായത്തുകളുടെ 5 വർഷത്തെ മൊത്തം പദ്ധതി വിഹിതമെടുത്തു നോക്കിയാലും 25 കോടിയിലധികം ലഭിക്കില്ല. അത് പൂർണ്ണമായും വീടുകൾക്ക് നീക്കിവയ്ക്കാൻ കഴിയുകയുമില്ല. അതുകൊണ്ട് എല്ലാവർക്കും വീട് എന്ന സ്വപ്നം യാഥാർത്ഥ്യമാക്കാൻ തദ്ദേശസ്വയംഭരണസ്ഥാപനങ്ങളുടെ പദ്ധതി വിഹിതംകൊണ്ട് കഴിയുകയില്ല. അതുകൊണ്ട് പുതിയ സാമ്പത്തിക സ്രോതസ്സ് കണ്ടെത്തണമെന്ന നിഗമനത്തിലെത്തി.

സഹകരണബാങ്കുകൾ മാത്രമാണ് ഇത്രയും പണം കണ്ടെത്തുവാൻ കഴിയുന്ന സ്ഥാപനങ്ങൾ എന്നതിനാൽ മണ്ഡലത്തിലെ ഗ്രാമ-ബ്ലോക്ക്-ജില്ലാ ഭരണകൂടങ്ങളെയും സഹകരണസ്ഥാപനങ്ങളെയും സഹകരിപ്പിക്കുവാൻ ശ്രമമാരംഭിച്ചു. കേവലം 7% പലിശനിരക്കിൽ സഹകരണബാങ്കുകൾ ഗ്രാമപഞ്ചായത്തിന് പണം കടം കൊടുക്കുവാൻ ധാരണയിലെത്തി. പക്ഷേ, ഇത്രയും പലിശ കൊടുക്കുവാൻ ഗ്രാമപഞ്ചായത്തുകൾക്ക് അനുവാദമില്ല എന്ന പ്രശ്നം ഉയർന്നു വന്നു. തുടർന്നുള്ള ചർച്ചകളിലാണ് പലിശ ഗുണഭോക്താക്കൾ നല്കണമെന്ന തീരുമാനത്തിലെത്തിയത്. ഗുണഭോക്താക്കൾ പലിശയടയ്ക്കുമ്പോൾ വരും വർഷങ്ങളിലെ പദ്ധതി വിഹിതത്തിൽനിന്ന് സഹകരണബാങ്കിന്റെ മൂലധനത്തുക തിരിച്ചടയ്ക്കുകയും ചെയ്തു. കൃത്യമായ വിഭവസ്രോതസ്സും കൃത്യമായ തിരിച്ചടവ് രീതിയും വിഭാവനം ചെയ്തു.

തദ്ദേശ സ്വയംഭരണ സ്ഥാപനങ്ങളും സഹകരണസ്ഥാപനങ്ങളും

സുസ്ഥിരയുടെ ഈ പുതിയ പദ്ധതിയിലൂടെ മറ്റൊരു പ്രധാന സങ്കല്പം യാഥാർത്ഥ്യമായി. അത് തദ്ദേശസ്വയംഭരണസ്ഥാപനങ്ങളും വിഭവസമൃദ്ധവും ജനകീയവുമായ സഹകരണസ്ഥാപനങ്ങളും തമ്മിലുള്ള വികസനബന്ധമാണ്. സുസ്ഥിരയുടെ ലക്ഷ്യം വിഭവങ്ങളുടെ ഉദ്ഗ്രഥനമാണ് എന്നതിനാൽ ഏറ്റവും സമൃദ്ധമായ വിഭവസ്രോതസ്സായ സഹകരണമേഖലയെ തന്നെ ബന്ധപ്പെടുത്തി. ഈ വിഭവസ്രോതസ്സിനെ എത്ര വേണമെങ്കിലും തദ്ദേശ സ്വയംഭരണസ്ഥാപനങ്ങൾക്ക് പ്രയോജനപ്പെടുത്താം എന്ന് ഈ പാർപ്പിട പദ്ധതി തെളിയിക്കുന്നു. ഭരണകൂടത്തിന്റെ

ബജറ്റും സമ്പദ്‌വ്യവസ്ഥയും തമ്മിലെങ്ങനെ ബന്ധിപ്പിക്കാമെന്നതിന് ഒരു തെളിവുകൂടിയായി ഈ പദ്ധതി മാറി.

ഇതുകൊണ്ടുതന്നെ സുസ്ഥിരയുടെ ഏറ്റവും മികച്ച പദ്ധതിയാണ് സമ്പൂർണ്ണ ഭവന പദ്ധതി എന്ന് പറയും. വികസന സുസ്ഥിരതയ്ക്ക് ഇതൊരു സുപ്രധാന കാൽവയ്പാണ്. വികസനത്തിനാവശ്യമായ പണമില്ല എന്ന് പറയുന്നവർക്കുള്ള മറുപടി കൂടിയാണ് ഈ പാർപ്പിട പദ്ധതി. മറ്റ് മേഖലകളിലേക്കുമുള്ള വിഭവസ്രോതസ്സായി സഹകരണമേഖലയെ കാണാവുന്നതാണ്. സഹകരണമേഖലയിൽ അന്ന് 50,000 കോടി രൂപ നിക്ഷേപമുണ്ടായിരുന്നു. ഈ സമ്പത്ത് പഞ്ചായത്തിന്റെ വികസനപ്രക്രിയയിലേക്ക് ഉദ്ഗ്രഥിച്ചാൽ അനന്തമായ വികസന സാദ്ധ്യതയുണ്ടാകും. ഇപ്പോൾ സഹകരണമേഖലയിൽ മാത്രം 90,000 കോടി രൂപ നിക്ഷേപിക്കപ്പെട്ടിട്ടുണ്ട്. ഈ തുക കൃത്യമായി ഉപയോഗിച്ചാൽ വിദേശകടങ്ങളെ ഒഴിവാക്കാം എന്നു മാത്രമല്ല വികസനരംഗത്ത് പ്രത്യേകിച്ച് പശ്ചാത്തല വികസനത്തിൽ വിപ്ലവം സൃഷ്ടിക്കാം. സുസ്ഥിരയുടെ പ്രധാനവികസനസന്ദേശം അതാണ്.

പിന്നീട് സംസ്ഥാന സർക്കാർ ഈ പരിപാടി ഇ എം എസ് പാർപ്പിട പദ്ധതിയുമായി ബന്ധിപ്പിക്കുകയും, സഹകരണബാങ്കുകൾക്ക് 10 ശതമാനം പലിശ സർക്കാർ നല്കും എന്ന തീരുമാനമെടുക്കുകയുമാണ് ചെയ്തത്. ഈ തീരുമാനം സമ്പൂർണ്ണ ഭവനപദ്ധതിക്ക് കുറെക്കൂടി ഗതിവേഗം നല്കി. അങ്ങനെ സുസ്ഥിര സമ്പൂർണ്ണ ഭവനപദ്ധതി ഇ എം എസ് പാർപ്പിടപദ്ധതിയായി മാറി. സുസ്ഥിരയുടെ അഭിമാനമായി പാർപ്പിടപദ്ധതി തിളങ്ങിനിന്നു.

പദ്ധതിയെ മൂന്ന് ഘട്ടങ്ങളായി തിരിച്ചു

1.ആദ്യഘട്ടം : ഭൂമിയും റേഷൻ കാർഡും ഉള്ളവർക്കെല്ലാം വീട് നല്കി.

2.രണ്ടാം ഘട്ടം : റേഷൻ കാർഡുണ്ടെങ്കിലും ഭൂമിയില്ലാത്തവർക്ക് ഭൂമിയും വീടും നല്കുക.

3.മൂന്നാം ഘട്ടം : റേഷൻ കാർഡും ഭൂമിയും ഇല്ലാത്തവർക്ക് ഭൂമിയും വീടും നല്കുക.

ഏഴ് ഗ്രാമപഞ്ചായത്തുകളും കൊടകര ബ്ലോക്ക് പഞ്ചായത്തും തൃശൂർ ജില്ലാ പഞ്ചായത്തും അവയുടെ പദ്ധതി വിഹിതങ്ങളും താഴെ പറയുന്ന പാർപ്പിട പദ്ധതികളും ഉദ്ഗ്രഥിച്ചു.

1. ഐ എ വൈ പദ്ധതി
2. പട്ടികവർഗ്ഗ ഭവനപദ്ധതി
3. പട്ടികജാതി ഭവനപദ്ധതി
4. കുടുംബശ്രീ ഭവനപദ്ധതി

മേല്പറഞ്ഞ നൂതനമായ ആശയം ജനങ്ങളിലെത്തിക്കുവാൻ ജനകീയ കാമ്പയിൻ സംഘടിപ്പിച്ചു. ഇതിനു വേണ്ടി ഒരു ഹ്രസ്വചിത്രം തന്നെ നിർമ്മിക്കുകയുണ്ടായി.

തുടർന്ന് ഒന്നാം ഘട്ടം നടപ്പിലാക്കുവാൻ ആരംഭിച്ചു. മൂന്ന് വർഷത്തിനുള്ളിൽ 5,000 പേർക്ക് വീട് നല്കുവാൻ സാധിച്ചു. ഗുണഭോക്താക്കളും വളരെ നന്നായി സഹകരിച്ചു. സ്വന്തമായി ഭൂമിയുള്ള എല്ലാവർക്കും പാർപ്പിടമുണ്ടാകുന്ന ഇന്ത്യയിലെ ആദ്യത്തെ മണ്ഡലം എന്ന സ്ഥാനം നേടുവാൻ പഴയ കൊടകര മണ്ഡലത്തിന് കഴിഞ്ഞു.

തുടർന്ന് രണ്ടാം ഘട്ടം ആരംഭിച്ചിരിക്കുന്നു. അടുത്ത അഞ്ചു വർഷത്തിനുള്ളിൽ ഭൂരഹിതർക്ക് പോലും ഭൂമിയും വീടും എത്തിക്കുക എന്ന ലക്ഷ്യം സുസ്ഥിര പുതുക്കാട് വികസനപദ്ധതി ഏറ്റെടുത്തിരിക്കുകയാണ്. (പഴയ കൊടകര മണ്ഡലം ഇപ്പോൾ പുതുക്കാട് മണ്ഡലമായി മാറിയതിനാൽ സുസ്ഥിര കൊടകര പദ്ധതി സുസ്ഥിര പുതുക്കാട് വികസന പദ്ധതിയായി മാറി.)

നേട്ടം

1. സഹകരണസ്ഥാപനങ്ങൾക്കും തദ്ദേശസ്വയംഭരണസ്ഥാപനങ്ങൾക്കും പരസ്പരം സഹായിച്ച് വികസനപ്രവർത്തനം നടത്താം എന്ന ആശയം പ്രായോഗികമാക്കി.
2. കേവലം 50 കോടി രൂപ മാത്രം ഉപയോഗിച്ച് 5,000 വീടുകൾ പണിതീർത്തു. ഈ പദ്ധതിരീതി ഉപയോഗിച്ചിരുന്നില്ലെങ്കിൽ ഇത്രയും വീടുകൾ 5 കൊല്ലംകൊണ്ട് തീർക്കുവാൻ കഴിയുമായിരുന്നില്ല. പദ്ധതി നീളുംതോറും നിർമ്മാണച്ചെലവ് കൂടും എന്നതിനാൽ ഇത്രയും ചുരുങ്ങിയ ചെലവിൽ 5,000 വീട് നിർമ്മിക്കുവാൻ കഴിയുകയില്ല. ചുരുങ്ങിയ ചെലവിൽ എത്രയും വേഗം അടിസ്ഥാനസൗകര്യങ്ങൾ ഒരുക്കുക എന്ന വികസന സന്ദേശം നല്കുവാൻ കഴിഞ്ഞു.

7

എല്ലാവർക്കും വെളിച്ചം

സുസ്ഥിര വികസന സങ്കല്പത്തിലെ 4 പ്രധാനപ്പെട്ട ആശയങ്ങളി ലൊന്നാണ് സമ്പത്തിന്റെ നീതിപൂർവ്വകമായ വിതരണം. ഈ ആശയം കേരളത്തിൽ ആദ്യമായി സാർത്ഥകമായത് ഭൂപരിഷ്കരണത്തിലൂടെയാണ്. അത് സമ്പൂർണ്ണമാക്കുവാനാണ് രണ്ട് പദ്ധതികൾ സുസ്ഥിര ഏറ്റെടുത്തത്. 1. എല്ലാവർക്കും വീട്. 2. എല്ലാവർക്കും വെളിച്ചം. 50 വർഷങ്ങൾ തുടർച്ച യായി പ്രവർത്തിച്ചിട്ടും നേടിയെടുക്കുവാൻ കഴിയാത്ത ലക്ഷ്യങ്ങളാണ് എല്ലാവർക്കും വീടും വെളിച്ചവും. ഇടതുപക്ഷജനാധിപത്യമുന്നണി സർക്കാരിന്റെ സമ്പൂർണ്ണ വൈദ്യുതവല്ക്കരണ പരിപാടിയാണ് ഈ ലക്ഷ്യം നേടുവാൻ ഗ്രാമങ്ങളെ സഹായിച്ചത്. വാർഡുകൾ തോറും ജന കീയ സർവ്വേ സംഘടിപ്പിച്ചുകൊണ്ടുണ്ടാക്കിയ ഒരു വിശകലന രേഖയെ ആധാരമാക്കി ഒരു മാസ്റ്റർ പ്ലാൻ തയ്യാറാക്കി. അതനുസരിച്ച് 13,000 വീടു കൾക്ക് വൈദ്യുതി കണക്ഷൻ ഇല്ല എന്നും 10 വാർഡുകളിൽ വോൾട്ടേജ് ക്ഷാമം ഉണ്ടെന്നും തിരിച്ചറിഞ്ഞു. 60 ശതമാനം റോഡുകളിലും സ്ട്രീറ്റ് ലൈറ്റ് ഇല്ല എന്നും 40 ശതമാനം മോട്ടോർ കണക്ഷനും വോൾട്ടേജ് പ്രശ്നംമൂലം തുടർച്ചയായി പ്രവർത്തിക്കുവാൻ പറ്റാത്തതാണെന്നും തിരി ച്ചറിഞ്ഞു.

2011 മാർച്ചിനുള്ളിൽ ഈ രണ്ട് പ്രശ്നങ്ങൾക്ക് പൂർണ്ണപരിഹാരമു ണ്ടാക്കുവാനുള്ള ഒരു ഉപമാസ്റ്റർ പ്ലാൻ തയ്യാറാക്കി. സംസ്ഥാന സർക്കാ രിന്റെ സമ്പൂർണ്ണ വൈദ്യുതപദ്ധതിയുടെ പദ്ധതി വിഹിതവും എം എൽ എ ഫണ്ടും ചേർത്ത് പദ്ധതി നടപ്പിലാക്കുവാൻ തീരുമാനിച്ചു. കെ എസ് ഇ ബിയുടെയും തദ്ദേശസ്വയംഭരണസ്ഥാപനങ്ങളുടെയും സഹകരണ ത്തോടെ പദ്ധതി പ്രവർത്തനം നടന്നു.

13,000 കണക്ഷനുകൾ നല്കിക്കൊണ്ട് 2008 ൽ തന്നെ സമ്പൂർണ്ണ വൈദ്യുതവല്ക്കരണം പൂർത്തിയാക്കി. പക്ഷേ, തുടർന്നും പുതിയ വീടു

കൾ നിർമ്മിച്ചതിനാലും വയറിങ് നടത്തിയതിനാലും ഓരോ വർഷവും പുതിയ കണക്ഷനുകൾ ആവശ്യമായി വന്നു. ഓരോ ആറുമാസം കൂടും തോറും പുതിയ കണക്ഷൻ ആവശ്യമുള്ളവരെ കണ്ടെത്തി കണക്ഷനുകൾ നല്കിക്കൊണ്ടിരിക്കുന്നു. 2013 ഡിസംബർ വരെ കണക്ഷൻ ആവശ്യമുള്ള എല്ലാവർക്കും കണക്ഷൻ നല്കി വരികയാണ്. വൈദ്യുതി കണക്ഷൻ ഇല്ലാത്ത എല്ലാവർക്കും കണക്ഷൻ ഇപ്പോഴും നല്കുന്നു എന്നതിനാൽ എല്ലാവർക്കും വെളിച്ചം എന്ന സങ്കല്പം അക്ഷരാർത്ഥത്തിൽ സുസ്ഥിര യാഥാർത്ഥ്യമാക്കി. ആദിവാസി കോളനികളടക്കം വൈദ്യുതീകരിച്ചു

2008 ൽ സമ്പൂർണ്ണ വൈദ്യുതവല്ക്കരണം പ്രഖ്യാപിച്ചശേഷം സമ്പൂർണ്ണ വോൾട്ടതാ മണ്ഡലം എന്ന പദ്ധതി പ്രഖ്യാപിച്ചു. ഈ പദ്ധതി നടപ്പിലാക്കുവാൻ വേണ്ടിയുള്ള പഠനത്തിൽ 85 ട്രാൻസ്ഫോമറുകൾ പുതിയതായി സ്ഥാപിക്കണമെന്ന് തിരിച്ചറിഞ്ഞു. തുടർന്ന് ഈ ലക്ഷ്യവും പൂർത്തീകരിക്കുവാൻ ശ്രമം ആരംഭിച്ചു. കെ എസ് ഇ ബിയുടെ പദ്ധതി ഉപയോഗിച്ചാണ് പദ്ധതി ആരംഭിച്ചത്. 2010 എത്തിയപ്പോൾ തന്നെ 83 ട്രാൻസ്ഫോമറുകൾ സ്ഥാപിച്ചുകൊണ്ട് വോൾട്ടതാപ്രശ്നം 90 ശതമാനവും പരിഹരിച്ചു. 2011 ആയപ്പോഴേക്കും കൂടുതൽ ട്രാൻസ്ഫോമറുകൾ സ്ഥാപിച്ചുകൊണ്ട് വോൾട്ടതാപ്രശ്നം പരിഹരിച്ചു. തുടർന്നുള്ള പ്രശ്നങ്ങളിലും യഥാസമയം ഇടപെട്ടുകൊണ്ടിരിക്കുന്നു.

കൂടുതൽ വൈദ്യുതി ഉപയോഗിക്കുവാൻ പദ്ധതി ആസൂത്രണം ചെയ്തു എന്നതിനാൽ അത്രയും വൈദ്യുതി ഉല്പാദിപ്പിക്കുവാനുള്ള ബാദ്ധ്യതയും ഉണ്ട്. അതുകൊണ്ടുതന്നെ സുസ്ഥിരയുടെ ഒരു നിർദ്ദേശമായിരുന്നു ചിമ്മിനി വൈദ്യുതി ഉല്പാദന പദ്ധതി. 2.5 മെഗാവാട്ട് വൈദ്യുതി ഉല്പാദിപ്പിക്കുവാനുള്ള ഒരു പദ്ധതി കെ എസ് ഇ ബി തയ്യാറാക്കി. 2010 ൽ ഈ പദ്ധതിക്ക് ഭരണാനുമതി ലഭിച്ചു. 2012 ൽ പദ്ധതിയാരംഭിച്ചു. പദ്ധതിപ്രവർത്തനം നടന്നുവരികയാണ്. 2015 ൽ ഈ പദ്ധതി കമ്മീഷൻ ചെയ്യാൻ കഴിയുമെന്ന് പ്രതീക്ഷിക്കുന്നു.

നാലാമത്തെ ലക്ഷ്യമാണ് എല്ലാ തെരുവുകളിലും വെളിച്ചം എന്ന പദ്ധതി. ഈ പദ്ധതിയാണ് സുസ്ഥിര ഇപ്പോൾ ഏറ്റെടുത്തിരിക്കുന്നത്. ഒരു സാമ്പിൾ എന്ന രീതിയിൽ നെന്മണിക്കര ഗ്രാമപഞ്ചായത്തിന്റെ എല്ലാ തെരുവുകളിലും തെരുവ് വിളക്കുകൾ സ്ഥാപിച്ചു. തുടർന്ന് വല്ലച്ചിറ പഞ്ചായത്തിലെ എല്ലാ തെരുവുകളിലും വിളക്ക് സ്ഥാപിക്കുവാൻ പദ്ധതി ആരംഭിക്കുകയാണ്. ബാക്കി ആറ് പഞ്ചായത്തുകളേയും സമ്പൂർണ്ണ തെരുവു വിളക്കുകളുള്ള ഗ്രാമങ്ങളായി മാറ്റുവാൻ പദ്ധതി തയ്യാറാക്കി കഴിഞ്ഞു.

എല്ലാവർക്കും വെളിച്ചം, പൂർണ്ണവോൾട്ടത, വൈദ്യുതി ഉല്പാദനം, എല്ലാ തെരുവുകളിലും വെളിച്ചം എന്നീ സങ്കല്പങ്ങളുടെ പൂർത്തീകരണത്തോടെ വൈദ്യുതി രംഗത്ത് യുക്തിഭദ്രമായ ഒരു വിപ്ലവം തന്നെ നടക്കുകയാണ്. ഭൂപരിഷ്കരണത്തെതുടർന്ന് ആവശ്യമായ എല്ലാ ഭൗതിക സാഹചര്യങ്ങളും എത്തുന്നതോടെ പാർശ്വവല്ക്കരണമില്ലാത്ത ഒരു ജനത ഇവിടെ സൃഷ്ടിക്കപ്പെടും എന്ന് സുസ്ഥിര കരുതുന്നു.

8

എല്ലാവർക്കും വെള്ളം

പശ്ചിമഘട്ടത്തിൽനിന്നും ഉത്ഭവിച്ച രണ്ട് ജലസമൃദ്ധമായ നദികൾ പുതുക്കാട് മണ്ഡലത്തിലൂടെ ഒഴുകുന്നു. 1. കുറിമാലിപ്പുഴ, 2. മണലിപ്പുഴ.

കുറുമാലിപ്പുഴയുടെ ആരംഭഘട്ടത്തിലുള്ള പ്രധാന ഡാമാണ് ചിമ്മിനി ഡാം. മണലിപ്പുഴയുടെ തുടക്കത്തിലുള്ള ഡാമാണ് പീച്ചിഡാം. ഈ രണ്ടുപുഴകളും സംഗമിച്ച് കരുവന്നൂർ പുഴയായി തീരുന്നത് മണ്ഡലത്തിലെ വല്ലച്ചിറ ഗ്രാമപഞ്ചായത്തിലാണ്. സമൃദ്ധമായ ജലലഭ്യതയുള്ള മണ്ഡലമാണ് പുതുക്കാട്. എന്നിട്ടും കുടിവെള്ളക്ഷാമം രൂക്ഷമായിരിക്കുന്നു എന്നത് വൈരുദ്ധ്യമാണ്. ദീർഘവീക്ഷണമുള്ള ആസൂത്രണമില്ലാത്തതുകൊണ്ടാണ് ജലപ്രശ്നം പരിഹരിക്കുവാൻ ഇതുവരെ കഴിയാതിരുന്നത്.

അതുകൊണ്ടുതന്നെ സുസ്ഥിരയുടെ സുപ്രധാന ലക്ഷ്യമാണ് എല്ലാവർക്കും വെള്ളം. എല്ലാവർക്കും വീട്, വെളിച്ചം, നല്ല വിദ്യാഭ്യാസം എന്നീ നേട്ടങ്ങളെത്തുടർന്ന് എല്ലാവർക്കും വെള്ളം എന്ന ലക്ഷ്യം കൂടി നേടിയാൽ മാത്രമേ വികസനം പൂർത്തിയാകൂ. ഇതിനായി കുടിവെള്ള ജലസേചനമേഖലകളിൽ ശ്രദ്ധേയമായ മാസ്റ്റർ പ്ലാനുകൾ തയ്യാറാക്കി. 2013 ൽ ഈ പ്ലാനുകൾ നവീകരിച്ചു (Update ചെയ്തു). ഈ മാസ്റ്റർ പ്ലാനിന്റെ അടിസ്ഥാനം നീർത്തടമാസ്റ്റർ പ്ലാൻ ആണ്. നീർത്തടവികസനത്തിലൂടെ മണ്ണിലെ ജലാംശം വർദ്ധിപ്പിച്ച് വാട്ടർ ബോഡിയുടെ പ്രതലം ഉയർത്തുക എന്നതാണ് പ്രധാന സമീപനം. അതിലൂടെ ഉണ്ടാകുന്ന ജൈവസമ്പത്ത് മണ്ണിന്റെ ജൈവഘടനയെ മാറ്റും. ജൈവാംശ വർദ്ധനവ് മണ്ണിന്റെ സുഷിരത (Porosity) വർദ്ധിപ്പിക്കുന്നതിലൂടെ ജലം ഉൾക്കൊള്ളുന്നതിന്റെ അളവ് ഗണ്യമായി വർദ്ധിക്കും. ജലവിതാനം ഉയരുന്നതിലൂടെ ജലലഭ്യത കൂടും. കാർഷികമേഖല വളരും. അനുബന്ധമായി മൃഗസമ്പത്തും വർദ്ധിക്കും.

മണ്ണിലെ ജലവിതാനം വർദ്ധിപ്പിക്കുവാൻ ഉതകുന്ന അടുത്ത പരി

പാടിയാണ് ജലസേചനപദ്ധതികൾ. തോട്ടുംമുഖം ലിഫ്റ്റ് ഇറിഗേഷൻ, മടവാക്കര ലിഫ്റ്റ് ഇറിഗേഷൻ അടക്കം നിരവധി ലിഫ്റ്റ് ഇറിഗേഷൻ പദ്ധതികൾ ആസൂത്രണംചെയ്തു. ചില പദ്ധതികൾ പൂർത്തീകരിച്ചു. മറ്റു ചിലത് നടന്നുവരുന്നു.

ചിമ്മിനി ഡാമിൽ ശേഖരിക്കപ്പെടുന്ന ജലം 40 ശതമാനവും എല്ലാ വർഷവും നഷ്ടപ്പെട്ടുകൊണ്ടിരിക്കുകയാണ്. കാരണം ചിമ്മിനിഡാമിലെ വെള്ളം തുറന്നുവിടുന്നത് കുറുമാലിപ്പുഴയിലേക്കാണ്. ഈ പുഴയിൽ കരുവന്നൂർ പുഴയാകുന്നതുവരെ മാഞ്ഞാംകുഴിയിൽ ഒരു റെഗുലേറ്റർ കം ബ്രിഡ്ജ് മാത്രമേ ഉണ്ടായിരുന്നുള്ളു. അതിന്റെ മുകൾ ഭാഗത്ത് (Upstream) നിരവധി താല്ക്കാലിക ചെക്ഡാമുകൾ മാത്രമാണുള്ളത്. കാനത്തോട്, ആറ്റപ്പിള്ളി കടവ്, വാസുപുരം, തോട്ടുംമുഖം, കാരികുളം, കന്നാറ്റുപാടം എന്നിവിടങ്ങളിലാണ് താല്ക്കാലിക ചിറകളുള്ളത്. ഇവ താല്ക്കാലിക ചിറകളാണ് എന്നതിനാൽ കൂടുതൽ വെള്ളം ചിമ്മിനി ഡാമിൽനിന്ന് വിടുവാൻ കഴിയുന്നില്ല. ധാരാളം വെള്ളം തുറന്നുവിട്ടാൽ താല്ക്കാലിക ഡാം തള്ളിപ്പോകുവാൻ സാദ്ധ്യതയുണ്ട്. ഇതുമൂലം 40 ശതമാനം വെള്ളവും ഡാമിൽ തന്നെ ഉപയോഗശൂന്യമായി പോവുകയാണ്. പുതുക്കാടിന്റെ ജലദൗർബല്യത്തിന്റെ പ്രധാന കാരണം ഇതു തന്നെയാണ്.

ഈ പ്രശ്നത്തിന് പരിഹാരം കാണുവാൻ വേണ്ടിയാണ് സുസ്ഥിരയുടെ മാസ്റ്റർ പ്ലാനിൽ 6 സ്ഥിരം റെഗുലേറ്റർ കം ബ്രിഡ്ജുകൾ നിർമ്മിക്കണമെന്ന് നിർദ്ദേശിച്ചത്.

ഇവയെല്ലാം പൂർത്തീകരിച്ചാൽ ചിമ്മിനിഡാമിനെ പൂർണ്ണമായും

1.	ആറ്റപ്പിള്ളി റെഗുലേറ്റർ കം ബ്രിഡ്ജ്	പണി പുരോഗമിക്കുന്നു.
2.	നെല്ലായി ഇറിഗേഷൻ കടവിൽ റെഗുലേറ്റർ കം ബ്രിഡ്ജ്	ഡിസൈനും എസ്റ്റിമേറ്റും പൂർത്തിയായി.
3.	തോട്ടുംമുഖം റെഗുലേറ്റർ കം ബ്രിഡ്ജ്	ഡിസൈൻ തയ്യാറായി വരുന്നു.
4.	കാരികുളം റെഗുലേറ്റർ കം ബ്രിഡ്ജ്	ഡിസൈൻ തയ്യാറായി വരുന്നു.
5.	കന്നാറ്റുപാടം റെഗുലേറ്റർ കം ബ്രിഡ്ജ്	ഡിസൈൻ തയ്യാറായി വരുന്നു.
6.	കാനത്തോട് റെഗുലേറ്റർ കം ബ്രിഡ്ജ്	ഡിസൈനും എസ്റ്റിമേറ്റും പൂർത്തിയായി.

പ്രയോജനപ്പെടുത്താം. അതായത് ഇപ്പോൾ കുറുമാലിപ്പുഴയിലേക്ക് ഒഴുകി വരുന്ന വെള്ളത്തേക്കാൾ 40 ശതമാനം കൂടുതൽ ജലം ലഭിക്കും എന്നർത്ഥം. ഈ അധികജലം ചുറ്റുമുള്ള പാടശേഖരങ്ങളിലേക്കും പുരയിടങ്ങളിലേക്കും ലിഫ്ട് ചെയ്താൽ പുതുക്കാടിന്റെ ജലസേചന, കുടിവെള്ളപ്രശ്നങ്ങൾ പൂർണ്ണമായും പരിഹരിക്കാം.

മേല്പറഞ്ഞ എല്ലാ റെഗുലേറ്റർ കം ബ്രിഡ്ജുകളുടേയും ഡിസൈനുകളും എസ്റ്റിമേറ്റുകളും തയ്യാറായിക്കഴിഞ്ഞിട്ടുണ്ട്. ബജറ്റിന്റെ അനുബന്ധ വോള്യങ്ങളിൽ ടോക്കൺ പ്രൊവിഷനിൽ വന്നിട്ടുമുണ്ട്.

ഇതിൽ ആറ്റപ്പിള്ളി റെഗുലേറ്റർ കം ബ്രിഡ്ജിന്റെ പണി ആരംഭിച്ചു. അത് പണി പൂർത്തീകരണത്തിലേക്ക് നീങ്ങുകയാണ്. ആറ്റപ്പിള്ളി റെഗുലേറ്റർ ഒരു വർഷത്തിനുള്ളിൽ പ്രാവർത്തികമായാൽ വാസുപുരം താല്ക്കാലിക ബണ്ട് തുടർന്ന് കെട്ടേണ്ടതായി വരില്ല.

കാനത്തോട് റെഗുലേറ്റർ കം ബ്രിഡ്ജിന്റെ ഭരണാനുമതി റിവൈസ് ചെയ്യുന്നു, പരിപാടി സർക്കാർ പരിഗണനയിലാണ്. മറ്റു റെഗുലേറ്ററുകൾ പൂർത്തീകരിക്കുവാൻ സുസ്ഥിര പദ്ധതി ശ്രമിച്ചുകൊണ്ടിരിക്കുകയാണ്. എല്ലാ റെഗുലേറ്റർ കം ബ്രിഡ്ജുകളും പൂർത്തിയായാൽ മണ്ഡലത്തിലെ നൂറ് ശതമാനം പേർക്കും കുടിവെള്ള ലഭ്യതയും ജലസേചനസാദ്ധ്യതയുള്ള പ്രദേശങ്ങളിൽ ജലസേചനസൗകര്യങ്ങളും ലഭ്യമാക്കാവുന്ന രീതിയിൽ കുടിവെള്ള, ജലസേചന പദ്ധതികൾ വിഭാവനംചെയ്തിട്ടുണ്ട്.

ശുദ്ധീകരിച്ച കുടിവെള്ള കവറേജ് സംസ്ഥാനതലത്തിൽ കേവലം 42 ശതമാനം മാത്രമാണ്. സുസ്ഥിരയുടെ ഇതുവരെയുള്ള ഇടപെടലുകളുടെ ഭാഗമായി മണ്ഡലത്തിലെ കവറേജ് 62 ശതമാനമായി ഉയർത്താനായി. 6 വലിയ കുടിവെള്ള പദ്ധതികളും 15 ചെറുകിട കുടിവെള്ള പദ്ധതികളുമാണ് 2006 ൽ തന്നെ വിഭാവനം ചെയ്തത്. പ്രധാന പദ്ധതികൾ

1.	നെന്മണിക്കര സമഗ്ര കുടിവെള്ള പദ്ധതി	കമീഷൻ ചെയ്തു. നെന്മണിക്കര പഞ്ചായത്തിലെ മുഴുവൻ പേർക്കും വെള്ളം.
2.	തൃക്കൂർ കുടിവെള്ള പദ്ധതി	തൃക്കൂർപഞ്ചായത്തിലെ മുഴുവൻ പേർക്കും വെള്ളം- കമീഷൻ ചെയ്തു.
3.	പുതുക്കാട് കുടിവെള്ള പദ്ധതി	പൂർത്തീകരണത്തിന് 9.5 കോടി രൂപ അനുവദിച്ചു. പുതുക്കാട്, പറപ്പൂക്കര, അളഗപ്പനഗർ ഗ്രാമപഞ്ചായത്തുകളിലെ മുഴുവൻ പേർക്കും കുടിവെള്ളം ലഭിക്കും.

4.	വല്ലച്ചിറ കുടിവെള്ള പദ്ധതി	കമീഷൻ ചെയ്തു. വല്ലച്ചിറയിലെ എല്ലാവർക്കും കുടിവെള്ളം ലഭിക്കും.
5.	മറ്റത്തൂർ വരന്തരപ്പിള്ളി സമഗ്ര കുടിവെള്ള പദ്ധതി	40 കോടി രൂപ അനുവദിച്ചു. ടെൻഡർ നടപടി തുടരുന്നു. പ്രാഥമിക ഭരണാനുമതി ലഭിച്ചു.
6.	ആലത്തൂർ കുടിവെള്ള പദ്ധതി	കമ്മീഷൻ ചെയ്തു.

ഇവയിൽ നെന്മണിക്കര സമഗ്ര കുടിവെള്ള പദ്ധതി 2010 ൽ തന്നെ കമ്മീഷൻ ചെയ്തു. മണലിപ്പുഴയിൽനിന്നും എടുക്കുന്ന വെള്ളം ശുദ്ധീകരിച്ച് നല്കുന്ന ഈ പദ്ധതിയിലൂടെ നെന്മണിക്കര ഗ്രാമപഞ്ചായത്തിനെ എല്ലാവർക്കും കുടിവെള്ളം ലഭിക്കുന്ന പഞ്ചായത്തായി മാറ്റുകയും പ്രഖ്യാപനം നടത്തുകയുംചെയ്തു. മടവാക്കര ലിഫ്റ്റ് ഇറിഗേഷൻ കമ്മീഷൻ ചെയ്തു. ചിറ്റിശ്ശേരി ലിഫ്ട് ഇറിഗേഷൻ പദ്ധതി നിർദ്ദേശിക്കപ്പെട്ടിട്ടുണ്ട്. ഇതു കൂടി പൂർത്തീകരിച്ചാൽ സമ്പൂർണ്ണ ജലസേചിത പഞ്ചായത്ത് എന്ന ലക്ഷ്യത്തിൽപോലും നെന്മണിക്കര എത്തിച്ചേരും. ഇതോടെ എല്ലാവർക്കും ശുദ്ധജലവും എല്ലായിടങ്ങളിലും ജലസേചനസൗകര്യവുമുള്ള ആദ്യത്തെ പഞ്ചായത്താകും നെന്മണിക്കര.

10 വർഷങ്ങളിലധികമായി മുടങ്ങിക്കിടന്നിരുന്ന പദ്ധതിയാണ് തൃക്കൂർ കുടിവെള്ള പദ്ധതി. 2007 ൽ ഈ പദ്ധതി പുനർജ്ജനിപ്പിക്കുവാൻ ശ്രമം ആരംഭിച്ചു. ഈ പദ്ധതി 2013 നവംബറിൽ കമ്മീഷൻ ചെയ്തു. മണലിപ്പുഴയിൽ നിന്നുമെടുക്കുന്ന വെള്ളം ശുദ്ധീകരിച്ചുകൊണ്ടാണ് തൃക്കൂർ പദ്ധതി നടന്നു വരുന്നത്. ഈ പദ്ധതിയുടെ ചില വിപുലീകരണം നടന്നു കഴിഞ്ഞാൽ തൃക്കൂർ ഗ്രാമപഞ്ചായത്തും സമ്പൂർണ്ണ കുടിവെള്ള ലഭ്യതയുള്ള പ്രദേശമായി മാറും. 10 കോടി രൂപയാണ് പദ്ധതി ചെലവ്.

ഊരകം കുടിവെള്ള പദ്ധതി 2013 നവംബറിൽ കമ്മീഷൻ ചെയ്തു. ബഹു.ജലവിഭവവകുപ്പ് മന്ത്രി ശ്രീ. പി ജെ ജോസഫാണ് രണ്ട് പദ്ധതികളും കമ്മീഷൻ ചെയ്തത്. കരുവന്നൂർപ്പുഴയിൽനിന്ന് വെള്ളമെടുത്ത് ശുദ്ധീകരിച്ചുകൊണ്ടാണ് ഊരകം പദ്ധതി വല്ലച്ചിറയിൽ കുടിവെള്ളം ലഭ്യമാക്കിയിരിക്കുന്നത്. ചെറിയ ചില വിപുലീകരണം കൂടി പൂർത്തിയാക്കിയാൽ വല്ലച്ചിറയും സമ്പൂർണ്ണ കുടിവെള്ളലഭ്യതാ പഞ്ചായത്തായി മാറും. 7 കോടി രൂപയാണ് പദ്ധതി ചെലവ്.

കുറുമാലിപ്പുഴയിൽനിന്നും വെള്ളം എടുത്ത് ശുദ്ധീകരിച്ച് പുതുക്കാട്, അളഗപ്പനഗർ, പറപ്പൂക്കര ഗ്രാമപഞ്ചായത്തുകൾക്ക് കുടിവെള്ളം എത്തിക്കുന്ന പദ്ധതിയാണ് പുതുക്കാട് കുടിവെള്ള പദ്ധതി. 14 കോടി രൂപയുടേതാണ് ഈ പദ്ധതി. പദ്ധതിയുടെ ജലവിതരണ സംവിധാനങ്ങൾ പൂർത്തിയായിക്കഴിഞ്ഞു. ജലശുദ്ധീകരണവും ശേഖരണവും നടത്തുന്ന പദ്ധതിയുടെ പ്രവർത്തനം ആരംഭിക്കുകയാണ്. ഈ പദ്ധതി പൂർത്തിയാ

യാൽ അളഗപ്പനഗർ, പുതുക്കാട്, പറപ്പൂക്കര ഗ്രാമപഞ്ചായത്തുകളും സമ്പൂർണ്ണ കുടിവെള്ള പഞ്ചായത്തുകളായി മാറും.

എം എൽ എയുടെ ആസ്തിവികസന ഫണ്ടുപയോഗിച്ച് രണ്ട് കുടിവെള്ള പദ്ധതികൾ കൂടി ആരംഭിക്കുകയാണ്. 3.27 കോടി രൂപയുടെ നായാട്ടുകുണ്ട് കുടിവെള്ള പദ്ധതിയും, 72 ലക്ഷം രൂപയുടെ ആലത്തൂർ കുടിവെള്ളപദ്ധതിയും. 72 ലക്ഷം രൂപയുടെ ചെലവിൽ ആനപ്പാന്തം ആദിവാസികോളനികുടിവെള്ള പദ്ധതിയും ആരംഭ ദിശയിലാണ്. 10 ആദിവാസികോളനികളിലും കുടിവെള്ള പദ്ധതി നടപ്പിലാക്കിക്കഴിഞ്ഞു. ഇത്തരത്തിൽ 15 ലധികം ചെറുകിടകുടിവെള്ളപദ്ധതികൾ വിവിധ ഘട്ടങ്ങളിലാണ്. കുഴൽക്കിണറിലെ ജലമുപയോഗിച്ച് 10 പദ്ധതികളും നടപ്പിലാക്കി കഴിഞ്ഞു.

ഏറ്റവും വലിയ രണ്ട് പഞ്ചായത്തുകളാണ് മറ്റത്തൂരും വരന്തരപ്പിള്ളിയും. ഈ രണ്ട് പഞ്ചായത്തുകളിലും കുടിവെള്ളക്ഷാമം രൂക്ഷമാണ്. അതുകൊണ്ടുതന്നെ രണ്ടു പഞ്ചായത്തുകളിലും സമഗ്രകുടിവെള്ള പദ്ധതി രൂപീകരിക്കുവാൻ ജലവിഭവ വകുപ്പ് ശ്രമിച്ചുവരികയാണ്. മറ്റത്തൂരിലെ സമഗ്രകുടിവെള്ളപദ്ധതിയുടെ വിശദമായ പ്രോജക്ട് റിപ്പോർട്ട് പൂർത്തീകരിച്ചു കഴിഞ്ഞു. ഇതിന് 40 കോടി രൂപ അനുവദിച്ചു. പ്രവർത്തനം ആരംഭിക്കുകയാണ്. വരന്തരപ്പിള്ളിയുടെ പദ്ധതിരൂപീകരണം നടന്നുവരുന്നു. ഇതു കൂടി പൂർത്തിയാക്കി നടപ്പിലായാൽ പുതുക്കാട് മണ്ഡലത്തിലെ 8 ഗ്രാമപഞ്ചായത്തിലും എല്ലാവർക്കും ശുദ്ധജലം ലഭ്യമാകുന്ന സാഹചര്യം ഉണ്ടാകും. നിർദ്ദേശിക്കപ്പെട്ട റെഗുലേറ്റർ കം ബ്രിഡ്ജുകളും ലിഫ്ട് ഇറിഗേഷനും കൂടി പൂർത്തീകരിച്ചാൽ കുടിവെള്ള ജലസേചനസൗകര്യങ്ങൾ പൂർണ്ണമായും ലഭ്യമാകുന്ന മണ്ഡലമായി പുതുക്കാട് മാറും.

ജലസേചനസൗകര്യങ്ങൾ കൂടി വർദ്ധിപ്പിച്ച് ശുദ്ധജലസമ്പന്നമായ മണ്ഡലമാക്കുവാനാണ് സുസ്ഥിര പദ്ധതി ശ്രമിക്കുന്നത്. കുറുമാലിപ്പുഴയിൽനിന്നും പീച്ചി കനാലിലേക്ക് വെള്ളമെത്തിക്കുന്ന തോട്ടുംമുഖം ലിഫ്റ്റ് ഇറിഗേഷൻ പദ്ധതി മണ്ഡലത്തിന്റെ ഏറ്റവും വലിയ സ്വപ്നങ്ങളിൽ ഒന്നാണ്. ഈ പദ്ധതി മുടങ്ങിക്കിടക്കുകയായിരുന്നു. ഇപ്പോൾ അത് പുനരാരംഭിച്ചു. തോട്ടുംമുഖം ലിഫ്ട് ഇറിഗേഷൻ പദ്ധതിക്ക് 12 കോടി രൂപ അനുവദിച്ചു. തൊഴിലുറപ്പ് പദ്ധതിയിലൂടെയും ഹിൽഏരിയ ഡെവലപ്മെന്റ് ഏജൻസിയുടെയും നേതൃത്വത്തിൽ തടയണകൾ നിർമ്മിച്ചിട്ടുണ്ട്. 1 കോടി രൂപ ചെലവഴിച്ച് ആമ്പല്ലൂർ കനാൽ നവീകരിക്കുവാൻ കഴിഞ്ഞതിനാൽ അളഗപ്പനഗർ, തൃക്കൂർ ഗ്രാമപഞ്ചായത്തുകളിൽ കൂടുതൽ കനാൽ ജലം കഴിഞ്ഞ 4 വർഷങ്ങളായി ലഭ്യമാകുന്നുണ്ട്. രണ്ട് നദികളുടെ ജലസമൃദ്ധിയെ മണ്ഡലത്തിന്റെ മുഴുവൻ ജലസമൃദ്ധിയാക്കുക എന്ന ലക്ഷ്യത്തിലാണ് സുസ്ഥിര പുരോഗമിക്കുന്നത്. മണ്ഡലത്തിന്റെ സുസ്ഥിരവികസനത്തിന്റെ അടിത്തറ തന്നെ ഈ നേട്ടമാണ്.

ഉദ്ഗ്രഥനം എന്ന ആശയം ഏറ്റവും അർത്ഥവത്താകുന്ന ഒരു മേഖലയാണ് ജലവിഭവമേഖല. ജലവിഭവ വകുപ്പ്, കേരള വാട്ടർ അതോറിറ്റി,

പട്ടികജാതി പട്ടികവർഗ്ഗവകുപ്പുകൾ ഭൂഗർഭജലവകുപ്പ് ജലധാരപദ്ധതി തൊഴിലുറപ്പ് പദ്ധതി, ഹിൽ ഏരിയ ഡെവലപ്മെന്റ് ഏജൻസി, കേന്ദ്രാവിഷ്കൃത പദ്ധതികൾ, ഗ്രാമബ്ലോക്ക്ജില്ലാ പഞ്ചായത്തുകൾ എം എൽ എ, എം പി ഫണ്ടുകൾ ആസ്തിവികസന ഫണ്ട്, റവന്യുവകുപ്പ് ഫണ്ട്, വനംവകുപ്പ് തുടങ്ങിയ സാദ്ധ്യതയുള്ള മുഴുവൻ വിഭവങ്ങളും ഉദ്ഗ്രഥിക്കുവാൻ സാധിച്ചത് സുസ്ഥിരയുടെ ഉദ്ഗ്രഥന സങ്കല്പം ശരിയാണ് എന്ന് ബോദ്ധ്യപ്പെടുത്തുന്നതാണ്.

സമഗ്രമായ ഒരു മാസ്റ്റർ പ്ലാനും ഫണ്ടുകളുടെ കൃത്യമായ ഉദ്ഗ്രഥനവും ഉണ്ടെങ്കിൽ ഏതു മേഖലയിലെയും പ്രശ്നങ്ങൾക്ക് പരിഹാരം കാണുവാൻ സാധിക്കുമെന്ന് സുസ്ഥിര പുതുക്കാട് വികസനപദ്ധതി ജലവിഭവമാനേജ്മെന്റിലൂടെ തെളിയിക്കുന്നു.

9

കാർഷിക പശ്ചാത്തലവും സുസ്ഥിരയുടെ ഇടപെടലും

അസംഘടിതമായ ഒരു കാർഷിക മേഖലയാണ് പുതുക്കാട് മണ്ഡലത്തിന്റെ അതിർത്തിയിൽ വർഷങ്ങളായി നിലനിന്നിരുന്നത്. ഭക്ഷ്യവിളകളും നാണ്യവിളകളും കൃഷിചെയ്തുവന്നിരുന്ന പ്രദേശത്ത് കർഷക പങ്കാളിത്തത്തോടെയുള്ള കൂട്ടുകൃഷി സംവിധാനം ഭക്ഷ്യഉല്പാദന രംഗത്ത് തീർത്തും അന്യമായിരുന്നു. ഏകദേശം 900 ഹെക്ടർ നിലം കൃഷി പ്രദേശം ഉണ്ടായിരുന്ന പുതുക്കാട്, ഗ്രൂപ്പ് ഫാമിങ് സമിതികൾ നിലവിലുണ്ടായിരുന്നുവെങ്കിലും സംഘടിതവും, ശാസ്ത്രീയവുമായ കൃഷിമുറകൾ അനുവർത്തിച്ചിരുന്നില്ല. നെൽകൃഷി നഷ്ടത്തിലേക്ക് കൂപ്പുകുത്തുന്നതിന് ഇത് ഒരു പ്രധാന കാരണമായി. നെൽകൃഷി പ്രദേശങ്ങൾ തരിശിടാൻ തുടങ്ങിയപ്പോൾ ഈ മേഖലയിലെ പരിചയ സമ്പന്നരായ കർഷക തൊഴിലാളികൾ കൂടുതൽ വരുമാന മാർഗ്ഗമുള്ള നിർമ്മാണ മേഖലയിലേക്ക് ചേക്കേറാൻ തുടങ്ങി. കളിമൺ വ്യവസായത്തിനാവശ്യമായ കളിമണ്ണെടുക്കുന്ന പ്രക്രിയ അമിതമായി വളർന്നപ്പോൾ നെല്ലുല്പാദനം ഗുരുതരമായ പ്രതിസന്ധിയിലായി.

തെങ്ങും, ഇടവിളകൃഷിയും തുണ്ടുവല്ക്കരിക്കപ്പെട്ട പുരയിടകൃഷിയിടങ്ങളായി മാറുന്ന പ്രവണത മറ്റ് പ്രദേശങ്ങളെപ്പോലെതന്നെ ഈ പ്രദേശത്തുമുണ്ടായി. ഈ മേഖലയിൽ കൂട്ടുകൃഷി സമ്പ്രദായത്തിന് യാതൊരു ഇടപെടലുകളും മുൻകാലങ്ങളിൽ ഉണ്ടായിരുന്നില്ല. പുരയിട കൃഷി സ്ഥലങ്ങൾ ബഹുനില വിളകൃഷിക്ക് ഉപയുക്തമാക്കണം എന്നും, അതുവഴി ഒരു യൂണിറ്റ് സ്ഥലത്തുനിന്നുമുള്ള മൊത്തം കാർഷിക വരുമാനം വർദ്ധിപ്പിക്കാമെന്നുമൊക്കെ ശാസ്ത്രീയമായി തെളിയിച്ചിട്ടുണ്ടെങ്കിലും, ഇക്കാര്യങ്ങൾ പ്രാവർത്തികമാക്കാനുള്ള ഒരു സംഘടിതശ്രമവും ഈ മേഖലയിൽ നടന്നിരുന്നില്ല.

നെൽകൃഷി ലാഭകരമല്ലാതായപ്പോൾ, ഈ പ്രദേശങ്ങൾ വാഴ കൃഷി ചെയ്യുവാനായി കർഷകർ ഉപയോഗപ്പെടുത്താൻ തുടങ്ങി. കർഷകർക്ക് ന്യായവില ഉറപ്പാക്കാനുതകുന്ന തരത്തിൽ വിപണി കൂടുതലുള്ള റബ്ബർ തുടങ്ങിയ നാണ്യവിളകളിലേക്ക് മേഖല വഴിമാറുന്ന പ്രവണതയും ഉണ്ടായി.

കാർഷിക മേഖലയിൽ അടിസ്ഥാന സൗകര്യങ്ങൾക്കായുള്ള മുതൽ മുടക്കിൽ കാര്യമായ കുറവ് സംഭവിച്ചു. നിലവിലുള്ള അടിസ്ഥാന സൗകര്യങ്ങൾ വേണ്ട വിധത്തിൽ പരിപാലിക്കുന്നതിനും പ്രയോജനപ്പെടുത്തുന്നതിനുമുള്ള ശ്രമങ്ങൾ ഉണ്ടായില്ല. വിളവെടുപ്പ്-സംഭരണം-സംസ്കരണം -വിപണനം തുടങ്ങിയ മേഖലകളിലൊന്നും തന്നെ കാര്യമായ ഇടപെടൽ ഉണ്ടായിരുന്നില്ല എന്നതും കാർഷിക മേഖലയുടെ ശിഥിലീകരണത്തിന് കാരണമായ ഘടകങ്ങളാണ്.

5 ഹെക്ടറിൽ തുടങ്ങി പരമാവധി 30 ഹെക്ടർ വരെ മാത്രം വരുന്ന ചെറിയ പാടശേഖരങ്ങളാണ് കൊടകര ബ്ലോക്ക് അതിർത്തിയിലുള്ളത്. ഏറ്റവും കൂടുതൽ നെൽകൃഷി പ്രദേശമുള്ള ഗ്രാമപഞ്ചായത്തുകൾ മറ്റത്തൂർ (300 ഹെക്ടർ), കൊടകര (170 ഹെക്ടർ), വരന്തരപ്പിള്ളി (135 ഹെക്ടർ), അളഗപ്പനഗർ (85 ഹെക്ടർ) എന്നിവയാണ്.

പ്രസ്തുത ഗ്രാമപഞ്ചായത്തുകളിലെല്ലാം പാടശേഖരസമിതികൾ നിലവിലുണ്ടായിരുന്നെങ്കിലും കൂട്ടുകൃഷി സമ്പ്രദായം പാടശേഖര സമിതി മുഖേന അനുവർത്തിച്ചിരുന്നില്ല. പാടശേഖര സമിതിക്ക് കൂട്ടായി കൃഷിപ്പണികൾ നടത്തുന്നതിനോ നെൽകൃഷിക്ക് വേണ്ട ഉല്പാദനോപാധികൾ സംഭരിക്കുന്നതിനോ വേണ്ടതായ മൂലധനാസ്തിയും ഉണ്ടായിരുന്നില്ല. ചെറുകിട യന്ത്രവല്ക്കരണത്തിനായുള്ള മുതൽമുടക്ക് വളരെ കൂടുതലായിരുന്നു.

തരിശുപാടങ്ങൾ തളിർത്തപ്പോൾ

നെൽവയൽ സംരക്ഷണത്തിന്റെ ഗുണദോഷ വിചാരങ്ങൾ കൊടുമ്പിരിക്കൊള്ളുമ്പോഴും നെൽവയലുകൾ പാരിസ്ഥിതിക സംരക്ഷണത്തിൽ വഹിക്കുന്ന പങ്കും സുരക്ഷയും വേണ്ടത്ര തോതിൽ ചർച്ചചെയ്യപ്പെടുന്നില്ല. കേരളത്തിന്റെ ഇടനാട് പ്രദേശത്തിന്റെ പ്രത്യേകതയാണ് ഏലാകൾ എന്നറിയപ്പെടുന്ന നീർവരി പ്രദേശങ്ങൾ. കുന്നുകളും അവയ്ക്കിടയിലെ പാടങ്ങളും ചേർന്നുള്ള ശൃംഖലയിൽ കുന്നുകളിൽ വീഴുന്ന മഴവെള്ളം പാടങ്ങളിൽ സംഭരിക്കപ്പെടുന്നു. അവയിൽ നല്ലൊരു പങ്ക് സ്വാഭാവിക ഭൂജല പോഷണത്തിനും, മറ്റൊരു പങ്ക് കൈത്തോടുകളിലേക്കും പോകുന്നു. നെൽപാടങ്ങൾ നികത്തുകയോ ഇതര ആവശ്യങ്ങൾക്കായി ഇവയെ ഉപയോഗിക്കുകയോ ചെയ്യുന്നത് ഏലാകളെ ആശ്രയിച്ചുള്ള സ്വാഭാവിക കാർഷികവ്യവസ്ഥയും പരിസ്ഥിതിയും നശിപ്പിക്കും. പാടങ്ങളുടെ ഓരത്തുകൂടിയുള്ള കൈത്തോടുകൾ വരണ്ടു പോകുമെന്നു മാത്ര

മല്ല കുടിവെള്ളത്തിനുപയോഗിക്കുന്ന കിണറുകൾ ഇല്ലാതാകുകയും വെള്ളത്തിന്റെ സ്വയംപര്യാപ്തത നശിക്കുകയും ചെയ്യും. അതോടൊപ്പം തന്നെ സസ്യങ്ങൾ, പക്ഷികൾ മറ്റ് ജീവജാലങ്ങൾ എന്നിവയുടെ വംശ നാശം സംഭവിക്കുകയും ചെയ്യും. പരസ്പര ബന്ധിതമായ ഈ പാരി സ്ഥിതികവശമാണ് വടക്കേ ഇന്ത്യയിലെ ഗോതമ്പുപാടങ്ങളിൽനിന്നും നെൽപ്പാടങ്ങളിൽനിന്നും നമ്മുടെ നെൽപാടങ്ങളെ വ്യത്യസ്തമാക്കുന്നത്.

കേരളത്തിൽ നെൽകൃഷി നിലനില്ക്കേണ്ടത് ഭക്ഷ്യസുരക്ഷയ്ക്കു വേണ്ടി മാത്രമല്ലെന്നും ജലസുരക്ഷ, പരിസ്ഥിതി, ജൈവവൈവിദ്ധ്യസം രക്ഷണം എന്നിവയ്ക്കുവേണ്ടി കൂടിയുള്ളതാണെന്ന തിരിച്ചറിവുണ്ടാക ണം. കൃഷി വിപുലപ്പെടുത്തി ഭക്ഷ്യസുരക്ഷ ഉറപ്പാക്കുന്നതോടൊപ്പം തന്നെ കാർഷിക അനുബന്ധമായി പരമ്പരാഗത വ്യവസായങ്ങളും സംര ക്ഷിക്കാനാകും. കളിമൺ വ്യവസായമൊഴികെയുള്ള എല്ലാ പരമ്പരാഗ തവ്യവസായങ്ങളും കൃഷിയുമായി പ്രത്യക്ഷമായോ പരോക്ഷമായോ ബന്ധമുള്ളതും പരസ്പരപൂരകവുമാണ്. പ്രകൃതിയാലും ജലസമ്പന്നത യാലും ജൈവവൈവിദ്ധ്യത്താലും സമ്പന്നമായ പുതുക്കാട്, കൃഷി തകർക്കുന്ന തരത്തിലേക്ക് കളിമൺവ്യവസായം വളർന്നു വരുന്ന സാഹ ചര്യത്തിലാണ് സുസ്ഥിര പദ്ധതിയുടെ ആവിർഭാവം. 140 ലേറെ ടൈൽ ഫാക്ടറികളുള്ള കൊടകരയിൽ പതിനായിരത്തിലേറെ കുടുംബങ്ങളുടെ ജീവിതമാർഗ്ഗവും ഈ കളിമൺ വ്യവസായം തന്നെയാണ്. അതു കൊണ്ടുതന്നെ കളിമൺ വ്യവസായത്തെ പരമാവധി സംരക്ഷിച്ചുകൊണ്ട് കൃഷി മെച്ചപ്പെടുത്തുന്നതിനുള്ള തന്ത്രമാണ് സുസ്ഥിരയിൽ സ്വീകരിച്ചത്.

നിലവിലുള്ള കാർഷികമേഖലയുടെ ഉല്പാദനക്ഷമത (Productivity), വൈവിദ്ധ്യവല്ക്കരണം (diversity) കൃഷിയിടങ്ങളിൽ പരമാവധി വർദ്ധിപ്പിക്കുക എന്നതിനാണ് മുൻഗണന നല്കിയത്. അതുകൊണ്ടാണ് ഗാലസ പദ്ധതി നടപ്പിലാക്കുവാൻ ശ്രമിച്ചത്. GALASA (Group Approach for Locally Adaptable and Sustainable Agriculture) എന്നാൽ തുണ്ടം തുണ്ടമായി മാറിയ കൃഷിഭൂമിയെ സംഘകൃഷിയിലൂടെ ഒറ്റപ്പാടശേഖര മാക്കി എടുക്കുക എന്നതാണ്. ഒരേസമയം തന്നെ വയലൊരുക്കുകയും വിത്തിറക്കുകയും പരിപാലിക്കുകയും കൊയ്യുകയും ചെയ്യുന്ന ഈ കാർഷിക രീതിയിലൂടെ കാർഷികച്ചെലവ് വൻതോതിൽ കുറയ്ക്കാം എന്നുള്ളതിനാൽ നെൽകൃഷി ലാഭകരമാക്കാം.

ഒരേ സമയം വിളയിറക്കുന്നതിനാലും വളരുന്നതിനാലും കീടനാ ശിനിപ്രയോഗം ഗണ്യമായി കുറയ്ക്കാം എന്നതാണ് ഏറ്റവും വലിയ ഗുണം. ജൈവകൃഷി പോലെ രാസാംശമില്ലാത്ത നെല്ലും അരിയും ഉല്പാ ദിപ്പിക്കുവാൻ കഴിയും എന്നതാണ് വിലമതിക്കാൻ കഴിയാത്ത നേട്ടം. കേരളം മുഴുവൻ പ്രയോഗിക്കാവുന്ന കാർഷികരീതിയാണ് ഗാലസ. ആയ തിന്റെ ഒട്ടനവധി സാങ്കേതികതകളും അനുഭവങ്ങളുമാണ് ഇനി വിവരി ക്കുന്നത്.

ഗാലസ-സാങ്കേതിക വശങ്ങളും, അനുഭവപാഠങ്ങളും

2006-07 സാമ്പത്തികവർഷത്തെ ഗാലസ പദ്ധതി നടന്ന പ്രദേശങ്ങളിൽ ആണ് ഈ ബ്ലോക്ക് പ്രദേശത്താദ്യമായി 'ഉമ' നെൽവിത്തിനം പരീക്ഷിച്ചത്. കേരള കാർഷികസർവ്വകലാശാലയുടെ ആലപ്പുഴ ജില്ലയിലെ മങ്കൊമ്പ് ഗവേഷണകേന്ദ്രത്തിൽനിന്ന് 1998 ൽ പുറത്തിറങ്ങിയ വിത്തിനമാണ് ഉമ (എം ഒ 16) മുണ്ടകൻ വിളക്കാലത്തേക്ക് യോജിച്ച ഈ വിത്തിനത്തിന് നമ്മുടെ പ്രദേശത്ത് 125-130 ദിവസം മൂപ്പാണ് കണ്ടത്. ഈ ഇനത്തിന് ഋതുബന്ധ സ്വഭാവമില്ല. ഇടത്തരം നീളമുള്ള ചുവന്നുരുണ്ട അരിമണികളാണുള്ളത്. നെൽചെടികൾ ഇടത്തരം ഉയരത്തോടുകൂടി ചായുന്ന സ്വഭാവമില്ലാത്തതാണ്. കൊയ്ത്തുകഴിഞ്ഞ നെല്ല് 30 ദിവസത്തെ സുഷുപ്താവസ്ഥയ്ക്കു ശേഷമേ വിത്തായി ഉപയോഗപ്പെടുത്താനാവൂ. ജ്യോതി നെല്ലിനത്തോളം തന്നെ ഉയർന്ന അരി വീഴ്ചയും മില്ലിങ് ഗുണങ്ങളും ഉമ നെല്ലിനത്തിനുണ്ട്. ഉമ അരി ഉപയോഗിച്ച കർഷകരുടെ അഭിപ്രായം ഇതിന്റെ ചോറിന് ജ്യോതി അരിയുടെ ചോറിനേക്കാൾ ഉരം (പരുപരുപ്പ്) കൂടുതലാണെന്നാണ്. ജ്യോതി വിത്തിനേക്കാൾ ഉമയ്ക്ക് താരതമ്യേന രോഗകീടബാധ കുറവായിട്ടാണ് കണ്ടത്. മുൻവർഷത്തെ ഉമ നെൽവിത്തുപയോഗിച്ചുള്ള ഇത്രയും അനുഭവത്തിന്റെ അടിസ്ഥാനത്തിലാണ് 2007-08 സാമ്പത്തിക വർഷത്തിൽ മുണ്ടകൻ സീസണിൽ, ഗാലസ നടത്തിപ്പിനായി ഉമ നെൽവിത്തു തന്നെ തെരഞ്ഞെടുത്തത്. കേരളസംസ്ഥാന വിത്ത് വികസന അതോറിറ്റിയാണ് പദ്ധതി നടത്തിപ്പിനായുള്ള നെൽവിത്ത് സംഭരിച്ച് വിതരണം ചെയ്തത്. അതിൽ മറ്റത്തൂർ ഗ്രാമ പഞ്ചായത്തിലെ ചാഴിക്കാട്, കോപ്ലിപ്പാടം, കോടാലിപ്പാടം എന്നീ പാടശേഖരങ്ങളിലുൾപ്പെട്ട 45 ഹെക്ടർ പ്രദേശത്തേക്ക് രജിസ്റ്റേഡ് വിത്തുല്പാദന പരിപാടി നടപ്പിലാക്കുന്നതിനായി 2700 കിലോഗ്രാം ഫൗണ്ടേഷൻ വിത്ത് വിത്തുവികസനഅതോറിറ്റി സൗജന്യമായി നല്കിയിരുന്നു.

വിതയും ഞാറ്റടിയും

മറ്റത്തൂർ ഗ്രാമപഞ്ചായത്തിൽ ചാഴിക്കാട്, മാങ്കുറ്റിപ്പാടം എന്നീ പാടശേഖരങ്ങളിൽ നടീൽ രീതിയാണ് അനുവർത്തിച്ചത്. മറ്റുപാടങ്ങളിൽ ചേറ്റുവിത രീതിയും അനുവർത്തിച്ചു. കൊടകര, അളഗപ്പനഗർ, വരന്തരപ്പിള്ളി എന്നീ ഗ്രാമപഞ്ചായത്തുകളിലെ പാടശേഖരങ്ങളിൽ പ്രധാനമായും നടീൽ രീതിയാണ് അവലംബിച്ചത്.

വിത്ത് നനയ്ക്കൽ

അളഗപ്പനഗർ, വരന്തരപ്പിള്ളി, കൊടകര ഗ്രാമപഞ്ചായത്തുകളിൽ സ്യൂഡോമോണസ് ഫ്ളൂറൻസ് എന്ന ജൈവരോഗനിയന്ത്രണ ഫോർമുലേഷൻ വിത്തു പരിചരണത്തിനായി ഉപയോഗിച്ചു. ഒരു കിലോഗ്രാം നെൽവിത്തിന് 10 ഗ്രാം സ്യൂഡോമോണസ് ഫ്ളൂറൻസ് മിശ്രിതം

നെൽവിത്ത് മുക്കുവാൻവേണ്ട വെള്ളത്തിൽ കലർത്തി അതിലേക്ക് വിത്തിട്ട് നേരത്തോട് നേരം വയ്ക്കുന്ന രീതിയാണ് അനുവർത്തിച്ചത്. നെൽവിത്ത്, പാടശേഖരസമിതി മുഖാന്തരം കർഷകർക്ക് വിതരണം ചെയ്യുന്നതിനു മുമ്പ് ആയതിന്റെ മുളപ്പ് നന്മ പാടശേഖരസമിതി നേരിട്ട് പരിശോധിച്ചു ഉറപ്പാക്കിയിരുന്നു. പരിശോധനയ്ക്കെടുത്ത വിത്ത് സാമ്പിളുകളിൽ 80 ശതമാനം വിത്ത് മുളച്ചിട്ടുണ്ടെന്ന് കർഷകരെ ബോദ്ധ്യപ്പെടുത്തിയതിന് ശേഷം മാത്രമേ വിത്ത് കർഷകർക്ക് വിതരണം ചെയ്തിട്ടുള്ളൂ. പ്രതി ഹെക്ടറിന് 60 കിലോഗ്രാം എന്ന തോതിലാണ് വിത്ത് ഉപയോഗപ്പെടുത്തിയത് (അതായത് പറയ്ക്ക് 3 കിലോഗ്രാം വിത്ത്). വിത്തിന്റെ ഉയർന്ന അളവിലുള്ള ഉപയോഗം ശാസ്ത്രീയമായി ശരിയല്ല എന്ന് കർഷകരെ ബോദ്ധ്യപ്പെടുത്തിയതിന് ശേഷമാണ് വിതയായാലും, നടീലായാലും വിത്തിന്റെ ഉപയോഗം ഇത്ര കണ്ട് കുറയ്ക്കാനായത്.

ഗാലസ നേട്ടങ്ങൾ

കൃഷിച്ചെലവ് പ്രതി ഹെക്ടറിന് 3080/രൂപയോളം കുറയ്ക്കാൻ കഴിഞ്ഞു. അങ്ങനെ മൊത്തം 2.31 ലക്ഷം രൂപ ലാഭിക്കാനായി.

75 ഹെക്ടർ സ്ഥലത്തുനിന്നും 168.75 ടൺ നെല്ല് അധികമായി ഉല്പാദിപ്പിക്കാൻ കഴിഞ്ഞു.

ഗുണമേന്മയുള്ള വിത്ത് പ്രതി ഹെക്ടറിന് 60 കിലോഗ്രാം മതിയാകുമെന്നത് അനുഭവത്തിലൂടെ കൃഷിക്കാരെ ബോദ്ധ്യപ്പെടുത്താനായി.

സാധാരണയായി 80–100 കിലോഗ്രാം വരെ നെൽവിത്ത് പ്രതി ഹെക്ടറിന് നിർബ്ബന്ധമായും ഉപയോഗപ്പെടുത്തിയിരുന്ന കൃഷിക്കാരിൽ വിത്തിന്റെ ഉപയോഗത്തെ സംബന്ധിച്ച് ഇത്തരത്തിലുള്ള ഒരു അവബോധം ഉണ്ടാക്കാൻ സാധിച്ചു എന്നത് ഒരു സാങ്കേതിക നേട്ടമാണ്.

ഒരേ സമയം ഒരേ വിത്ത് കൃഷിയിറക്കുക വഴി രോഗകീടബാധ കുറയ്ക്കാനായതും ലഭ്യമായ കർഷകത്തൊഴിലാളികളെ സംഘടിതമായി ഒരേ സമയം ഉപയോഗിക്കാൻ സാധിച്ചതും, കാർഷിക യന്ത്രവല്ക്കരണത്തിന് വഴിയൊരുക്കിയതും എടുത്തുപറയത്തക്ക നേട്ടങ്ങളാണ്.

മൂന്ന് പാടശേഖരങ്ങളിലേയും ലഭ്യമായ മുഴുവൻ കൃഷിസ്ഥലവും നെൽകൃഷിക്കായി ഉപയോഗപ്പെടുത്താൻ സാധിച്ചു. സ്ഥിരമായി തരിശിട്ടിരുന്ന ഭൂവുടമകളുടെ സ്ഥലം പാടശേഖരസമിതിയുടെ നേതൃത്വത്തിൽ പാട്ടത്തിനെടുത്താണ് കൃഷി ചെയ്തിരുന്നത്. പദ്ധതിയുടെ നടത്തിപ്പുകൊണ്ട് 1100 തൊഴിൽ ദിനങ്ങൾ സൃഷ്ടിക്കാൻ കഴിഞ്ഞു.

കൃഷി ചെലവ് കുറയ്ക്കാനായതും, പദ്ധതിയുടെ ആനുകൂല്യം ലഭിച്ചതും, അധികമായി ഉല്പാദിപ്പിച്ച നെല്ലിന്റെ വിലയും പരിഗണിച്ചാൽ പ്രതി ഹെക്ടറിന് 17,600 രൂപ ലാഭമുണ്ടാക്കാൻ സാധിച്ചു.

അസംഘടിതരായിരുന്ന കർഷകരെ പാടശേഖരസമിതിയുടെ ചിട്ടയായ പ്രവർത്തനംമൂലം സംഘടിപ്പിച്ച് ഒരു സമൂഹമായി നിലനിർത്താൻ സാധിച്ചു. സംഘടിതമായ രീതിയിൽ നെൽകൃഷി ചെയ്തതിനാൽ കൃഷി

സ്ഥലങ്ങൾ മറ്റ് ആവശ്യങ്ങൾക്കായി ഉപയോഗപ്പെടുത്താനുള്ള പ്രവണത തടയാനായി.

നെല്ലിന്റെ സംഭരണത്തിലും, വിപണനത്തിലും കർഷകരുടെ കൂട്ടായ്മ ഒന്നുകൊണ്ടുമാത്രം പൊതുവിപണിയിൽ നല്ല വില ലഭിക്കുന്നതിനും, നെല്ല് വില്പന നടത്തിയ അന്നു തന്നെ കൃഷിക്കാർക്ക് തുക ലഭ്യമാക്കുന്നതിനും സാധിച്ചു.

മുണ്ടകൻ കൊയ്ത്തിനുശേഷം പാടങ്ങളിൽ പയർ, വെള്ളരി, മറ്റ് പച്ചക്കറിവിളകൾ എന്നിവ കൂടുതൽ സംഘടിതമായി കൃഷിചെയ്ത് മികച്ച വിപണി കണ്ടെത്താൻ സാധിച്ചു.

നെല്ലും, ഡെയ്ഞ്ചവളപയറും ഒരുമിച്ച് വിതച്ചുള്ള കൃഷിരീതി പരീക്ഷണാടിസ്ഥാനത്തിൽ നടപ്പിലാക്കി.

2,4 ഡി കളനാശിനി ഏക്കറിന് 500 ഗ്രാം അതായത് ഒരു പെട്ടി 200 ലിറ്റർ വെള്ളത്തിൽ കുറ്റിപ്പമ്പോ, ചവിട്ടുപമ്പോ ഉപയോഗിച്ച് കുളിർക്കെ തളിക്കുന്ന രീതിയാണ് അവലംബിച്ചത്. കളനാശിനി പ്രയോഗത്തിന് മുമ്പേ വെള്ളം വാർത്ത് നൂൽ നിരപ്പിലാക്കി വരമ്പ് കെട്ടിയിരുന്നു. കളനാശിനിപ്രയോഗത്തിനു ശേഷം 3-ാം പക്കം മങ്ങ് മഞ്ഞളിച്ച് കാണുമ്പോൾ വെള്ളം കയറ്റുന്നു. ഇങ്ങനെ ചെയ്യാൻ സാഹചര്യമില്ലാത്ത സ്ഥലങ്ങളിൽ കളനാശിനി പ്രയോഗം ഫലപ്രദമായിരുന്നില്ല. കാരണം പഴുക്കാൻ തുടങ്ങിയ കളകൾ മണ്ണിൽ അഴുകി ചേരാൻ വെള്ളം പാടത്ത് ഉണ്ടെങ്കിലേ സാധിക്കൂ. വെള്ളമില്ലാത്ത അവസ്ഥയുണ്ടായാൽ മങ്ങ് ഇനത്തിൽപ്പെട്ട കളകൾ വീണ്ടും വേരൂന്നി പാടത്ത് തന്നെ നിലനില്ക്കും. കളനാശിനിപ്രയോഗത്തിനുശേഷം മൂന്നാം ദിവസം വെള്ളം കയറ്റിയശേഷം ഏക്കറിനു നൂറു കിലോഗ്രാം എന്ന തോതിൽ നീറ്റുകക്ക പൊടിയാക്കിയത് വിതറുന്നത് വളരെ ഫലപ്രദമാണ് എന്ന് കണ്ടു. കളകളുടെ അഴുകൽ പ്രക്രിയ ത്വരിതപ്പെടുത്തുന്നതിനും, ആ സമയത്തുണ്ടാകുന്ന മണ്ണിലെ പുളിപ്പ് (അമ്ലത്വം) കുറയ്ക്കുന്നതിനും ഈ രീതി സഹായകരമാണ്. വേണ്ട രീതിയിലുള്ള ജലനിയന്ത്രണത്തിന് സാദ്ധ്യമല്ലാത്ത സ്ഥലങ്ങളിൽ തൊഴിലാളികളെ ഉപയോഗിച്ച് കള പറിക്കുന്ന രീതിയാണ് പ്രാവർത്തികമാക്കിയത്. കളനാശിനി ഉപയോഗിക്കുമ്പോൾ ഉണ്ടാകുന്ന രാസാവക്ഷിപ്തങ്ങളെക്കുറിച്ച് കർഷകർക്ക് ആശങ്കയുണ്ടായിരുന്നു. കളനാശിനി പ്രയോഗത്തിനു ശേഷം മണ്ണിൽ അഴുകിച്ചേരുന്ന ജൈവാംശത്തിന്റെ അളവ് പരിഗണിക്കുമ്പോൾ ഇത് നിസ്സാരവും രാസപരമായി കളനാശിനിക്ക് സുരക്ഷിതമായ വിഘടനവും ആണ് സംഭവിക്കുന്നത് എന്നും മണ്ണിൽ മാരകമായ തോതിൽ രാസാവക്ഷിപ്തങ്ങൾ ഉണ്ടാകുന്നില്ലാ എന്നും കർഷകരെ ബോദ്ധ്യപ്പെടുത്താനായി. കളനിയന്ത്രണം നടപ്പാക്കുക വഴി രോഗകീടങ്ങളുടെ ആക്രമണം കുറയ്ക്കാനാകുമെന്ന് തെളിഞ്ഞു. കളകൾ നിറഞ്ഞ പാടത്ത് വിളയുടെ ആരോഗ്യത്തെ സാരമായി ബാധിക്കുന്നു എന്നതുകൊണ്ടും, രോഗകീടഹേതുക്കളുടെ വളർച്ചയ്ക്കും, വ്യാപനത്തിനും ഉതകുന്ന ഒരു സൂക്ഷ്മ കാലാവസ്ഥ നെൽച്ചെടി വളരുന്ന പ്രദേശത്ത് ഉണ്ടാകുന്നു എന്നതുകൊണ്ടും രോഗകീടാക്രമണം കളനിറഞ്ഞ പാടത്ത് കൂടുതലായിരിക്കും.

രോഗകീടനിയന്ത്രണം

പാടശേഖരസമിതിയുടെ നേതൃത്വത്തിൽ ദിവസവും നെൽവയലുകളിൽ കീടരോഗനിരീക്ഷണം കർഷകർ കൃത്യമായി നടത്തിയിരുന്നു. ജൈവനിയന്ത്രണ മാർഗ്ഗങ്ങളായ സ്യൂഡോമോണസ് ബാക്ടീരിയ മിശ്രിതവും ട്രൈക്കോഡർമ പരാദമൂട്ടകാർഡുകളും രോഗകീടബാധയ്ക്കു മുമ്പേ തന്നെയുള്ള പ്രതിരോധം എന്ന നിലയിൽ ഉപയോഗിച്ചിരുന്നു. അളഗപ്പനഗർ ഗ്രാമപഞ്ചായത്തിലെ വെണ്ടൂർ, കാവല്ലൂർ, വട്ടണാത്ര എന്നീ പാടശേഖരങ്ങളിലും വരന്തരപ്പിള്ളി ഗ്രാമപഞ്ചായത്തിലെ എല്ലാ പാടശേഖരങ്ങളിലും ജൈവകീടരോഗനിയന്ത്രണം പ്രയോജനപ്പെടുത്തിയിരുന്നു.

പാറ്റ പറക്കുമ്പോൾ മരുന്നടിക്കുക എന്ന നാട്ടറിവിന് ഊന്നൽ നല്കിയുള്ള കീടനിയന്ത്രണ മാർഗ്ഗങ്ങളാണ് മുഖ്യമായും പ്രയോഗിച്ചത്. ശലഭകീടങ്ങളായ ഓലചുരുട്ടിപ്പുഴു, ഓല വെട്ടിപ്പുഴു, തണ്ടുതുരപ്പൻ തുടങ്ങിയ കീടങ്ങളുടെ ശലഭാവസ്ഥയാണ് കൃഷിക്കാർ പാറ്റ എന്ന് വിശേഷിപ്പിക്കുന്നത്. ഓലവെട്ടിപ്പുഴുവിന്റെ ശലഭാവസ്ഥയെയാണ് വെള്ളപ്പാറ്റ എന്നും തണ്ടുതുരപ്പന്റെ ശലഭാവസ്ഥയെ മഞ്ഞപ്പാറ്റ എന്നും ഓലച്ചുരുട്ടിപ്പുഴുവിന്റെ ശലഭാവസ്ഥയെ വരയൻപാറ്റ എന്നും കൃഷിക്കാർ സാധാരണയായി വിശേഷിപ്പിക്കുന്നു. പാറ്റകൾ അഥവാ ശലഭങ്ങൾ നേരിട്ട് നെല്ലിന് ഒരു ക്ഷതവും ഉണ്ടാക്കുന്നില്ലാ എന്ന് കീടനിരീക്ഷണംകൊണ്ട് ബോദ്ധ്യപ്പെടുത്താനായി. ഈ ശലഭങ്ങൾ അടുത്ത തലമുറയെ സൃഷ്ടിക്കാൻ ശേഷിയുള്ള മുട്ടയിടുന്ന പെൺപാറ്റകൾകൂടി ഉൾപ്പെട്ടതാണെന്ന് അവർക്ക് ബോദ്ധ്യപ്പെട്ടു. അതുകൊണ്ടു പാറ്റ പറക്കുന്ന "ദശ" എന്നത് പാടത്ത് നെൽചെടികളിൽ കീടങ്ങളുടെ മുട്ടകളും മുട്ടകളിൽനിന്ന് വിരിഞ്ഞിറങ്ങുന്ന ചെറുപുഴുക്കളും ആയിരിക്കും. ഇവയെ നശിപ്പിക്കുന്ന കീടനാശിനികൾ കൃത്യമായ തോതിലും, അളവിലും, സമയത്തും പ്രയോഗിക്കുമ്പോൾ കീടത്തിന്റെ പുഴുദശ വ്യാപകമാകുന്നതിന് മുമ്പേ തന്നെ ചെറിയ തോതിലുള്ള കീടനാശിനിപ്രയോഗംകൊണ്ട് ഇവയെ കൂട്ടത്തോടെ നശിപ്പിക്കാനാകും എന്ന് മനസ്സിലാക്കി. ചെറുപാടങ്ങളിൽ കൃഷിക്കാർ സ്വന്തമായി ചെയ്തുവന്ന കീടനാശിനിപ്രയോഗത്തേക്കാൾ, പാടശേഖരാടിസ്ഥാനത്തിൽ പൊതുവായുള്ള മരുന്നുതളിയാണ് ഫലപ്രദം എന്നും ശാസ്ത്രീയമായി തെളിയിക്കപ്പെട്ടു. ഓലവെട്ടിപ്പുഴുവിന്റെ ആക്രമണം ഉണ്ടായപ്പോൾ വെള്ളം വാർക്കുന്ന രീതിയും, തിരിച്ച് വെള്ളം കയറ്റുമ്പോൾ കഴഭാഗത്ത് മണ്ണെണ്ണ ഇറ്റിക്കുന്ന രീതിയും, വെള്ളം നിറന്ന ശേഷം 50 സെന്റ് വലിപ്പമുള്ള പാടങ്ങളിൽ 6-7 സ്ഥലങ്ങളിൽ മണ്ണെണ്ണ കലർത്തിയ തവിട് നേരിട്ട് വെള്ളത്തിൽ ഇട്ടു കൊടുക്കുന്ന രീതിയും കൊണ്ടു മാത്രം ഈ കീടത്തെ നിയന്ത്രിക്കാനായി. നെല്ലിന് മുപ്പത് ദിവസത്തിനുമേൽ വളർച്ചയായാൽ വെള്ളപ്പാറ്റ മുട്ടയിട്ടുണ്ടാകുന്ന ഓലവെട്ടിപ്പുഴുവിന് വിളനാശം ഉണ്ടാക്കാൻ കെല്പുണ്ടാവില്ല എന്നും അതുകൊണ്ടു തന്നെ 30 ദിവസത്തിനുമേൽ മൂപ്പെത്തിയ നെല്ലിൽ വെള്ളപ്പാറ്റയെ കണ്ടാൽ മരുന്നടിക്കുകയോ മറ്റ് കീട

നിയന്ത്രണമാർഗ്ഗങ്ങളോ സ്വീകരിക്കേണ്ടതില്ലെന്നും കൃഷിക്കാർക്ക് മനസ്സിലായി.

കാനലുള്ള (നിഴലുള്ള) കരപ്രദേശത്തിന് തൊട്ടു കിടക്കുന്ന പാടങ്ങളിലാണ് ഓലചുരുട്ടിപ്പുഴുവിന്റെ ആക്രമണം ആദ്യം ആരംഭിക്കുക. ഓല വീതികൂടിയ കാഞ്ചന നെല്ലിനം ഓലചുരുട്ടി കീടത്തിന് ഏറ്റവും താല്പര്യമുള്ള ഇനമാണെന്ന് കൃഷിക്കാർക്ക് നേരിട്ട് ബോദ്ധ്യപ്പെട്ടു. ഓലചുരുട്ടിപ്പുഴുവിന്റെ തിളക്കമുള്ള ചിറകുകളുള്ള വരയൻ പാറ്റയെ കണ്ടാൽ അതിന്റെ വ്യാപനം കൂടുതലായുള്ള സ്ഥലങ്ങളിൽ ഉടനെ മരുന്നടിക്കണം.

തണ്ടുതുരപ്പൻ കീടത്തിന്റെ ശലഭദശയായ മഞ്ഞപ്പാറ്റ മേഞ്ഞ മേല്ക്കൂരപോലെ ചിറകൊതുക്കി വയ്ക്കുന്ന നിശാശലഭങ്ങളാണ്. പാടശേഖരങ്ങൾക്ക് സമീപമുള്ള വീടുകളിൽ രാത്രികാലങ്ങളിൽ ഇവ വിളക്കിനു ചുറ്റും കൂട്ടമായി എത്തുമ്പോഴും, വിളക്കുകെണികൾ സ്ഥാപിച്ചിട്ടുള്ള പാടങ്ങളിൽ ഈ ശലഭത്തിന്റെ സാന്നിദ്ധ്യം കൂടുതലുണ്ടാകുമ്പോഴും മരുന്നടിക്കണം. തണ്ടുതുരപ്പൻ പുഴുവിന്റെ ആക്രമണം ഉണ്ടായ നെൽച്ചെടികളിൽ മൂപ്പെത്താത്ത നെല്ലിൻ കൂമ്പ് ഊരിപ്പോരുന്ന ലക്ഷണവും, കതിരുനിരക്കുന്ന പാടത്ത് വെള്ളക്കതിർ ഉണ്ടാകുന്ന ലക്ഷണവും കാണുന്ന സമയത്ത് തണ്ടുതുരപ്പൻ കീടത്തിനെതിരെ മരുന്നടിക്കുന്ന രീതി അശാസ്ത്രീയമാണെന്ന് തെളിഞ്ഞു. ഇതിനേക്കാൾ ഫലപ്രദമായി പാറ്റ കണ്ടാൽ മരുന്നടിക്കുക എന്ന രീതിയാണ് അനുയോജ്യം.

ഓലചുരുട്ടി, തണ്ടുതുരപ്പൻ എന്നീ കീടങ്ങളുടെ മുട്ട ദശയെയും, വിരിഞ്ഞിറങ്ങുന്ന ചെറുപുഴുക്കളേയും നശിപ്പിക്കാൻ ട്രൈയോസ്സോഫോസ് 40% വീര്യമുള്ള കീടനാശിനി ഒരു ലിറ്റർ വെള്ളത്തിന് 1-2 മില്ലീലിറ്റർ എന്ന തോതിൽ ഏക്കറിന് 100-200 ലിറ്റർ എന്ന തോതിലും ചിനപ്പ് പൊട്ടുന്നതിന് മുമ്പുള്ള കീടബാധയ്ക്ക് കീടനാശിനി ലായനി 100 ലിറ്റർ എന്ന തോതിലും, ചിനപ്പ് പൊട്ടി വളർച്ചയെത്തിയ പരുവത്തിൽ 200 ലിറ്റർ എന്ന തോതിലുമാണ് ഉപയോഗിച്ചത്. കീടനാശിനി പ്രയോഗിക്കുമ്പോൾ ശരിയായ രീതിയിലും, തോതിലും വെള്ളവും മരുന്നും കലർത്തി പ്രയോഗിച്ചില്ലെങ്കിൽ ഫലപ്രദമായ കീടനിയന്ത്രണം സാദ്ധ്യമല്ല.

കീടനിയന്ത്രണത്തിൽ ചാഴിക്കാടിന്റെ അനുഭവം

മറ്റത്തൂർ ഗ്രാമപഞ്ചായത്തിലെ ചാഴിക്കാട് പാടശേഖരത്തിൽ ലഭ്യമായ 200 ഹെക്ടർ സ്ഥലത്ത് മുഴുവനായോ ഭാഗികമായോ 6 നെല്ലിനമെങ്കിലും വ്യത്യസ്തകാലങ്ങളിൽ കൃഷിയിറക്കിയിരുന്ന പ്രദേശമാണ്. വിതച്ച നെല്ലും, ഞാറ്റടിയും ചിനപ്പ് പൊട്ടുന്ന നെൽപരുവവും, കൊയ്ത്ത് നടക്കുന്ന പാടങ്ങളും ഒരേ സമയം കാണണമെങ്കിൽ ചാഴിക്കാട് പാടശേഖരത്തിൽ പോയാൽ മതിയായിരുന്നു. വിവിധതരം നെല്ലിനങ്ങൾ വ്യത്യസ്തമായ ദശയിൽ ഒരേ സമയത്ത് ഒരേ പാടശേഖരത്തിൽ ഉണ്ടാകുമ്പോൾ തന്നെ, കീടബാധ ഒഴിയാത്ത വിധം ഈ പ്രദേശത്ത് സ്ഥിരമായി തുടരും. ചാഴി എപ്പോഴും ഉള്ള സ്ഥലം എന്ന രീതിയിൽ ഈ പ്രദേശത്തിന് ചാഴിക്കാട് എന്ന പേരു വന്നതിനു പിന്നിൽ ഈ അവസ്ഥയാണോ എന്നറി

യില്ല. എന്തായാലും ചാഴിക്കാട് പാടശേഖരം ഇന്ന് ചാഴിയില്ലാക്കാട് പാടശേഖരമായി മാറിക്കഴിഞ്ഞു.

നെൽകൃഷിസ്ഥലത്തെ ജൈവവൈവിദ്ധ്യസമ്പത്ത്

അശാസ്ത്രീയമായ കീടനാശിനി പ്രയോഗംകൊണ്ട് ജൈവസന്തുലിതാവസ്ഥയ്ക്ക് കോട്ടം തട്ടിയിരുന്നു. പാടത്തെ ചെളിയിൽ വളരുന്ന ഞൗണിയും, വരമ്പരികിലുള്ള പുൽച്ചെടികളിൽ പറ്റിയുള്ള ഇവയുടെ വെള്ള മുട്ടക്കൂട്ടങ്ങളും, വെള്ളത്തിലിഴയുന്ന മണ്ണിരകളും, വെള്ളം വറ്റിയാൽ ഉടൻ പൊന്തുന്ന മണ്ണിരപ്പുറ്റും, വെള്ളച്ചാലിൽ കൂട്ടത്തോടെ നടക്കുന്ന ചൂട്ടനും, കല്ലുത്തിയും പരൽ മത്സ്യങ്ങളും പ്രഭാതത്തിലും അന്തിവെയിലിലും നെൽച്ചെടി തുമ്പിനു മുകളിൽ പറന്നു കളിക്കുന്ന തുമ്പിക്കൂട്ടങ്ങളും, വരമ്പത്തും കരയോരങ്ങളിലും കണ്ടിരുന്ന തൊട്ടാവാടിയും, മുക്കുറ്റിയും, തുമ്പച്ചെടികളും, ജൈവസന്തുലിതാവസ്ഥയുടെ പ്രകടമായ സൂചകങ്ങളായിരുന്നു. ഒരിടക്കാലത്ത് അപ്രത്യക്ഷമായ ഇവ കഴിഞ്ഞ രണ്ടു വർഷക്കാലത്തെ നെൽവയലുകളിലെ ശാസ്ത്രീയമായ ഇടപെടലുകൾകൊണ്ട് വീണ്ടും കണ്ടു തുടങ്ങി എന്നത് ജൈവവൈവിദ്ധ്യത്തിന്റെ ഉയിർത്തെഴുന്നേല്പും, സന്തുലിതാവസ്ഥയിലേക്കുള്ള മാറ്റത്തിന്റെ വഴിയുമാണെന്ന് നിസ്സംശയം പറയാം.

മേൽസൂചിപ്പിച്ച പാടശേഖരങ്ങളിലെ ജൈവസസ്യജാലങ്ങളെല്ലാം നെല്ലിനെ ആക്രമിക്കുന്ന കീടങ്ങളെയും, രോഗഹേതുക്കളെയും, പ്രകൃത്യാതന്നെ നിയന്ത്രിച്ചു നിർത്തുന്ന ജീവനുള്ള കണ്ണികളായിരുന്നു.

ജലപരിപാലനം

പാടശേഖരങ്ങളിൽ നിലവിലുള്ള ജലാഗമനനിർഗ്ഗമന സൗകര്യങ്ങൾ എല്ലാം പുനരുജ്ജീവിപ്പിക്കാനായി. വിത്തുമുതൽ കതിരുവണങ്ങുന്ന പ്രായത്തിനിടയ്ക്ക് വെള്ളത്തിന്റെ സാന്നിദ്ധ്യം ഏറ്റവും വേണ്ട വിത, നടീൽ, ചിനപ്പ് പൊട്ടുന്ന കാലം, അടികണ ഉരുളുന്ന പരുവം (കതിർമുകുളങ്ങൾ ഉണ്ടാകുന്ന കാലം) നെല്ല് പുഷ്പിക്കുന്ന കാലം, പാലടിക്കുന്ന പരുവം, എന്നീ ഘട്ടങ്ങളിൽ കൃത്യമായി ജലത്തിന്റെ ലഭ്യത ഉറപ്പാക്കിയിരുന്നു. കഴിഞ്ഞ മുണ്ടകൻ സീസണിൽ (2007-2008) വെള്ളമെത്താത്ത ചിലപാടങ്ങളിൽ ഉണക്ക് പറ്റി പാടെ നശിച്ച ചരിത്രവും ഉണ്ട്. മറ്റത്തൂർ ഗ്രാമപഞ്ചായത്തിലെ ചാറ്റുകുളം പാടശേഖരത്ത് ചെറുകിട ജലസേചന പദ്ധതികളുടെ കനാലുകളിൽ മണ്ണെടുപ്പ് സമയബന്ധിതമായി നടക്കാത്തതിനാൽ ജലലഭ്യത ഉറപ്പാക്കാനായില്ല. കതിരുനിരന്ന 20 ഏക്കർ നെൽപ്പാടം പാടെ ഉണങ്ങിപ്പോയിരുന്നു. വകുപ്പുകളുടെ ഏകോപനവും, പ്രവർത്തനവും സംയോജിതപദ്ധതി നിർവ്വഹണത്തിന് വേണ്ട അടിസ്ഥാന ഘടകങ്ങളിലൊന്നാണ് എന്ന് കണ്ണീരോടെയാണ് കർഷകർ പഠിച്ചത്. ഉദ്യോഗസ്ഥരുടെ സമയബന്ധിതമായ ഇടപെടലുകൾക്ക് കർഷക കൂട്ടായ്മയുടെ ബലം ഒന്നു മാത്രം ഉണ്ടായിരുന്നുവെങ്കിൽ ഈ അവസ്ഥ ഒഴിവാക്കാമായിരുന്നു.

കൊയ്ത്ത് സംസ്കരണം, സംഭരണം, വിപണനം

കൊയ്ത്തിന് യന്ത്രസൗകര്യം പരമാവധി പ്രദേശങ്ങളിലേക്ക് പ്രയോജനപ്പെടുത്തി. അളഗപ്പനഗർ, വരന്തരപ്പിള്ളി പാടശേഖരങ്ങളിൽ കൊയ്ത്ത്, മെതിയന്ത്രങ്ങൾ പ്രയോജനപ്പെടുത്തിയിരുന്നു. കാര്യക്ഷമമായി ഇവ പ്രയോജനപ്പെടുത്താനായി എന്ന് അവകാശപ്പെടാനാവില്ല. സങ്കീർണ്ണങ്ങളായ സാങ്കേതികവിദ്യയും, സ്പെയർപാർട്സുകൾക്കുള്ള ഭാരിച്ച വിലയും, ലഭ്യതക്കുറവും യന്ത്രത്തിന്റ ഫലപ്രദമായ ഉപയോഗത്തിന് വിഘ്നങ്ങളായിരുന്നു. ഒരു മണിക്കൂർകൊണ്ട് ഒരു ഏക്കർ സ്ഥലത്തെ കൊയ്ത്തും മെതിയും പാറ്റലും ഒരേ സമയം നടക്കുന്നു എന്നത് യന്ത്രം കൊണ്ടുള്ള ഗുണമായിരുന്നു. ഇതിന്റെ പ്രവർത്തനം ഉറപ്പാക്കാനുള്ള സംവിധാനങ്ങൾ പരാജയമായിരുന്നു. ഒരേക്കർ സ്ഥലത്തെ നെല്ല്, കൊയ്ത്ത് മെതി യന്ത്രം ഉപയോഗിച്ച് കൊയ്യാൻ മണിക്കൂറിന് 1200/- രൂപ മുതൽ 2000/- രൂപ വരെ ചെലവു വന്നിരുന്നു. ആവശ്യത്തിനനുസരിച്ച് യന്ത്രത്തിന്റെ സേവനം ഉറപ്പാക്കാൻ സാധിക്കാതെ വന്നപ്പോൾ വാടകയിലും വലിയ അന്തരമുണ്ടായി. ഉപയോഗപ്പെടുത്തിയ മെഷീനറിയുടെ വലുപ്പവ്യത്യാസവും ഇതിനൊരു കാരണമായിരുന്നു.

റീപ്പർ ഉപയോഗിച്ചുള്ള കൊയ്ത്താണ് മറ്റത്തൂർ, കൊടകര ഗ്രാമ പഞ്ചായത്തുകളിലെ പാടശേഖരങ്ങളിൽ യന്ത്രസഹായത്തോടെ ചെയ്തത്. വെട്ടിയിടുന്ന നെല്ല് കറ്റകെട്ടി, മെതിയും പാറ്റലും രണ്ട് വ്യത്യസ്ത യന്ത്രങ്ങളിലാണ് ചെയ്തത്. എന്നാൽ വ്യാപകമായ തോതിൽ റീപ്പറും ഉപയോഗപ്പെടുത്തിയിരുന്നില്ല. കാരണം ലഭ്യതക്കുറവുതന്നെ. മറ്റത്തൂർ ഗ്രാമപഞ്ചായത്തിലെ ചാഴിക്കാട്, ഇത്തൂപ്പാടം, നൂലുവള്ളി, കോടാലിപ്പാടം പാടശേഖരങ്ങളിലാണ് ഈ രീതി പ്രയോഗിച്ചത്. ഭൂരിഭാഗം പ്രദേശത്തും കൈക്കൊയ്ത്ത് രീതി തന്നെയാണ് അവലംബിച്ചത്. കൊയ്ത കറ്റകൾ മെതിക്കാനും പാറ്റാനും വ്യാപകമായി മെതിയന്ത്രങ്ങളും പാറ്റൽ യന്ത്രങ്ങളും പ്രയോജനപ്പെടുത്തിയിരുന്നു.

2007-08 സാമ്പത്തിക വർഷം മുണ്ടകൻ സീസണിലാണ് ആദ്യമായി ഈ പ്രദേശത്ത് സിവിൽ സപ്ലൈസ് കോർപ്പറേഷൻ നെല്ലുസംഭരണ പ്രക്രിയ തുടങ്ങിവെച്ചത്. ആമ്പല്ലൂർ സർവ്വീസ് സഹകരണ ബാങ്ക് അതിനുമുമ്പും സ്ഥിരമായി അളഗപ്പനഗർ ഗ്രാമപഞ്ചായത്തിലെ നെൽകർഷകരിൽനിന്നും നെല്ല് സംഭരിച്ചിരുന്നു. കർഷകർ പ്രാദേശിക വിപണികളെ കൂടി വിപണനത്തിന് ആശ്രയിച്ചിരുന്നു. എങ്കിലും പ്രസ്തുത ഏജൻസികളുടെ ഇടപെടൽ കൊണ്ടും ഗ്രൂപ്പ് ഫാമിങ് ഫലപ്രദമായി നടപ്പിലാക്കിയപ്പോൾ കർഷകർക്കിടയിലുണ്ടായ കൂട്ടായ്മകൊണ്ടും പ്രാദേശിക വിപണിയിൽനിന്നുപോലും നല്ല വിലയും മാന്യമായ ഇടപെടലുകളും ഉണ്ടായി എന്നത് എടുത്തുപറയത്തക്കതാണ്.

യന്ത്രവല്ക്കരണം

നെൽകൃഷിക്കാവശ്യമായ ആധുനിക യന്ത്രങ്ങൾ വാങ്ങുന്നതിൽ ഏറ്റവും ശ്രദ്ധ ചെലുത്തിയിരുന്നു. ട്രാക്ടറുകളും ടില്ലറുകളും നടീൽ യന്ത്രങ്ങളും പമ്പുസെറ്റുകളും കൊയ്ത്തുമെതിയന്ത്രവുംവരെ വിവിധ പദ്ധതികളെ പ്രയോജനപ്പെടുത്തി വാങ്ങിയിട്ടുണ്ട്. യന്ത്രങ്ങളുടെ വർദ്ധിച്ച ഉപയോഗം ഗാലസയെ നല്ലപോലെ സഹായിച്ചിട്ടുണ്ട്.

ഗാലസ പദ്ധതിയുമായി സംയോജിപ്പിച്ച് നടപ്പിലാക്കിയ മറ്റ് നെൽകൃഷി വികസനപദ്ധതികൾ

ഫ്രണ്ട് ലൈൻ ഡെമോൺസ്ട്രേഷൻ

ഇത് ഒരു കേന്ദ്രാവിഷ്കൃത പദ്ധതിയാണ്. നെൽകൃഷി മേഖലയിൽ അനുവർത്തിക്കാവുന്ന പുതിയ കണ്ടെത്തലുകൾക്കും, സാങ്കേതിക വിദ്യകൾക്കും വ്യാപകമായ പ്രചാരം ഉണ്ടാകുന്നതിന് സഹായകമായ വിധത്തിലുള്ള പ്രദർശനകൃഷി പരിപാടിയാണിത്. ഈ പദ്ധതിപ്രകാരമുള്ള ആനുകൂല്യം പ്രതി ഹെക്ടറിന് 3000/- രൂപയാണ്.

ജൈവിക രോഗകീടനിയന്ത്രണോപാധികളുടെ ഉപയോഗം

സ്യൂഡോമോണാസ് ഫ്ളുറസൻസ് എന്ന ബാക്ടീരിയൽ മിശ്രിതത്തിന്റെ ഉപയോഗം. ഒരു കി ഗ്രാം ഉണക്കവിത്തിന് 10 ഗ്രാം എന്ന തോതിൽ മിശ്രിതം വിത്ത് നനയ്ക്കാനുള്ള വെള്ളത്തിൽ കലർത്തി വിത്ത് നേരത്തോട് നേരം മുക്കിയിടുന്ന രീതിയാണ് അവലംബിച്ചത്. വിതച്ച/നട്ട നെല്ല് 30 ദിവസം പ്രായമാകുമ്പോൾ ഏക്കറിന് 2.കി ഗ്രാം എന്ന തോതിൽ മിശ്രിതം ചാരം കലരാത്ത ചാണകപ്പൊടിയിലോ മണലിലോ കലർത്തി വിതറുന്ന രീതി അനുവർത്തിച്ചു.

ട്രൈക്കോഡർമ ചില്ലോണിസ്, ട്രൈക്കോഡർമ ജപ്പോണിക്കം പരാദ മുട്ടക്കാർഡുകൾ

ശലഭകീടങ്ങളുടെ മുട്ടകളെ പരാദീകരിച്ച് നശിപ്പിക്കുന്ന ചെറുപ്രാണികളുടെ പ്യൂപ്പ അവസ്ഥ ഉൾക്കൊള്ളുന്ന മുട്ടക്കൂട്ടങ്ങൾ ഒട്ടിച്ച കാർഡുകളാണിത്. ട്രൈക്കോഡർമ ജപ്പോണിക്കം പരാദം തണ്ടുതുരപ്പൻ ശലഭക്കൂട്ടങ്ങളുടെ മുട്ടക്കൂട്ടങ്ങളെ പ്രത്യേകമായി നശിപ്പിക്കാൻ കെല്പുള്ളവയാണ്. ട്രൈക്കോഡർമ ചിലോണിസ് പരാദം ഓലചുരുട്ടി, ഓലവെട്ടി കീടങ്ങളുടെ മുട്ടകൾ പരാദീകരിച്ച് നശിപ്പിക്കുന്നു.

ശലഭകീടങ്ങളുടെ ശലഭാവസ്ഥക്കൂട്ടമായി പാടങ്ങളിൽ കാണുന്ന സമയത്താണ് മുട്ടക്കാർഡുകൾ കൃഷിസ്ഥലത്ത് സ്ഥാപിക്കേണ്ടത്. പാറ്റ പറക്കുന്ന ദശ (ശലഭാവസ്ഥ കാണുന്ന സമയം) കൃത്യമായി മോണിറ്ററിങ്

ചെയ്യാൻ സാധിക്കാത്ത സാഹചര്യങ്ങളിൽ നെല്ലിന് 20–25 ദിവസം പ്രായമാകുന്ന മുറയ്ക്ക് കാർഡുകൾ കൃഷിസ്ഥലത്ത് ഉപയോഗിക്കാം. ഒരു തവണത്തെ ഉപയോഗത്തിന് ശേഷം ഓരോ ആഴ്ച ഇടവിട്ട് കതിരുനിരക്കുന്ന സമയംവരെ കാർഡുകൾ സ്ഥിരമായി വച്ചിരിക്കണം. കാർഡ് വയ്ക്കാൻ ഉദ്ദേശിക്കുന്ന പാടശേഖരത്തിന്റെ വിസ്തൃതിയും സമയക്രമങ്ങളും കണക്കിലെടുത്ത് ഇതിന്റെ ലഭ്യത സംസ്ഥാന ബയോകൺട്രോൾ ലാബ് മുഖാന്തരം ഉറപ്പാക്കേണ്ടതുണ്ട്. 2. സി ട്രൈക്കോഡർമ ജപ്പോണിക്കം കാർഡും, 2 സി സി ട്രൈക്കോഡർമ ചിലോണിസ് കാർഡും ഒരേക്കർ സ്ഥലത്തേക്ക് ഒരു തവണത്തേക്ക് വേണ്ടി വരും. ഒരു സി സി കാർഡ് 10 ചെറു കഷ്ണങ്ങളാക്കി (അതായത് 2 സി സി- 20 കഷ്ണങ്ങൾ) അതിൽ ഒരു കഷ്ണം 5 സെന്റ് സ്ഥലത്തേക്ക് ഒരു ഡിസ്പോസിബിൾ കപ്പിനകത്ത് തുളച്ചു കെട്ടി വടിയിൽ തൂക്കി നെല്ലിന്റെ ഓലപരപ്പിനു മുകളിലായി നില്ക്കത്തക്ക രീതിയിൽ കുത്തിനിർത്തണം. ഓരോ ആഴ്ചയും കപ്പിനുള്ളിലെ കാർഡ് കഷ്ണത്തിനു മുകളിൽ പുതിയ കാർഡ് കഷണങ്ങൾ സ്റ്റാപിൾ ചെയ്ത് പിടിപ്പിക്കണം. മുട്ടക്കാർഡിന്റെ ഉപയോഗം അളഗപ്പനഗർ ഗ്രാമപഞ്ചായത്തിലെ വെണ്ടൂർ, കാവല്ലൂർ, വട്ടണാത്ര, വരാക്കര പാടശേഖരങ്ങളിലാണ് പരീക്ഷിച്ചത്. ജൈവനിയന്ത്രണോപാധികളുടെ തക്കസമയത്തുള്ള ഉപയോഗം നെല്ലിലെ രോഗകീടപ്രതിരോധത്തിന് ഫലപ്രദമാണ്.

ജീവാണുവളങ്ങളുടെ ഉപയോഗം

അസോസ് പൈറില്ലം ജീവാണുബാക്ടീരിയ മിശ്രിതമാണ് ഉപയോഗപ്പെടുത്തിയത്. അളഗപ്പനഗർ ഗ്രാമപഞ്ചായത്തിൽ പദ്ധതി നടപ്പിലാക്കിയ എല്ലാ പാടശേഖരങ്ങളിലും വിത്ത് പരിചരണ രീതിയും, പ്രധാന കൃഷിസ്ഥലത്തെ പ്രയോഗവും പരീക്ഷിച്ചു. വരന്തരപ്പിള്ളി ഗ്രാമപഞ്ചായത്തിലെ എല്ലാ പാടശേഖരങ്ങളിലും അസോസ്പൈറില്ലം ജീവാണുവളത്തിന്റെ പ്രധാന കൃഷിസ്ഥലത്തുള്ള ഉപയോഗം മാത്രമാണ് പരീക്ഷിച്ചത്. വിത്ത് പരിചരണത്തിന് സ്യൂഡോമോണസ് ജീവാണു മിശ്രിതംപോലെ തന്നെ 1 കി ഗ്രാം വിത്തിന് 10 ഗ്രാം എന്ന തോതിൽ ഉപയോഗപ്പെടുത്തി. പ്രധാന കൃഷിസ്ഥലത്ത് ഏക്കറിന് 800 ഗ്രാം മിശ്രിതം ജൈവവളവുമായി കലർത്തി ഉപയോഗിച്ചു. ജീവാണു മിശ്രിതങ്ങളുടെ (സ്യൂഡോമോണസ്, അസോസ്പൈറില്ലം) പ്രധാന കൃഷിസ്ഥലത്തുള്ള ഉപയോഗത്തിനു രാസവള പ്രയോഗവുമായി ചുരുങ്ങിയത് 4 ദിവസത്തെയെങ്കിലും അന്തരം (മുമ്പോ, പിമ്പോ) ഉണ്ടെന്നുള്ളത് ഉറപ്പാക്കിയിരുന്നു.

ഡെയ്ഞ്ചയും നെല്ലും: (കൺകറന്റ് ക്രോപ്പിങ്)

ചേറ്റുവിത അനുവർത്തിച്ച പാടങ്ങളിലാണ് ഈ രീതി പരീക്ഷിച്ചത്. മുളപൊട്ടിയ നെല്ലും ഡെയ്ഞ്ച ഉണക്കവിത്തും വിത്തുപാകുന്ന വിവിധ അറകളുള്ള സീഡ് ഡ്രമ്മിൽ നിറച്ച് വരിയായി വിതയ്ക്കാമെന്ന കേരള കാർഷികസർവ്വകലാശാലയുടെ ശുപാർശയനുസരിച്ചാണ് ആദ്യശ്രമം നട

ന്നത്. ഇതിനായി വേണ്ട പ്രത്യേക സീഡ് ഡ്രാം പട്ടാമ്പി പ്രാദേശിക കാർഷിക ഗവേഷണ കേന്ദ്രത്തിൽനിന്നും മറ്റത്തൂർ ഗ്രാമപഞ്ചായത്തിലേക്ക് കൊണ്ടുവന്നു. ചെറിയ പരീക്ഷണ സ്ഥലങ്ങളിൽ ഈ നടീൽ രീതി പരീക്ഷണാടിസ്ഥാനത്തിൽ ചെയ്തു നോക്കാമെങ്കിലും വ്യാപകമായ തോതിൽ കൃഷിസ്ഥലത്ത് പ്രയോഗിക്കുമ്പോൾ ഇതിന്റെ പ്രായോഗികത കുറവാണ്.

സീഡ് ഡ്രമ്മിന്റെ ഫോട്ടറുകൾക്ക് മുകളിലാണ് ഏറ്റവും അരികുവശങ്ങളിലെ ഡ്രമ്മിൽനിന്നും വീഴുന്ന വിത്തുകൾ പതിക്കുന്നത്.

നെൽവയലുകൾ എത്ര ശ്രദ്ധിച്ച് ഒരുക്കിയാലും അല്പം നിരപ്പ് വ്യത്യാസം സ്വാഭാവികമാണ്. താഴ്ചയുള്ള സ്ഥലങ്ങളിൽ ഊറുന്ന വെള്ളത്തിൽ വിത്ത് വീണ് പൊന്തിക്കിടക്കുന്ന അവസ്ഥയുണ്ടായാൽ തന്നെ വിത്തിന്റെ വരി തെറ്റും.

സീഡ് ഡ്രമ്മുകൾ ഒരാളോ, രണ്ടാളോ ചേർന്ന് വലിച്ച് എത്തിക്കുക എന്നത് ചേറ്റാഴം കൂടുതലുള്ള കണ്ടത്തിൽ ആയാസകരമായ ജോലിയാണ്. ഇതിന് ഭാരിച്ച കൂലിച്ചെലവ് വരും.

ഈ കാരണങ്ങൾകൊണ്ട് തന്നെ നെല്ലും, ഡെയ്ഞ്ചയും നേരിട്ട് വിതയ്ക്കുന്ന രീതിയാണ് മറ്റത്തൂർ ഗ്രാമപഞ്ചായത്തിലെ കോപ്ലിപാടം, നൂലുവള്ളി, ചാഴിക്കാട്, അവിട്ടപ്പിള്ളി എന്നീ പാടശേഖരങ്ങളിൽ അവലംബിച്ചത്. മുളപൊട്ടിയ നെൽവിത്ത് ഏക്കറിന് 24 കി ഗ്രാം എന്ന തോതിൽ നെടുകെ വിതച്ച് പോകുമ്പോൾ ഡെയ്ഞ്ച വിത്ത് വെള്ളത്തിലിട്ട് വെള്ളം പറ്റെ വാർത്ത് ഏക്കറിന് 8.കി ഗ്രാം എന്ന തോതിൽ കുറുകെയും ഒരേ സമയം വിതച്ച് പോകുന്ന രീതി പ്രയോഗിച്ചു. കണ്ടങ്ങളിൽ നൂലിന് വെള്ളം ക്രമീകരിച്ചാണ് വിതച്ചത്. ഡെയ്ഞ്ച വിത്ത് നെൽവിത്തിനേക്കാൾ വേഗം മുളച്ചു പൊങ്ങുന്നു. ഡെയ്ഞ്ചയ്ക്ക് 4-5 ഇല പരുവമാകുമ്പോൾ (അതായത് വിത്ത് വിതച്ച് 25 ദിവസം പ്രായം ആകുമ്പോൾ) 2, 4 D കളനാശിനി ഏക്കറിന് 500 ഗ്രാം എന്ന തോതിൽ 200 ലിറ്റർ വെള്ളത്തിൽ കലർത്തി പാടത്ത് നിന്ന് വെള്ളം വാർത്തതിനുശേഷം കുളിർക്കെ തളിച്ചിരുന്നു. 3 ദിവസത്തിനുശേഷം വെള്ളം കയറ്റി ഏക്കറിന് 100 കി ഗ്രാം എന്ന തോതിൽ നീറ്റുകക്ക പൊടിയാക്കിയത് വിതറി ചേർത്തു. ഡെയ്ഞ്ചയും മങ്ങും മറ്റ് കളകളും പാടത്ത് അഴുകിച്ചേർന്നു. ഒരു ഹെക്ടർ സ്ഥലത്ത് 9 ടൺ അഴുകിയ ജൈവവളത്തിന്റെ ലഭ്യത മറ്റ് ചെലവുകൾ ഇല്ലാതെ ഉറപ്പാക്കാനായി. ഇത്രയും ജൈവവളം ലഭിക്കുക എന്നത് ഈ കാലത്ത് അപ്രായോഗികമാണ്. പണച്ചെലവില്ലാതെ സ്വാഭാവികമായി ജൈവവളം മണ്ണിൽ ചേർക്കപ്പെടുന്ന ഒരു പ്രക്രിയ എന്ന നിലയിൽ കർഷകർ ഈ സാങ്കേതിക വിദ്യയെ അംഗീകരിച്ചു. നെൽകൃഷി സ്ഥലത്ത് ലഭ്യമായ ഈ ജൈവവളത്തിൽനിന്നും സസ്യവളർച്ചയ്ക്കായുള്ള മൂലകങ്ങൾ (നൈട്രജൻ, പൊട്ടാഷ്, മഗ്നീഷ്യം, മറ്റ് സൂക്ഷ്മമൂലകങ്ങൾ) എന്നിവയുടെ ലഭ്യത നിലവിലുള്ള വിളക്ക് വിളയുടെ ശേഷിച്ച വളർച്ചാഘട്ടത്തിൽ (30 ദിവസത്തിനു ശേഷം കതിർമുകുളങ്ങൾ വരുന്നതുവരെ) 60% കണ്ട് ലഭ്യമാകും.

നീക്കിയിരിപ്പുള്ള 40% മണ്ണിൽ ശേഷിക്കും. അത് തുടർന്നുള്ള കൃഷിക്ക് ലഭ്യമാകും. മണ്ണിന്റെ ഈർപ്പം സംഭരിക്കാനുള്ള ശേഷിയും ഘടനാപരമായ മാറ്റവും, ജീവനെ പരിപോഷിപ്പിക്കാനുള്ള കഴിവും വർദ്ധിപ്പിക്കുന്നു എന്നതും ഈ രീതിയുടെ പരോക്ഷമായ നേട്ടങ്ങളാണ്.

പരിമിതികൾ

വിത്ത് വിതയ്ക്കുന്ന സമയത്തും വിതകഴിഞ്ഞ് ഒരു ദിവസത്തോളമെങ്കിലും പാടത്ത് വെള്ളം കയറ്റാതെ നിർത്താനുള്ള സാഹചര്യം ഉണ്ടാകണം. ഇല്ലെങ്കിൽ ഡെയ്ഞ്ച വിത്ത് പൊന്തി പാടത്ത് വരമ്പിനരികുകളിലായി വന്നടിയും.

കളനാശിനിയുടെ പ്രയോഗം കൃത്യമായ തോതിലും സമയത്തും നടന്നില്ലെങ്കിൽ ഡെയ്ഞ്ച വളപയറിന്റെ നശീകരണം പൂർണ്ണമായും ഉണ്ടാവില്ല. ഇത് പിന്നീട് പറിച്ച് മണ്ണിൽ ചേർക്കേണ്ടിവരും.

കളനാശിനി പ്രയോഗത്തിനുശേഷം പെട്ടെന്നുണ്ടാകുന്ന മഴകാരണവും ഇതേ പ്രശ്നങ്ങൾ ഉണ്ടാകും.

കളനാശിനി തളിക്കുമ്പോൾ വേണ്ടരീതിയിൽ വെള്ളം നിയന്ത്രിക്കാൻ സാദ്ധ്യമല്ലാത്ത സ്ഥലങ്ങളിൽ ഈ രീതി പ്രായോഗികമല്ല.

ചാഴിക്കാട് പാടശേഖരത്തും, അവിട്ടപ്പിള്ളി പാടശേഖരത്തും ഡെയ്ഞ്ച വളപയർച്ചെടി പറിച്ചെടുത്ത് മണ്ണിൽ താഴ്ത്തുന്ന രീതിയാണ് കർഷകർ അവലംബിച്ചത്.

അത്യുല്പാദന ശേഷിയുള്ള വിത്തിനങ്ങളുടെ ഉപയോഗം - പ്രദർശന കൃഷി

സാധാരണയായി ഉല്പാദനക്ഷമത കുറഞ്ഞ ഇനങ്ങൾ കൃഷി ചെയ്യുന്ന പാടങ്ങളിലും, വിത്തിൽ കലർപ്പുവന്ന കൃഷിസ്ഥലത്ത് കൂട്ടിനങ്ങൾ വ്യാപകമായ പാടങ്ങളിലുമാണ് അത്യുല്പാദനശേഷിയുള്ള വിത്തിനങ്ങളുടെ പ്രദർശനകൃഷി എന്ന പദ്ധതി നടപ്പിലാക്കി വരുന്നത്. കൊടകര ബ്ലോക്ക് പ്രദേശത്തെ സംബന്ധിച്ചിടത്തോളം മേല്പറഞ്ഞ രണ്ടു സാഹചര്യങ്ങളും വ്യാപകമായുള്ള പ്രദേശങ്ങളായിരുന്നു. കൂടാതെ ഒരിനം നെല്ല് ഒരേ പാടശേഖരത്ത്, ഒരേ സമയം കൃഷി ചെയ്യുക എന്ന 'ഗാലസ' കൂട്ടുകൃഷി പദ്ധതിയിൽ ഈ പദ്ധതിയുടെ സംയോജനത്തിന് പ്രസക്തിയുണ്ട്. 2006-07 സാമ്പത്തിക വർഷത്തിൽ 'ഗാലസ' നെൽകൃഷി പരീക്ഷണ പദ്ധതിയിൽ ഉപയോഗിച്ച ഉമ നെൽവിത്തിനം തന്നെയാണ് ഈ പദ്ധതിക്കായി വ്യാപകമായി ഉപയോഗപ്പെടുത്തിയത്. രണ്ടാം വിളക്കാലത്ത്, ജലലഭ്യതയ്ക്ക് ബുദ്ധിമുട്ടുള്ള സ്ഥലങ്ങളിൽ മൂപ്പുകുറവുള്ള മട്ടത്രിവേണി നെൽവിത്തും പരീക്ഷിച്ചിരുന്നു. അത്യുല്പാദനശേഷിയുള്ള വിത്തിനങ്ങളുടെ ഉപയോഗം കൊണ്ട് ഉല്പാദന വർദ്ധനവ് കർഷകർക്ക് സ്വന്തമായി ശേഖരിക്കുന്നതിനും സാധിച്ചു. ഹെക്ടർ ഒന്നിന് 5000 രൂപ

യുടെ ധനസഹായം ഈ പ്രസ്തുത കേന്ദ്രാവിഷ്കൃത പദ്ധതി മുഖാന്തരം ലഭ്യമാക്കാനായി.

പതിരും മറ്റവക്ഷിപ്തങ്ങളും 2 ശതമാനത്തിൽ കൂടുതലാവരുത്

വിത്തുപരിശോധനാ റിസൾട്ടും റിപ്പോർട്ടും സഹിതം വിത്തു ടാഗിനായി കൃഷിവകുപ്പ് ഡയറക്ടർക്ക്, കൃഷി അസിസ്റ്റന്റ് ഡയറക്ടർ മുഖാന്തരം അപേക്ഷ സമർപ്പിക്കണം. കൃഷി നിലം പരിശോധനാ റിപ്പോർട്ടുകളുടെയും വിത്തു പരിശോധനാ റിപ്പോർട്ടുകളുടെയും അടിസ്ഥാനത്തിൽ സ്റ്റോക്കുചെയ്തിരിക്കുന്ന വിത്തുകളുടെ ലോട്ടുകൾക്ക് പ്രത്യേകം ടാഗ് നമ്പറും, ടാഗും അനുവദിച്ച് കൃഷി ഡയറക്ടർ ഉത്തരവിറക്കും. ഈ ടാഗുകളിൽ നെല്ല് കൊയ്ത തീയതി, വിത്ത് പരിശോധന നടത്തിയ തീയതി, ഗുണമേന്മാ വിവരങ്ങൾ, വിത്തായി ഉപയോഗിക്കാവുന്ന കാലാവധി തുടങ്ങിയ വിവരങ്ങൾ രേഖപ്പെടുത്തിയിരിക്കും. ഇങ്ങനെ അനുവദിക്കുന്ന ടാഗുകൾ, വിത്തിന്റെ വിപണനത്തിനായുള്ള അനുമതിപത്രം കൂടെയാണ്. ടാഗ് ലഭിച്ചശേഷം സംഭരിച്ചുവെച്ചിട്ടുള്ള വിത്ത്, വിത്തവികസന അതോറിറ്റിയിലെ പരിശീലനം ലഭിച്ച തൊഴിലാളികൾ, അതോറിറ്റി ചുമതലപ്പെടുത്തുന്ന ഒരു സാങ്കേതിക ഉദ്യോഗസ്ഥന്റെ സാന്നിദ്ധ്യത്തിൽ വീണ്ടും പാറ്റി വെടിപ്പാക്കി 30 കിലോഗ്രാം വരുന്ന ബാഗുകളാക്കി ഓരോ ബാഗിനും ഓരോ ടാഗും ചേർത്ത് തുന്നി മൂടുന്നു. വിത്തു പാറ്റിയതിനു ശേഷമുള്ള 30 കിലോഗ്രാം വീതമുള്ള ചാക്കുകളുടെ എണ്ണവും ലഭിച്ച വിത്തിന്റെ അറ്റ തൂക്കവും, അതോറിറ്റി ചുമതലപ്പെടുത്തിയ ഉദ്യോഗസ്ഥൻ സാക്ഷ്യപ്പെടുത്തി, വിത്തുവികസന അതോറിറ്റിക്ക് നല്കുന്നു. ഈ സാക്ഷ്യപത്രം ലഭിച്ചയുടൻ വിത്തുവിതരണം ചെയ്യേണ്ട സ്ഥലങ്ങളുടെ വിവരങ്ങളും, വിത്തിന്റെ തൂക്കവും രേഖപ്പെടുത്തിയ ഒരു വിതരണസ്റ്റേറ്റ്മെന്റ് തയ്യാറാക്കി വിതരണത്തിനായി ചുമതലയുള്ള അതോറിറ്റിയുടെ കീഴിൽ പ്രവർത്തിക്കുന്ന ട്രാൻസ്പോർട്ടേഷൻ വിഭാഗത്തിനെ ഏല്പിക്കുന്നു. വിത്തുസംഭരണം ചെയ്ത സ്ഥലത്തുനിന്നും വിത്ത് നേരിട്ട് നിശ്ചിത സ്ഥലങ്ങളിലേക്ക് വിതരണം ചെയ്യുന്നു. സംഭരിച്ച വിത്തിന്റെ അറ്റതൂക്കം സംബന്ധിച്ച വിവരം, അതോറിറ്റിയിൽ ലഭിച്ച ഉടൻ തന്നെ, വിതരണ സ്റ്റേറ്റ്മെന്റ് തയ്യാറാക്കുന്നതോടൊപ്പം, വിത്തിന്റെ വില ബന്ധപ്പെട്ട പാടശേഖരസമിതികൾക്ക് ചെക്കായി നല്കുന്നതിനായുള്ള നടപടിക്രമങ്ങൾ ആരംഭിക്കും. രണ്ടു ദിവസത്തിനകം തന്നെ പാടശേഖരസമിതി സെക്രട്ടറിക്ക് വിത്തിന്റെ വില ചെക്കായി നല്കും. ഇത് വിത്തുവികസന അതോറിറ്റിയുടെ ആസ്ഥാനമായ അയ്യന്തോളിൽ തന്നെ പണമായി മാറാനുള്ള ക്രമീകരണങ്ങളും ചെയ്തിട്ടുണ്ട്. സംഭരിച്ച നെല്ലിന്റെ പാറ്റലും വൃത്തിയാക്കലും, ബാഗിങ്ങും, വണ്ടിയിലേക്കുള്ള കയറ്റുകൂലി, ഗതാഗതച്ചെലവ് എന്നിവയെല്ലാം തന്നെ അതോറിറ്റിയാണ് വഹിക്കുന്നത്. പാടശേഖരസമിതികൾക്ക് വിത്തിന്റെ വില മറ്റു കുറവുകളൊന്നുമില്ലാതെ രൊക്കം ലഭിക്കുന്നു.

ഇന്ത്യൻ കാർഷികഗവേഷണ കൗൺസിലിന്റെ പങ്കാളിത്ത വിത്തുല്പാദന പരിപാടി

കേരളകാർഷിക സർവ്വകലാശാലയുടെ മദ്ധ്യമേഖലാ കാർഷിക ഗവേഷണകേന്ദ്രം, പട്ടാമ്പി (പട്ടാമ്പി നെല്ലുഗവേഷണ കേന്ദ്രം)യുടെ നേതൃത്വത്തിലാണ് ഈ പദ്ധതി നടപ്പിലാക്കിയത്. ഗവേഷണകേന്ദ്രത്തിലെ ശാസ്ത്രജ്ഞർ നേരിട്ട് പാടശേഖരങ്ങൾ സന്ദർശിച്ച് സാങ്കേതികത്തികവോടെ കൃഷി ചെയ്ത നെൽവയലുകൾ തെരഞ്ഞെടുക്കുന്നു. കതിരുനിരന്നാലുടനെ വീണ്ടും കൃഷിസ്ഥലം പരിശോധിച്ച് രണ്ട് ശതമാനത്തിനു താഴെ മാത്രം കലർപ്പുള്ള കൃഷിയിടങ്ങൾ തെരഞ്ഞെടുക്കുന്നു. ഈ പ്രദേശങ്ങളിൽ കൊയ്ത്തിന് മൂന്നോ നാലോ ദിവസം മുമ്പ് കലർപ്പ് നീക്കുന്നതിൽ സാങ്കേതിക വൈദഗ്ദ്ധ്യമുള്ള തൊഴിലാളികൾ ഒരു മുതിർന്ന ഉദ്യോഗസ്ഥന്റെ നേതൃത്വത്തിൽ സംഘമായി വന്ന്, ഗ്രാമങ്ങളിൽ താമസിച്ച് രാവിലെ ആറര മുതൽ വൈകിട്ട് ആറുമണിവരെ കർശനമായി കലർപ്പു നീക്കൽ ജോലിയിൽ ഏർപ്പെടുന്നു. ഇവർ കൃഷിക്കാരുടെ വീടുകളിൽ തന്നെയാണ് താമസിച്ചിരുന്നത്. ഓരോ പ്രദേശത്തും പദ്ധതിക്കായി തെരഞ്ഞെടുത്ത പ്രദേശത്ത് വിസ്തൃതിക്കനുസരിച്ച് തുടർച്ചയായി എട്ടു ദിവസത്തോളം കൃഷിക്കാരോടൊത്ത് താമസിച്ചാണ് ഇവർ ഈ തൊഴിലിലേർപ്പെട്ടിരുന്നത്. കലർപ്പു നീക്കിയ പാടങ്ങളിൽ നിന്ന്, കർഷകർ ഇവരുടെ മാർഗ്ഗനിർദ്ദേശങ്ങൾക്കനുസരിച്ച് നെല്ല് കൊയ്ത് ഒറ്റ പാറ്റൽ പാറ്റി അത്യാവശ്യത്തിന് ഉണക്കി സൂക്ഷിച്ച നെല്ല് ഉടൻ തന്നെ നെല്ലുഗവേഷണകേന്ദ്രത്തിലേക്ക് കൊണ്ടുപോകുന്നു. വിത്ത് കൊണ്ടുപോകുന്നതിന് മുമ്പ്, കൊണ്ടുപോകുന്ന വിത്തിന്റെ തൂക്കം ഈർപ്പതന്മ (ഈർപ്പമാപിനി ഉപയോഗിച്ച് തിട്ടപ്പെടുത്തിയത്) എന്നിവ കർഷകരെ ബോദ്ധ്യപ്പെടുത്തി കർഷകന്റെ പേരുവിവരവും, ചരക്കുകളുടെ എണ്ണവും കൂടി രേഖപ്പെടുത്തിയ സംഭരണ രസീത് കൃഷിക്കാർക്ക് നല്കുന്നു. ഇതിന്റെ ക്രോഡീകരിച്ച വിവരം, കൃഷി ഉദ്യോഗസ്ഥർക്കും നല്കുന്നു. ഗവേഷണകേന്ദ്രത്തിലെത്തുന്ന നെല്ല്, ശാസ്ത്രീയമായ രീതിയിൽ ഉണക്കി 12 ശതമാനത്തിനു താഴെ ഈർപ്പനിലയാക്കി പതിരും ശുഷ്കിച്ച ധാന്യങ്ങളും പൂർണ്ണമായി നീക്കം ചെയ്ത് സൂക്ഷിക്കുന്നു. ഇങ്ങനെ സൂക്ഷിച്ച വിത്തിന്റെ ഗുണമേന്മ മുമ്പ് വിവരിച്ച മാനദണ്ഡങ്ങളനുസരിച്ച് പരിശോധിച്ച് 50 കിലോഗ്രാം ചാക്കുകളിൽ സർട്ടിഫൈഡ് വിത്തിന്റെ ടാഗും ചേർത്ത്, സ്റ്റിച്ച് ചെയ്ത് വിത്തിന്റെ ആവശ്യകതയനുസരിച്ച് ലഭ്യമായ വിത്ത് മുൻകൂറായി രജിസ്റ്റർ ചെയ്ത കർഷകർക്ക് ലഭ്യമാക്കുന്നു. കൃഷിസ്ഥലത്തെ കലർപ്പു നീക്കുന്ന ജോലിക്കും, ഗവേഷണകേന്ദ്രത്തിൽ അനുവർത്തിക്കുന്ന സംസ്കരണപ്രക്രിയക്കും, വിത്തിന്റെ ട്രാൻസ്പോർട്ടേഷനും, ധാന്യമായി ഉപയോഗിക്കാവുന്ന ശുഷ്കിച്ച നെന്മണികൾ തിരികെ നല്കി വിത്തുല്പാദനം ചെയ്യുന്ന കർഷകനുവേണ്ട ചെലവുകളെല്ലാം തന്നെ ഗവേഷണകേന്ദ്രത്തിന്റെ പദ്ധതിവിഹിതത്തിൽനിന്നാണ് ചെലവഴിക്കുന്നത്. നെല്ല് ഉല്പാദിപ്പിച്ച കർഷകനിൽനിന്നും കൈപ്പറ്റുന്ന അന്നുതന്നെ വിത്തിന്റെ

മൊത്തം വിലയുടെ 75% തുക പണമായി കർഷകന് ലഭിക്കുന്നു. ശേഷിക്കുന്ന തുക വിത്തിന്റെ സംസ്കരണത്തിനു ശേഷമുള്ള അറ്റതൂക്കത്തിനാനുപാതികമായി കണക്കാക്കി, കൃഷിക്കാരനു നേരിട്ട് കൊണ്ട് വന്ന് നല്കുന്നു. കർഷകർക്ക് നെല്ല് പാക്ക് ചെയ്യുന്നതിനു വേണ്ടി വന്ന ചാക്കും, സംസ്കരണത്തിനു ശേഷമുള്ള ഉപയോഗശൂന്യമായ ധാന്യവും വിത്തിന്റെ ശേഷിച്ച വിലയോടൊപ്പം ഓരോ കർഷകന്റെയും വീട്ടിൽ നേരിൽ ചെന്ന് തിരികെ ഏല്പിക്കുന്നു. പങ്കാളിത്ത വിത്തുല്പാദന പരിപാടി നടപ്പിലാക്കിയ പാടശേഖരങ്ങൾ കുഴിക്കാണി പാടം, മാങ്കുറ്റിപ്പാടം, നൂലുവള്ളി, വാസുപുരം, വേലുപ്പാടം, കരയാംപാടം എന്നിവയാണ്.

വിത്തുസംഭരണ പരിപാടി നടപ്പിലാക്കിയതുകൊണ്ടുള്ള നേട്ടങ്ങൾ

- വിത്തുല്പാദന പരിപാടിയുടെ സാങ്കേതിക വിദ്യ കൃഷിക്കാർക്ക് അവരുടെ കൃഷിസ്ഥലത്തുനിന്നു തന്നെ പ്രായോഗികമായി മനസ്സിലാക്കുവാൻ സാധിച്ചു.
- ഉയർന്ന വില നെല്ലിന് ലഭിക്കുവാനുള്ള സാഹചര്യമുണ്ടായി.
- സംഭരണ-സംസ്കരണ പ്രക്രിയയിൽ കൂടി, കൂട്ടായ കർഷക പങ്കാളിത്തം ഉറപ്പാക്കാനുതകുന്ന രീതിയിൽ കൃഷിഭവന്റെ നേതൃത്വത്തിൽ പൊതുവായ സംഭരണ-സംസ്കരണ പ്രക്രിയകൾ ആസൂത്രണംചെയ്ത് നടപ്പാക്കുക വഴി, കർഷകർക്ക് ഈ പരിപാടിയിലുള്ള ആത്മവിശ്വാസം വർദ്ധിപ്പിക്കുവാൻ സാധിച്ചു.
- പട്ടാമ്പി നെല്ലുഗവേഷണ കേന്ദ്രത്തിലെ ശാസ്ത്രജ്ഞന്മാരുടേയും സാങ്കേതിക വിദഗ്ധരുടേയും കൃഷിക്കാരോടൊപ്പമുള്ള സാന്നിദ്ധ്യവും, താമസവും ഒരു പുതിയ ബന്ധവും സംസ്കാരവും വളർത്തിയെടുക്കുവാൻ സാധിച്ചു.
- പങ്കാളിത്ത വിത്തുല്പാദന പരിപാടിയിൻ കീഴിൽ സംഭരിച്ച വിത്തിന്റെ വില ലഭിക്കുവാൻ മറ്റു നടപടിക്രമങ്ങളൊന്നും തന്നെ വേണ്ടി വന്നില്ല.
- ഉല്പന്നത്തിന്റെ വില കർഷകന് വീട്ടിൽത്തന്നെ ലഭിക്കാനുണ്ടായ സാഹചര്യവും കർഷകരെ സംബന്ധിച്ചിടത്തോളം പുതിയ അനുഭവമായിരുന്നു.

പരിമിതികൾ

- വിത്തുവികസന അതോറിറ്റിയുടെ രജിസ്റ്റേർഡ് വിത്തുല്പാദന പരിപാടി നടപ്പിലാക്കിയശേഷം വിത്തിന്റെ ടാഗ്, കൃഷി ഡയറക്ടറേറ്റിൽനിന്നും ലഭിക്കുവാൻ വേണ്ടി വന്ന കാലതാമസവും അതിനോടനുബന്ധമായി സംഭരിച്ച വിത്തിന്റെ വില ലഭിക്കുവാൻ വേണ്ടി വന്ന കാലതാമസവും കർഷകർക്ക് ബുദ്ധിമുട്ടുണ്ടാക്കി. ജില്ലാ അടിസ്ഥാനത്തിൽ തന്നെ ഇതിന്റെ കടലാസുപണികൾക്ക് വേണ്ട ക്രമീ

കരണങ്ങൾ ഏർപ്പെടുത്തുവാൻ സാധിച്ചാൽ ഈ ബുദ്ധിമുട്ട് ഒഴിവാക്കാവുന്നതേയുള്ളൂ.

- പങ്കാളിത്ത വിത്തുല്പാദന പരിപാടിയിൻകീഴിൽ ഉല്പാദിപ്പിച്ച നെല്ല്, ഭാഗികമായ സംസ്കരണ പ്രക്രിയക്കു ശേഷം ഒട്ടും കാലതാമസം കൂടാതെ തന്നെ ഗവേഷണകേന്ദ്രത്തിലെത്തിക്കുവാൻ വേണ്ടി ക്രമീകരണത്തിന് വീഴ്ച വരുത്തിയാൽ വിത്ത് പുഴുകി ഗുണം നഷ്ടപ്പെടാൻ ഇടവരും. ഇങ്ങനെ സംഭവിച്ചാൽ ഗവേഷണ കേന്ദ്രം ഈ വിത്ത് ഏറ്റെടുക്കുകയുമില്ല. അതിനാൽ ഗവേഷണ കേന്ദ്രത്തിൽനിന്നും വളരെ ദൂരെ സ്ഥിതിചെയ്യുന്ന ഒരു സ്ഥലം എന്ന നിലയിൽ പൂർണ്ണമായ സംസ്കരണത്തിനു വേണ്ട സാങ്കേതിക സൗകര്യങ്ങൾ പ്രാദേശികമായിത്തന്നെ ഒരുക്കുവാൻ സാധിക്കണം.

നെല്ലുസംഭരണ പരിപാടികൾ

2007–08 സാമ്പത്തിക വർഷത്തെ ഗാലസ പദ്ധതി നടത്തിപ്പിൽ വിപണി ഇടപെടലിനുള്ള സൗകര്യങ്ങൾ ചെയ്തിരുന്നു. ഇത് സ്വകാര്യ വ്യാപാരികളുടെ വിപണിയിലെ ലാഭക്കണ്ണോടുകൂടിയുള്ള ഇടപെടലിനെ പരമാവധി ചെറുത്ത് തോല്പിക്കുന്നതിന് ഇടയാക്കി. സംഭരണ പ്രക്രിയയിൽ സിവിൽ സപ്ലൈസ് കോർപ്പറേഷനും, ആമ്പല്ലൂർ സർവ്വീസ് സഹകരണബാങ്കുമാണ് നേരിട്ട് ഇടപെട്ട സ്ഥാപനങ്ങൾ.

ആമ്പല്ലൂർ സർവ്വീസ് സഹകരണബാങ്കിന്റെ നെല്ലുസംഭരണപരിപാടി

കർഷകർക്ക് അവരുടെ നെല്ല് സർവ്വീസ് സഹകരണ ബാങ്കിൽ എത്തിച്ചാൽ, അതിന്റെ തൂക്കം നോക്കി, നെല്ലിന്റെ വില ഉടൻ നല്കുന്ന സംവിധാനമാണ് ബാങ്ക് ഏർപ്പെടുത്തിയിരിക്കുന്നത്. ഒരു കിലോഗ്രാമിന് 9 രൂപ നിരക്കിലാണ് നെല്ല് സംഭരിച്ചത്.

പുഞ്ചപ്പാടങ്ങളിൽ എള്ള്/ പയർവർഗ്ഗ വിള പദ്ധതി

2008–09 സാമ്പത്തിക വർഷത്തിലെ തുലാവർഷ പാതം കുറവായ സാഹചര്യം പരിഗണിച്ച് മൂന്നാം വിള നെൽകൃഷി ഇറക്കിയിരുന്ന എല്ലാ പാടങ്ങളിലും, പുഞ്ചയ്ക്ക് നെൽകൃഷി ചെയ്യാതെ തരിശിട്ടിരുന്ന പാടങ്ങളിലും, പുതുതായി എള്ള്/പയർ വർഗ്ഗവിളകൾ 307.18 ഹെക്ടർ സ്ഥലത്ത് കൃഷി ചെയ്തു. കൊടകര ബ്ലോക്കിലെ 7 ഗ്രാമപഞ്ചായത്തുകളിലും ഈ പദ്ധതി നടപ്പിലാക്കിയിരുന്നു. കൃഷി വകുപ്പിന്റെ സുസ്ഥിര നെൽകൃഷി വികസന പദ്ധതിയിലെ ഘടകമായ "നെൽകൃഷിയിൽ അധികവരുമാനം" ഉണ്ടാക്കാനുള്ള പരിപാടിയിൻ കീഴിൽ പ്രതി ഹെക്ടറിന് 2500/– നിരക്കിൽ ആകെ 7,67,825 രൂപ പദ്ധതി വിഹിതമായി ചെലവഴിച്ചു. എള്ള്,

കൊടകര ബ്ലോക്കിലെ പുഞ്ചപ്പാടങ്ങളിൽ എള്ള്, പയർവർഗ്ഗങ്ങൾ എന്നിവ കൃഷി ചെയ്തതിന്റെ വിശദാംശം

നം.	ഗ്രാമ പഞ്ചായത്ത്	വിളകളും അവയുടെ വിസ്തീർണ്ണവും ഉല്പാദനവും										കൃഷി വകുപ്പിൽ നിന്നും ലഭിച്ച സാമ്പത്തിക സഹായം (രൂപ)
		പയർ		എള്ള്		ചെറുപയർ		ഉഴുന്ന്		ആകെ		
		വിസ്തൃതി	ഉല്പാദനം (1)	വിസ്തൃതി	ഉല്പാദനം (7)	വിസ്തൃതി	ഉല്പാദനം (7)	വിസ്തൃതി	ഉല്പാദനം (7)	വിസ്തൃതി	ഉല്പാദനം (7)	
1.	മറ്റത്തൂർ	3.83	1.95	60.8	24.3	23.8	5.2	7.0	1.9	95.43	33.35	2,38,575.00
2.	വരന്തരപ്പിള്ളി	34	16.32	8.0	2.56	13.0	4.68	13.0	2.86	68.0	26.427	1,70,000.00
3.	കൊടകര	31.0	5.58	12.5	5.125	4.0	0.847	3.0	0.637	50.5	12.175	1,26,250.00
4.	അളഗപ്പനഗർ	41	22.96	17.0	4937	-	-	-	-	58.0	27.887	1,45,000.00
5.	പുതുക്കാട്	4.0	1.27	16.0	5.887	-	-	-	-	20.0	7.087	50,000.00
6.	തൃക്കൂർ	7.5	1.725	2.5	0.457	-	-	-	-	10.0	2.175	25,000.00
7.	നെന്മണിക്കര	2.0	0.457	3.2	0.6567	-	-	-	-	5.2	1.1067	18,000.00
	ആകെ	123.33	50.185	120	43.97	40.80	10.727	23.0	5.387	307.13	110.17	7,67,825.00

പയർ, ഉഴുന്ന്, ചെറുപയർ എന്നീ വിളകളുടെ വിത്ത് നാഷണൽ സീഡ് കോർപ്പറേഷൻ മുഖാന്തരം 100% സബ്സിഡി നിരക്കിൽ പാടശേഖര സമിതികൾ മുഖാന്തരം കർഷകർക്ക് വിതരണംചെയ്തു. വിഷവീര്യം കുറവുള്ള പുതിയ ഗണത്തിലെ കീടനാശിനികൾ സൗജന്യമായി (പദ്ധതി വിഹിതം ഉപയോഗിച്ച്) വിതരണംചെയ്തു. പഴയകാലത്തെ നെൽവയലുകളിൽ വേനൽകാലത്ത് കൃഷി ചെയ്തിരുന്നതും എന്നാൽ ഇപ്പോൾ അന്യം നിന്നു പോയതുമായ ഈ കൃഷിരീതി പഴമക്കാർക്ക് ഗൃഹാതുരത്വം ഉണർത്തുന്നതും പുതിയതലമുറക്ക് ഒരു നവ്യാനുഭവവുമായിരുന്നു.

സംയോജിത നാളികേര വികസന ക്ലസ്റ്റർ പദ്ധതി

കൊടകര ബ്ലോക്ക് പ്രദേശത്ത് തെങ്ങ് കൃഷി പ്രധാനമായും ചെറുകൃഷിയിടങ്ങളിൽ ഒതുങ്ങുന്ന പുരയിടകൃഷിയാണ്. നാളികേരത്തിന്റെ വിലയിലുള്ള വ്യതിയാനവും കൃഷിപ്പണിക്കാരുടെ ലഭ്യതക്കുറവും വർദ്ധിച്ച കൂലിനിരക്കും മൂലം തെങ്ങിന് വേണ്ടത്ര പരിചരണം വേണ്ട സമയത്ത് നല്കാൻ കഴിയാത്ത അവസ്ഥയാണ് ഇന്നുള്ളത്. തന്മൂലം ഉല്പാദന ക്ഷമതയിൽ കാര്യമായ കുറവുണ്ടാവുകയും ചെയ്തു. ഇതിന് പരിഹാരമായി ഒരു പ്രദേശത്തെ തെങ്ങുകൃഷി മുഴുവനായും ഒരു തോട്ടമായി പരിഗണിച്ചുകൊണ്ടുള്ള കൂട്ടായ വിള പരിപാലനമുറകൾ അനുവർത്തിക്കുന്നതിനായി സംയോജിത നാളികേര വികസന ക്ലസ്റ്റർ പദ്ധതി നടപ്പിലാക്കുകയുണ്ടായി.

പദ്ധതി നിർവ്വഹണം

- 50 ഹെക്ടർ തെങ്ങുകൃഷി സ്ഥലം 8750 തെങ്ങുകൾ ഉൾപ്പെട്ട ഒരു പ്രദേശത്തെ ക്ലസ്റ്ററായി തെരഞ്ഞെടുത്തു.
- ക്ലസ്റ്ററിൽ ഉൾപ്പെട്ട കർഷകരെ അംഗങ്ങളാക്കി ഗ്രൂപ്പ് ഫാമിങ് സമിതിയായി പരിഗണിച്ച് ചാരിറ്റബിൾ സൊസൈറ്റി ആക്ടനുസരിച്ച് രജിസ്റ്റർചെയ്തു.
- പൊതുയോഗ തീരുമാനമനുസരിച്ച് ഒരു ഭരണസമിതി നിലവിൽ വന്നു.
- വിള പരിപാലന മുറകൾ ക്ലസ്റ്ററുകളിൽ ഗ്രൂപ്പടിസ്ഥാനത്തിൽ നടപ്പിലാക്കി.
- തെങ്ങുകൃഷിക്കും ഇടവിള കൃഷിക്കുമായി വന്ന മൊത്തം ചെലവ് പരിഗണിച്ച് പരമാവധി ഒരു തെങ്ങിന് 15 രൂപ നിരക്കിലുള്ള ധനസഹായം അനുവദിച്ചിരുന്നു. ഇതിനായി ഗ്രാമ/ബ്ലോക്ക് പഞ്ചായത്തുകളുടെ വിഹിതങ്ങൾ സംയോജിപ്പിച്ചു.
- ബ്ലോക്ക് പഞ്ചായത്തിന്റെ പദ്ധതി വിഹിതം ഉപയോഗിച്ചാണ് ക്ലസ്റ്റർ രൂപീകരണത്തിനുള്ള വിവരശേഖരണവും (സർവ്വെ) ഡോക്യുമെന്റേഷനും നടത്തിയത്.

കൃഷി വകുപ്പ് മുഖേന നടപ്പിലാക്കുന്ന സംസ്ഥാന ഹോർട്ടികൾച്ചർ മിഷൻ പദ്ധതികൾ നിശ്ചിത മാനദണ്ഡങ്ങൾ അനുസരിച്ച് ക്ലസ്റ്റർ പ്രദേശത്ത് നടപ്പിലാക്കിയിരുന്നു. ഇടവിളകൃഷി (നിവേദ്യ കദളി വാഴകൃഷി ഉൾപ്പെടെ വിവിധയിനം വാഴകൾ, പച്ചക്കറി സുഗന്ധവ്യഞ്ജനവിളകൾ മുതലായവ) തേനീച്ച വളർത്തൽ, സാമൂഹ്യ ജലസേചനത്തിനായുള്ള കുളങ്ങൾ എന്നിവയാണ് സംസ്ഥാന ഹോർട്ടികൾച്ചർ മിഷൻ പ്രകാരം നടപ്പിലാക്കിയ പ്രധാന പദ്ധതികൾ.

അസംഘടിതമായ തെങ്ങുകൃഷി മേഖലയിൽ ക്ലസ്റ്റർ അടിസ്ഥാനത്തിൽ ഗ്രൂപ്പ് ഫാമിങ് രീതിയിൽ ഉല്പാദനോപാധികളുടേയും ഇടവിള/നടീൽ വസ്തുക്കളുടേയും വിതരണം കൂട്ടായി സംഘടിപ്പിക്കാൻ കഴിയാഞ്ഞതിനാൽ കൃഷിച്ചെലവ് കുറയ്ക്കുന്നതിനും, ശാസ്ത്രീയമായ വിള പരിപാലന മുറകൾ അനുവർത്തിക്കുന്നതിനും സാധിച്ചു. വിപണനത്തിനായി വിവിധ കാർഷികോല്പന്നങ്ങൾ ക്ലസ്റ്റർ അടിസ്ഥാനത്തിൽ ക്രോഡീകരിക്കുവാനും ഒരു പരിധിവരെ സാധിച്ചുവെന്നതും ആദ്യഘട്ടത്തിലുള്ള പദ്ധതിയുടെ വിജയമായി കണക്കാക്കാം.

ഗാലസ - വാഴ പച്ചക്കറി കൃഷി വികസനം

നെല്ലും തെങ്ങും കഴിഞ്ഞാൽ സുപ്രധാന വിളകളായ വാഴ, പച്ചക്കറി എന്നിവയിലും കർഷക കൂട്ടായ്മ കെട്ടിപ്പടുത്ത് ഉല്പാദനവും വരുമാനവും വർദ്ധിപ്പിക്കുവാൻ ഈ പദ്ധതി വിഭാവനം ചെയ്യുന്നു. കൊടകര ബ്ലോക്ക് പഞ്ചായത്തിലെ മറ്റത്തൂർ, വരന്തരപ്പിള്ളി, കൊടകര, അളഗപ്പ നഗർ തൃക്കൂർ, നെന്മണിക്കര എന്നീ ഗ്രാമപഞ്ചായത്തുകളിലെ ആകെ 183 ഹെക്ടർ സ്ഥലത്തെ 3,82,500 വാഴകൾക്കാണ് ഈ പദ്ധതിപ്രകാരം ആനുകൂല്യം നല്കുന്നത്. വാഴയ്ക്ക് വളം മുതലായ ഉല്പാദനോപാധികളും, വളപ്പയറും നല്കും. ഗ്രാമ/ബ്ലോക്ക് വിഹിതങ്ങൾ സംയോജിപ്പിച്ച് ഇപ്പോൾ പദ്ധതി നടത്തി വരുന്നു.

ഇതോടൊപ്പം കൊടകര ബ്ലോക്ക് പഞ്ചായത്തിലെ 62 ഹെക്ടർ സ്ഥലത്ത് കൃഷി ചെയ്യുന്നതിനാവശ്യമായ പച്ചക്കറി വിത്തും ഗ്രാമ/ബ്ലോക്ക് വിഹിതങ്ങൾ സംയോജിപ്പിച്ച് സൗജന്യമായി കർഷകർക്ക് വിതരണം ചെയ്തുകൊണ്ടിരിക്കുന്നു.

സാദ്ധ്യതകൾ

- ബ്ലോക്ക്, ഗ്രാമ പഞ്ചായത്തുകളുടെ ഇച്ഛാശക്തിയിൽ നിന്നും ഉടലെടുത്ത കൂട്ടായ്മയും കെട്ടുറപ്പും വഴി നേടിയെടുത്ത ലക്ഷ്യ സാക്ഷാൽക്കാരം.
- ഭരണസാരഥികളും ഉദ്യോഗസ്ഥരും കർഷകരും ഒരേ ലക്ഷ്യം മുൻനിർത്തി പ്രവർത്തിച്ചതിന്റെ വിജയം.
- കർഷകരുടെ മുൻഗണനാക്രമത്തിലുള്ള ആവശ്യങ്ങൾ സഫലമാക്കുന്നതിനായി ഗ്രാമ/ബ്ലോക്ക്/ജില്ല പഞ്ചായത്ത് ജനകീയാസൂത്രണ

ഫണ്ടുകളുടേയും, കൃഷി വകുപ്പിന്റെയും വിഹിതങ്ങളുടെ കാര്യക്ഷമമായ സംയോജനം.

- ഗ്രാമപഞ്ചായത്തുകളിലെ വിവിധ പാടശേഖരങ്ങളിലായി നെൽകൃഷി കൂട്ടായി നടപ്പിലാക്കിയപ്പോൾ ഉണ്ടായ ഉല്പാദനച്ചെലവിന്റെ കുറവും ഉല്പാദനക്ഷമതയുടെ വർദ്ധനവും.
- ഗാലസ പദ്ധതി നെൽകൃഷിയിൽ 2006-07 വർഷം മുതൽ നടപ്പിലാക്കിയപ്പോൾ വിവിധ ഫണ്ടുകൾ സംയോജിപ്പിച്ച് മുൻബന്ധം ഉറപ്പാക്കിയപോലെതന്നെ നെല്ലിന്റെ വിപണനത്തിനായി സിവിൽ സപ്ലൈസ് കോർപ്പറേഷൻ വഴി നെല്ല് സംഭരണം സാദ്ധ്യമാക്കിയ പിൻബന്ധം.
- നെൽകൃഷിയിൽ ഉണ്ടാകുന്ന പ്രശ്നങ്ങൾ സമയാസമയങ്ങളിൽ തീർക്കുവാൻ, ഗ്രൂപ്പ് ഫാമിങ് സമിതി മുഖാന്തരം കൃഷിവകുപ്പിന്റെ പദ്ധതി വിഹിതം ഉപയോഗിച്ച് സംഘടിതമായി ഇത്രയും സ്ഥലത്ത് കൃഷി ചെയ്തത് കൃഷിവകുപ്പിന്റെ ചരിത്രത്തിൽത്തന്നെ ആദ്യമാണെന്ന് പറയാം. ഭരണകർത്താക്കളും, ഉദ്യോഗസ്ഥരും, കർഷകരും കൂട്ടായി ചർച്ച ചെയ്ത് പരിഹാരമുണ്ടാക്കുന്ന പരസ്പരവിശ്വാസ്യതയാണ് നടപ്പായത്.
- മറ്റുവിളകൾ കൃഷി ചെയ്തിരുന്ന നെൽപാടങ്ങളും, തരിശുഭൂമിയും നെൽകൃഷിയിലേക്ക് തിരിച്ചു കൊണ്ടുവന്നതിൽനിന്നും കൈവരിച്ച സുസ്ഥിരത.
- ശിഥിലമായി കിടന്നിരുന്ന തെങ്ങു കൃഷിയിൽ 2008-09 ൽ ക്ലസ്റ്ററുകൾ രൂപീകരിച്ച് നടത്തിയ ഇടപെടലുകളിൽ ഉളവായ കൂട്ടായ്മയുടെ ശംഖനാദം.
- അവഗണിക്കപ്പെട്ടിരുന്ന മുഖ്യപുരയിട വിളയായ തെങ്ങിനെ കൂട്ടായ ഇടപെടലിലൂടെ വീണ്ടും അംഗീകരിക്കാനുള്ള കർഷകന്റെ പുന:വിചിന്തനം.
- ജനകീയാസൂത്രണപദ്ധതികളും, സർക്കാർ പദ്ധതികളും സംയോജിപ്പിച്ച് നടപ്പിലാക്കിയപ്പോൾ കർഷകർക്ക് ലഭിച്ച ആദായത്തിന്റെ അടിസ്ഥാനത്തിൽ അവരിൽ സംജാതമായ വിശ്വാസ്യത.
- നൂതനകൃഷി രീതികൾ സ്വന്തം കൃഷിയിടങ്ങളിൽ അവലംബിക്കുവാൻ തല്പരരായ, പുരോഗമനചിന്താഗതിക്കാരായ കർഷകർ.

ദൗർബല്യം

- പാടശേഖരങ്ങളുടെ പ്രകൃത്യാലുള്ള വൈവിദ്ധ്യം. പഞ്ചായത്തുകളിലെ, ചില പ്രദേശങ്ങളിലെങ്കിലുമുള്ള പാടശേഖരങ്ങളുടെ തുണ്ടുവല്ക്കരണം.
- പാടശേഖരങ്ങളിലെ ജലാഗമന നിർഗ്ഗമനവുമായി ബന്ധപ്പെട്ട പ്രശ്നങ്ങൾ, കാലാവസ്ഥയിലുള്ള വ്യതിയാനങ്ങളും, പ്രകൃതിക്ഷോഭവും
- ചില പാടശേഖരങ്ങളുടെ ഭൂപ്രകൃതിയിലുള്ള വ്യതിയാനങ്ങൾമൂലം

കൊടകര ബ്ലോക്ക് പഞ്ചായത്ത് - സുസ്ഥിര
നാളികേര വികസന ക്ലസ്റ്റർ പദ്ധതി 2008-2009

നം	ഗ്രാമ പഞ്ചായത്ത്	ക്ലസ്റ്ററുകളുടെ എണ്ണം	വിസ്തീർണ്ണം ഹെക്ടർ	തെങ്ങുകളുടെ എണ്ണം	ചെലവാക്കിയ ഗ്രാമപഞ്ചായത്ത് ഫണ്ട്	ചെലവായ ഉല്പാദനോപാധികൾക്ക്	ബ്ലോക്ക് പഞ്ചായത്ത് ഫണ്ട് വിവര ശേഖരണത്തിന്	ആകെ
1.	മറ്റത്തൂർ	9	450	75,280	9,05,625	2,63,480	82,860	3,46,340
2.	വരന്തരപ്പിള്ളി	8	400	70,000	7,98,002	2,45,000	-	2,45,000
3.	കൊടകര	7	350	52,500	5,31,831	1,83,750	-	1,83,750
4.	അളഗപ്പനഗർ	4	200	35,000	4,02,500	1,22,500	-	1,22,500
5.	തൃക്കൂർ	8	400	62,250	7,15,875	2,17,875	31,800	2,49,675
6.	നെന്മണിക്കര	3	150	10,991	41,038	36,605	-	36,306
7.	പുതുക്കാട്	4	200	29788	52,525	1,04,258	-	1,04,258
	ആകെ	43	2,150	3,35,80	34,47,396	10,73,468	1,14,660	12,88,128

യന്ത്രവൽക്കരണം പൂർണ്ണമായും സാദ്ധ്യമാകാത്ത സ്ഥിതിവിശേഷം

- കർഷകത്തൊഴിലാളികളുടെ ലഭ്യതക്കുറവ്
- കാർഷിക യന്ത്രങ്ങളുടെ ശേഷി പൂർണ്ണമായും വിനിയോഗം ചെയ്യുന്നതിനു വേണ്ട ഗ്രാമ,ബ്ലോക്ക് പഞ്ചായത്തു തലത്തിലുള്ള പൊതു സംവിധാനത്തിന്റെ അഭാവം.
- സംഘടിതമായ വിപണനശൃംഖലയുടെ അഭാവം
- തെങ്ങിനെ മുഖ്യപുരയിട വിളയായി കണക്കാക്കാത്ത സാഹചര്യം
- തെങ്ങുകൃഷിയിലെ രോഗകീടബാധകൾ

അവസരങ്ങൾ

- കർഷകക്കൂട്ടായ്മ ഇതിനകം തന്നെ കെട്ടിപ്പടുക്കാൻ സാധിച്ചതിനാൽ കൂടുതൽ കാർഷിക പ്രവർത്തനങ്ങൾ സംഘടിതമായ രീതിയിൽ നടത്താനുള്ള സാദ്ധ്യത.
- നെല്ല്, തെങ്ങ്, മറ്റ് പുരയിടകൃഷികൾ വിപുലീകരിക്കാം.
- നാളികേരത്തിന്റെ വിലയിലുള്ള അസ്ഥിരത
- ഉല്പന്നങ്ങളുടെ വൈവിദ്ധ്യവല്ക്കരണം, മൂല്യവർദ്ധിത ഉല്പന്നങ്ങൾ എന്നിവയിൽ കർഷകന് കൂടുതൽ വരുമാനം നേടിക്കൊടുക്കാനാകും.
- കൊടകര മണ്ഡലത്തിൽ രൂപീകൃതമാകുവാൻ പോകുന്ന ഗവൺമെന്റ് പരിഗണനയിലുള്ള കേരപാർക്ക്, നാളികേരത്തിന്റെയും നാളികേരോല്പന്നങ്ങളുടെയും വിപണന ശൃംഖലയെ ഭദ്രമാക്കുന്നു. നെല്ല് പ്രാദേശികമായി സംഭരിച്ച് അരിയാക്കി വിപണനം ചെയ്യുന്നതിന്, നെല്ല് സംഭരണപദ്ധതിയുടെ ധനസഹായത്തോടെ സർവ്വീസ് സഹകരണ ബാങ്കുകളുടെ നേതൃത്വത്തിൽ, ഒരു പ്രാദേശിക-സംഭരണ-സംസ്കരണ-വിപണന-ശൃംഖല ഉണ്ടാക്കുവാനുള്ള അവസരം.
- ലഭ്യമായ തൊഴിലാളികളുടെയും യന്ത്രങ്ങളുടെയും ശാസ്ത്രീയമായ വിനിയോഗം ഉറപ്പാക്കുവാനുള്ള അവസരം.
- പദ്ധതി സംയോജനത്തിലൂടെ എല്ലാ ഘടകങ്ങൾക്കും സഹായം നല്കുവാനുള്ള സാമ്പത്തിക സ്രോതസ്സ് ആർജ്ജിക്കുവാൻ സാധിക്കും.

ഭീഷണികൾ

- നെൽപ്പാടങ്ങൾ മൊത്തമായി ഭാവിയിൽ നെൽകൃഷിക്കല്ലാത്ത ആവശ്യത്തിനായി വാങ്ങിക്കൂട്ടുന്ന സാഹചര്യം ഇപ്പോൾ നിലവിലുണ്ട്. അനിയന്ത്രിതവും അശാസ്ത്രീയവുമായ കളിമൺ ഖനനം നെൽകൃഷി മേഖലയെ കാര്യമായ തോതിൽ ബാധിച്ചിട്ടുണ്ട്. പ്രകൃതിയുടെ സന്തുലിതാവസ്ഥയ്ക്കുതന്നെ ഇത് വൻഭീഷണിയാണ്. ചെറിയ നെൽപാടങ്ങൾ അടങ്ങിയ പ്രദേശത്ത് നെൽകൃഷി ലാഭകരമായി തുടർന്നുകൊണ്ടു പോകാനുള്ള അടിസ്ഥാന സൗകര്യ

ങ്ങൾക്കുള്ള സാദ്ധ്യതക്കുറവും ഒരു ദൗർബല്യമായി നിലനില്ക്കുന്നു.

- നാളികേരം, പച്ചക്കറി, പഴവർഗ്ഗങ്ങൾ എന്നിവയുടെ അപ്രതീക്ഷിത മായ വിലത്തകർച്ച.
- പ്രാദേശികമായ പ്രശ്നങ്ങൾ.

ഗാലസ സംയോജിത നെൽകൃഷി വികസനപദ്ധതിയുടെ സാങ്കേതികവും സാമൂഹികവും സാമ്പത്തികവുമായ നേട്ടങ്ങൾ

- കൊടകര ബ്ലോക്ക് പ്രദേശത്തെ പാടശേഖരങ്ങളിലെ ശരാശരി ഉല്പാദനക്ഷമത 18 മേനി വിളവായിരുന്നു. അതായത് പ്രതി ഹെക്ടറിന് 2.5 ടൺ നെല്ല്. ഇത് ഇന്ന് 28 മേനി ശരാശരി വിളവായി (4.48 ടൺ നെല്ല് പ്രതി ഹെക്ടറിന് എന്ന തോതിൽ) വർദ്ധനവ് ഉണ്ടാക്കാൻ സാധിച്ചു.
- നെൽകൃഷിയിൽ സമയബന്ധിതമായി കൃഷിപ്പണികൾ കൂട്ടുകൃഷി സമ്പ്രദായത്തിൽ പുനഃസംഘടിപ്പിച്ചതിനാലും, ഉല്പാദന ഉപാധികളും സാങ്കേതികവിദ്യകളും വേണ്ട സമയത്ത് പ്രയോഗിച്ചത് വഴി ഉണ്ടാക്കാൻ കഴിഞ്ഞ നേട്ടം കൃഷിക്കാരിലും, കൃഷിവികസന ഉദ്യോഗസ്ഥരിലും, ജനപ്രതിനിധികളിലും വലിയ ആവേശം തന്നെ സൃഷ്ടിക്കാനും നെൽകൃഷി ലാഭകരമാക്കാൻ സാധിക്കുമെന്ന വിശ്വാസം വളർത്തിയെടുക്കാനും സാധിച്ചു.
- 2009-10 സാമ്പത്തിക വർഷം നെൽകൃഷി ചെയ്യുന്ന മുഴുവൻ പ്രദേശത്തേക്കും ഈ പദ്ധതി എല്ലാ സീസണിലും നടപ്പിലാക്കുവാൻ വേണ്ട ആസൂത്രണങ്ങൾ മുൻകൂട്ടി ചെയ്യുവാൻ സാധിച്ചു. വ്യക്തിഗത ആനുകൂല്യമായി നെൽകർഷകർക്ക് ലഭിക്കുന്ന ഉല്പാദന ബോണസ് അടക്കമുള്ള വിവിധ പദ്ധതി ആനുകൂല്യങ്ങൾ പാടശേഖരസമിതിയുടെ പൊതുവായ പ്രവർത്തനത്തിനായുള്ള മൂലധനമായി സ്വരൂപിക്കുവാൻ സാധിച്ചു.
- കൊടകര ബ്ലോക്ക് പ്രദേശത്തെ നെൽകർഷകനുള്ള ആനുകൂല്യം മുഴുവനായും പാടശേഖര സമിതികൾ മുഖാന്തരം നിർവ്വഹിച്ചതു വഴി നെൽകൃഷി ചെയ്യുന്ന എല്ലാ കർഷകർക്കും പദ്ധതി ആനുകൂല്യങ്ങൾ സർവ്വത്രികമായി ലഭ്യമാക്കുവാൻ സാധിച്ചു. പദ്ധതി വിഹിതങ്ങളുടെ സംയോജനം ഇതിന് വലിയ അളവിൽ സഹായകമായിട്ടുണ്ട്.
- ആവശ്യാധിഷ്ഠിതമായി, ഘട്ടം ഘട്ടമായി യാന്ത്രിക ആസ്തികൾ സൃഷ്ടിക്കുന്നതിനുള്ള കൃത്യമായ നയപരിപാടികൾ രൂപീകരിക്കുന്നതിനും അത് നടപ്പിൽ വരുത്തുന്നതിനും കഴിഞ്ഞു. ആർജ്ജിച്ച യാന്ത്രിക ആസ്തികൾ പരമാവധി പ്രയോജനപ്പെടുത്തുന്ന രീതിയിൽ ഉപയോഗപ്പെടുത്തുന്നതിന് പാടശേഖരങ്ങൾക്ക് സാദ്ധ്യമായി.
- ഓരോ പാടശേഖരങ്ങളുടെയും കണക്കുകളും, രേഖകളും സൂക്ഷിക്കുന്നതിന് വേണ്ട രജിസ്റ്ററുകൾക്ക് നിശ്ചിത ഫോറങ്ങളും മറ്റു മാർഗ്ഗ

നിർദ്ദേശങ്ങളും കൃഷിഭവൻ മുഖാന്തരം നല്കുകയുണ്ടായി. ബാങ്ക് അക്കൗണ്ടുകളിലൂടെയല്ലാതെയുള്ള ധനവിനിയോഗം ഇല്ലായ്മ ചെയ്യുവാൻ സാധിച്ചു. ഇത് സാമ്പത്തിക അച്ചടക്കം ഉണ്ടാക്കുവാനും, പ്രവർത്തനം സുതാര്യമാക്കുന്നതിനും ഇടയാക്കി.

- തരിശിട്ടിരുന്ന കൃഷിയോഗ്യമായ നെൽപ്പാടങ്ങളിൽ ഘട്ടം ഘട്ടമായി കൃഷി ഇറക്കുന്നതിന് സാധിച്ചു. നെൽകൃഷിക്കല്ലാതെയുള്ള മറ്റാവശ്യങ്ങൾക്കായി വാങ്ങിക്കൂട്ടിയിരുന്ന കൃഷി സ്ഥലങ്ങൾ പൂർണ്ണമായും നെൽകൃഷിക്കായി വിനിയോഗിക്കാൻ സാധിച്ചു.
- നെൽകൃഷി മേഖലയിൽ കൂട്ടായ്മയുടെ സംഘബലം, സാമൂഹികവും സാമ്പത്തികവുമായ വളർച്ചയ്ക്ക് വഴി തെളിയിച്ചു.

നിലവിലുള്ള പ്രശ്നങ്ങളും ഭീഷണികളും മറികടക്കുവാൻ സംഘടിതമായ കൂട്ടുകൃഷി സമ്പ്രദായത്തിനേ കഴിയൂ. നെൽകൃഷിയിൽ പാടശേഖരങ്ങൾ എന്ന പോലെ തെങ്ങ്, ഇടവിള കൃഷി, മറ്റു വിളകൾ എന്നിവയ്ക്കു കൂടി ക്ലസ്റ്ററുകൾ/പച്ചക്കറി ഗ്രാമങ്ങൾ പോലുള്ള കൂട്ടുകൃഷി സമ്പ്രദായത്തിന് തുടക്കം കുറിച്ചിട്ടുണ്ട്. ഇത് ശാക്തീകരിക്കുന്നതിനും, നിലവിലുള്ള പ്രാദേശിക വിപണന സാദ്ധ്യതകൾ കുറെക്കൂടി ഫലപ്രദമായി ഉപയോഗിക്കാവുന്ന തരത്തിലുള്ള സംഭരണ-സംസ്കരണ-വിപണന സംവിധാനങ്ങൾ ഉണ്ടാകണം. കാർഷിക മേഖലയിൽ ദേശീയ ഗ്രാമീണ തൊഴിലുറപ്പു പദ്ധതിയുടെ സാദ്ധ്യതകൾ പ്രയോജനപ്പെടുത്തുന്നതിനായുള്ള ശ്രമം ആരംഭിച്ചിട്ടുണ്ട്. കാർഷിക യന്ത്രങ്ങളുടേയും, കർഷക തൊഴിലാളികളുടേയും സേവനം സമയബന്ധിതമായി കാർഷിക മേഖലയിൽ ഇടപെടുന്നതിനായുള്ള സംരംഭങ്ങൾ ശക്തിപ്പെടുത്തേണ്ടതുണ്ട്. മേൽ നിർദ്ദേശിച്ച വിഷയങ്ങളും, സാദ്ധ്യതകളും ഫലപ്രദമായി ഉപയോഗപ്പെടുത്തി, കാർഷികമേഖലയിൽ സ്ഥിരമായി ഇടപെടുന്നതിനു വേണ്ട സ്ഥായിയായ ഒരു ഭരണസംവിധാനം വരും കാലങ്ങളിലും നിലനില്ക്കേണ്ടത് അത്യന്താപേക്ഷിതമാണ്. ശിഥിലമായിരുന്ന കാർഷിക മേഖലയെ കൂട്ടായ്മയിലൂടെ ശാക്തീകരിച്ച ഇന്നത്തെ സ്ഥിതിവിശേഷം തുടരുമെന്ന് നമുക്ക് പ്രത്യാശിക്കാം.

കൃത്യതാകൃഷി (Precision Farming)

വെള്ളം, വളം എന്നിവ ആവശ്യത്തിനു മാത്രം നല്കി, ചെടിയുടെ അടിസ്ഥാന സ്വഭാവത്തിൽ മാറ്റമുണ്ടാക്കി കൂടുതൽ പ്രതിരോധശേഷിയുള്ള ചെടിയാക്കി മാറ്റുന്ന രീതിയാണിത്. ഉല്പാദന വർദ്ധനവിനോടൊപ്പം പ്രതിരോധശേഷി വളർത്തുകയും കീടങ്ങളിൽ നിന്നുള്ള ആക്രമണം തടയുകയും ചെയ്യുക എന്നതാണ് ലക്ഷ്യം. ഓരോ ചെടിയുടെയും പരമാവധി ഈട് (Shelf life) വർദ്ധിപ്പിക്കുന്നതിനും കൃത്യതാ കൃഷിയിലൂടെ സാധിക്കും. അധികവളവും അധികവെള്ളവും നല്കി പരമാവധി ഉല്പാദനവർദ്ധനവുണ്ടാക്കുന്നത് ചെടിയുടെ പ്രതിരോധ ശേഷികളെയും ആയുസ്സിനെയും പ്രതികൂലമായി ബാധിക്കും. ചെറിയ കാലയളവിൽ

മാത്രമേ പരമാവധി ഉല്പാദനമികവ് ഉണ്ടാവുകയുള്ളൂ. എന്നാൽ drip irrigation രീതിയിൽ വളവും വെള്ളവും നല്കുന്ന fertigation രീതിയിലൂടെ പച്ചക്കറി കൃഷി വിജയകരമാക്കാൻ സുസ്ഥിരയിൽ സാധിച്ചു.

16 പാടശേഖരങ്ങൾ മാത്രമുണ്ടായിരുന്ന കൊടകരയിൽ ഗാലസയുടെ ഭാഗമായി 84 പാടശേഖരങ്ങളിലേക്ക് കൃഷി വ്യാപിച്ചു. മെട്രോ ഇറിഗേഷൻ അടയാളമുള്ള 17 ഡിപ്പാർട്ടുമെന്റുകളിൽനിന്നുള്ള വിഭവ സമാഹരണം നടത്തിയാണ് ഗാലസ മുന്നേറിയത്.

നേട്ടങ്ങൾ

1 ഗാലസയിലൂടെ തുണ്ടുവല്ക്കരിക്കപ്പെട്ട പാടങ്ങളെ പാടശേഖര കൂട്ടായ്മയിലേക്ക് കൊണ്ടുവന്നു.

2 ഒരേ സമയം കൃഷിയിടം ഒരുക്കുന്നതിലൂടെയുള്ള ചെലവ് ഗണ്യമായി കുറയ്ക്കാൻ കഴിഞ്ഞു.

3 ഒരേ സമയം നടത്തുന്ന അഴിവൽ പ്രയോഗം ഗുണമേന്മയെ ഒരുപോലെ ബാധിക്കുന്നു.

4 ഒരേ മൂപ്പുള്ള വിത്ത് ഒരേ ദിവസം വിതയ്ക്കുന്നു. ചെടികൾ ഒരുപോലെ വളരുന്നതിന് ഇത് സഹായകമാകും.

5. ഒരേ സമയത്ത് കള നശീകരണം-ഒരേ ദിവസം ഒരേ സമയത്ത് വിത്തു വിതയ്ക്കുന്നതിലൂടെ ഒരുപോലെ വളർന്നു വരുന്ന കളകളെയും ഒരു സമയം തന്നെ നശിപ്പിക്കാം.

6 കീടനാശിനിപ്രയോഗം - ഒരേ പ്രായത്തിൽ ഒരേ അന്തരീക്ഷത്തിൽ, സമാന വളപ്രയോഗത്തിലൂടെ വളരുന്ന ചെടിയിൽ ഒരേ സമയം തന്നെ കീടനാശിനി പ്രയോഗം നടത്താം.

7 വളപ്രയോഗവും കീടനാശിനി പ്രയോഗവും ഒരുമിച്ചാവുന്നതു കൊണ്ടു തന്നെ കനാലിൽനിന്ന് ഒരേ തരത്തിൽ ജലസേചനവും നടത്താൻ സാധിക്കുന്നു.

8 കൊയ്ത്തും ഒരേപോലെ.
വളരുന്ന ചെടിയിൽ വിളവെടുപ്പും ഒരുമിച്ചു തന്നെ നടത്തുന്നതിന്റെ ഫലമായി കൊയ്ത്തു യന്ത്രം ഉപയോഗിക്കാൻ സാധിച്ചു.

9 വിപണനം
സിവിൽ സപ്ലൈസ് കോർപ്പറേഷനുമായിട്ടുണ്ടായ മുൻധാരണപ്രകാരം വിളവെടുപ്പു ദിവസം തന്നെ വിപണനവും സാദ്ധ്യമാവുന്നു.

പൊതുവിൽ എല്ലാ തരത്തിലുമുള്ള ചെലവുകളിൽ 50% കുറവുണ്ടാക്കാൻ ഗാലസയ്ക്ക് കഴിഞ്ഞു.

10

ഇന്ത്യയിലെ ആദ്യത്തെ ഹൈടെക് വിദ്യാഭ്യാസ മണ്ഡലം: പൊതുവിദ്യാഭ്യാസം ശാക്തീകരിക്കപ്പെടുന്നു

വിദ്യാഭ്യാസ മേഖലയിലെ ഉദാരവല്ക്കരണനയങ്ങളുടെ പരീക്ഷണശാലയായി ഇന്ത്യയും അതുവഴി കേരളവും മാറുകയാണ്. അതുമൂലം വിദ്യാഭ്യാസത്തെക്കുറിച്ചുള്ള അടിസ്ഥാനസങ്കല്പങ്ങൾതന്നെ അട്ടിമറിക്കപ്പെടുന്നു. വിദ്യാഭ്യാസസ്ഥാപനങ്ങളുടെ നടത്തിപ്പ് ഏറ്റവും നല്ല വ്യവസായമായി മാറ്റുകയും അറിവ് കച്ചവടം ചെയ്യുന്നതിനുള്ള ചരക്കായി മാറ്റുകയും ചെയ്യുന്നു. അതിന്റെ ഫലമായി ആർക്കും വിദ്യാഭ്യാസ സ്ഥാപനങ്ങൾ നടത്താൻ അവകാശവും സഹായവും നല്കുന്ന നയസമീപനങ്ങൾ ഉണ്ടായി. ഒരു ഭാഗത്ത് വിദേശമൂലധന നിക്ഷേപത്തിന് അവസരമൊരുക്കുകയും മറുഭാഗത്ത് വിദ്യാഭ്യാസസ്ഥാപനങ്ങൾ തുടങ്ങാൻ പണം വായ്പയായി നല്കുന്നതിന് സർക്കാർ തന്നെ ധനകാര്യസ്ഥാപനങ്ങൾ തുടങ്ങുകയും ചെയ്യുമ്പോൾ വിദ്യാഭ്യാസ മേഖലയ്ക്കുള്ള സർക്കാർ വകയിരുത്തലുകൾ ക്രമേണ കുറച്ചുകൊണ്ടു വരുന്നു. കോത്താരികമീഷൻ റിപ്പോർട്ടുകൾ കൂടുതൽ പ്രസക്തമായി വരുന്ന കാലഘട്ടത്തിലാണ് ഈ പിന്മാറ്റം എന്നത് ഏറെ പ്രസക്തമാണ്.

നിലവിൽ വിദ്യാഭ്യാസം കൺകറന്റ് ലിസ്റ്റിൽപ്പെട്ടതാണെങ്കിലും ഫലത്തിൽ കേന്ദ്രസർക്കാരിന്റെ പൂർണ്ണമായ നിയന്ത്രണത്തിൽ തന്നെയാണ്. NCERT, UGC, CBSE, ICSE, AICTE, AIMC, SSA എന്നീ വിവിധ ഏജൻസികൾ വഴിയാണ് കേന്ദ്രഗവൺമെന്റ് നിയന്ത്രണവും അധികാരവും ഉറപ്പിക്കുന്നത്. വിദ്യാഭ്യാസത്തിന്റെ നയവും പരിപാടിയും നിർണ്ണയിക്കുന്നത് കേന്ദ്രമാണെങ്കിലും ചെലവിന്റെ ഭൂരിഭാഗവും വഹിക്കേണ്ടിവരുന്നത് സംസ്ഥാനങ്ങളാണ്. 2004-05 വർഷത്തെ കണക്കുപ്രകാരം കേന്ദ്രസർക്കാർ വിദ്യാഭ്യാസത്തിനായി ചെലവഴിച്ചത് 19.141 കോടി രൂപയാണ്. ഇത് മൊത്തം ചെലവിന്റെ 19.12 ശതമാനമാണ്. ബാക്കി വരുന്ന 81.8 ശതമാനം തുകയും ചെലവഴിക്കുന്നത് സംസ്ഥാന സർക്കാരുകളാണ്.

ഉന്നതവിദ്യാഭ്യാസ മേഖലയിൽ വിദേശമൂലധനം അനുവദിക്കുന്നതിനുള്ള നീക്കവും പൊതു വിദ്യാഭ്യാസത്തെ തകർക്കുമെന്നതിൽ സംശയമില്ല. കടുത്ത മത്സരത്തിന്റെ വേദിയായി ഉന്നത വിദ്യാഭ്യാസം മാറി. സാധാരണക്കാരുടെ കുട്ടികൾ പഠിക്കുന്ന സ്കൂളുകളും കോളേജുകളും ക്രമേണ സർവ്വകലാശാലകളും അടച്ചുപൂട്ടലിലേക്ക് നീങ്ങും. സ്വയംഭരണ സ്ഥാപനങ്ങൾക്ക് അനുമതി നല്കുവാനും ശ്രമം നടക്കുന്നു. സ്വയം ഭരണ കോളേജുകൾവരെ നിർദ്ദേശിക്കപ്പെടുന്നു. ഈ സാഹചര്യത്തിൽ പ്രാദേശിക സവിശേഷതകൾ കണക്കിലെടുത്ത് ബദൽ നിർദ്ദേശങ്ങളും ക്രിയാത്മകപദ്ധതികളും മുന്നോട്ടുവയ്ക്കേണ്ടത് അനിവാര്യമായിരിക്കുന്നു. അത്തരമൊരു ഉദ്യമമാണ് സുസ്ഥിര വിദ്യാഭ്യാസ പദ്ധതിയിൽ ഏറ്റെടുക്കേണ്ടത്. ജനകീയ, ജനാധിപത്യ വിദ്യാഭ്യാസത്തിന് ഒരു മാതൃക സൃഷ്ടിക്കുവാനാണ് സുസ്ഥിര ശ്രമിക്കുന്നത്.

വിദ്യാഭ്യാസത്തിനുള്ള സാദ്ധ്യതയും അവസരവും അനുദിനം കൂടുന്നു എന്നത് നല്ല പ്രവണതയാണ്. വിദ്യാഭ്യാസത്തിന്റെ വ്യാപനവും നിലവാരവും വർദ്ധിക്കുന്നതോടൊപ്പം സാമൂഹികമായ ഉയർച്ചയും സംയോജിപ്പിക്കേണ്ടതാണെന്ന പൊതുനിഗമനത്തിന് വിരുദ്ധമാണ് വർത്തമാനകാല വാർത്തകൾ. കേരളസമൂഹത്തിൽ സാമൂഹികപ്രശ്നങ്ങളും അതിക്രമങ്ങളും കൂടുന്നു. വിദ്യാഭ്യാസ വളർച്ചയ്ക്ക് അനുപൂരകമായല്ല സാമൂഹികപ്രശ്നങ്ങളുടെയും കുറ്റകൃത്യങ്ങളുടെയും വളർച്ചയെന്നത് വൈരുദ്ധ്യമായി നിലനില്ക്കുന്നു. ഭൗതികവിദ്യാഭ്യാസ സാദ്ധ്യത വളരുന്നതോടൊപ്പം മാനവികതയും മനുഷ്യത്വവും വർദ്ധിക്കേണ്ടതുണ്ട്. കേരളം ഉണർന്നു ചിന്തിക്കേണ്ട വിഷയമാണിത്.

വിദ്യാഭ്യാസത്തിന്റെ സാങ്കേതിക മികവ് വർദ്ധിക്കുന്തോറും സാംസ്കാരിക അവബോധം കുറയുന്നു. പുതിയ സാംസ്കാരിക ദിശാബോധം സൃഷ്ടിക്കുന്നതിനുള്ള സാംസ്കാരിക തലം ഒരുക്കുന്നതിനും വിദ്യാഭ്യാസത്തിനു കഴിയണം. നാലു തരത്തിലാണ് വിദ്യാഭ്യാസമേഖലയിലെ ജനകീയ, ജനാധിപത്യവല്ക്കരണപ്രക്രിയയെ സമീപിക്കേണ്ടത്.

1. ചരിത്രപരവും പ്രദേശികവുമായ സംസ്കാരത്തെ ആസ്പദമാക്കി വിദ്യാഭ്യാസത്തെ നവീകരിക്കുക.
2. കായിക വിദ്യാഭ്യാസത്തിന്റെ അഭാവത്തിലുണ്ടാകുന്ന രോഗാതുരതയും ആരോഗ്യപ്രശ്നങ്ങളും അഭിമുഖീകരിക്കുക.
3. വിദ്യാഭ്യാസത്തിലെ ആധുനികവല്ക്കരണത്തിന്റെ കുറവ് പരിഹരിക്കുക.
4. വിദ്യാലയക്യാമ്പസുകളെ ഹരിതാഭമാക്കുക. കാർഷിക സംസ്കാരത്തിൽ ഊന്നി നില്ക്കുന്ന വിദ്യാഭ്യാസ രീതി വികസിപ്പിക്കുക.

ഇതിന്റെ അടിസ്ഥാനത്തിലാണ് സമഗ്രവിദ്യാഭ്യാസ സങ്കല്പമായ "e-learning"പുതുക്കാട് നടപ്പിലാക്കിയത്.

മനുഷ്യനെ മനുഷ്യനാക്കി മാറ്റുന്ന പ്രക്രിയയാണ് വിദ്യാഭ്യാസം. ക്യാമ്പസ് തന്നെ പാഠപുസ്തകം എന്ന സമീപനമാണ് സുസ്ഥിരയുടെ

വിദ്യാഭ്യാസ പദ്ധതിയിൽ സ്വീകരിച്ചിട്ടുള്ളത്. സ്കൂൾ പ്രവേശനകവാട ത്തിലേക്ക് കയറുന്നതു മുതൽ മൂല്യങ്ങളും സംസ്കാരവും പാഠമാക്കാൻ വിദ്യാർത്ഥികൾക്കും അദ്ധ്യാപകർക്കും രക്ഷിതാക്കൾക്കും കഴിയുന്ന സാഹചര്യത്തിലാണ് യഥാർത്ഥ പാഠശാല അർത്ഥപൂർണ്ണമാകുന്നത്. മണ്ഡലത്തിലെ 79 ക്യാമ്പസുകളും മേൽവിവരിച്ച തരത്തിൽ പാഠപുസ്ത കങ്ങളായി മാറിക്കൊണ്ടിരിക്കുകയാണ്.

കാർഷികസംസ്കാരം വളർത്തിയെടുക്കുന്നതിനുതകുന്ന തരത്തിൽ കോടാലി ഗവൺമെന്റ് എൽ പി സ്കൂൾ മോഡലാക്കി മാറ്റിയെടുത്തു കഴിഞ്ഞു. സ്കൂളിന്റെ നാലു ഭാഗത്തുമായി മരങ്ങൾ നട്ടുവളർത്തി ജൈവ വൈവിദ്ധ്യ പാർക്ക് സ്ഥാപിച്ചു. വിവിധതരം പച്ചക്കറികൾ, പൂക്കൾ എന്നിവ ഇവിടെയുണ്ട്. 300 ലധികം സ്പീഷിസുകളെ അവിടെ കാണാൻ കഴിയും. കുട്ടികൾ മണ്ണുമായി നേരിട്ടിടപഴകിയും പുല്ലുപറിച്ചും വെള്ള മൊഴിച്ചും ചെടികളെ സംരക്ഷിക്കുന്നവരായി മാറുന്ന കാഴ്ചയാണ് കോടാ ലിയിലുള്ളത്. മാത്രമല്ല, ജൈവവൈവിദ്ധ്യപാർക്കിൽ ഉള്ള 300 ലധികം ഔഷധസസ്യങ്ങളുടെ പേര്, ശാസ്ത്രീയനാമം, ഉപയോഗം തുടങ്ങിയവ പ്രദർശിപ്പിച്ചിട്ടുണ്ട്. വിവിധയിനം കോഴികൾ, താറാവ്, കാട മുതലായ വയും ഇവിടെയുണ്ട്. ഒരു പരുന്ത് ഈ ക്യാമ്പസിൽ സ്ഥിരമായി താമസി ക്കുന്നുണ്ട് എന്നതുകൂടി മനസ്സിലാക്കുമ്പോഴാണ് ജൈവവൈവിദ്ധ്യ ഉ ദ്യാനമായി ഒരു സ്കൂൾ മാറി എന്ന് തിരിച്ചറിയുക. സുസ്ഥിരയുടെ മുദ്രാ വാക്യമായ 'സ്കൂൾ ക്യാമ്പസ് തന്നെ പാഠപുസ്തകം' എന്ന ആശയം പരമാവധി അർത്ഥപൂർണ്ണമായ ഒരു സ്കൂളാണ് കോടാലി ഗവ: എൽ പി സ്കൂൾ. ഇവിടെ ഒന്നാം ക്ലാസിലേക്കുള്ള പ്രവേശനം ഓരോ വർഷവും വൻതോതിൽ വർദ്ധിച്ചുകൊണ്ടിരിക്കുകയാണ്.

പാർക്കിന്റെ ഭാഗമായി സൗരോർജ്ജം ഉപയോഗിച്ച് വെള്ളം ചൂടാ ക്കുന്നതിന്റെ വർക്കിങ് മോഡൽ സ്ഥാപിച്ചു. ഉച്ചക്കഞ്ഞി പാചകത്തിനായി ബയോഗ്യാസ് ഉപയോഗിക്കുകയും ചെയ്യുന്നു. വിവിധ തരം ഊർജ്ജമാറ്റം (conversion of energy) ഊർജ്ജസംരക്ഷണം, ഊർജ്ജ ഉപയോഗം, ഉപ ഭോഗം തുടങ്ങിയവ നേരിട്ടു മനസ്സിലാവുന്ന തരത്തിലുള്ള വർക്കിങ് മോഡ ലാണിവിടെ വിഭാവനം ചെയ്തിട്ടുള്ളത്. മാലിന്യപരിപാലനത്തെ സംബ ന്ധിച്ചുള്ള വിശദീകരണവും ബയോഗ്യാസ് പ്ലാന്റിനോടനുബന്ധിച്ച് നല്കു ന്നു. മറ്റെങ്ങും അനുകരിക്കാവുന്ന മാതൃകയായി കോടാലി ഗവ. എൽ പി സ്കൂൾ മാറിക്കഴിഞ്ഞു. 53 ലക്ഷം രൂപാ ചെലവഴിച്ച് മാതൃകാ സ്കൂളിനു പൂരകമായവിധം മനോഹരമായ ഒരു ഓഡിറ്റോറിയവും നിർമ്മി ക്കുകയാണ്.

സെന്റ് ആന്റണീസ് എച്ച് എസ് എസ് ഇന്ത്യയിലെ ആദ്യത്തെ ഹൈടെക് സ്ഥാപനം സ്റ്റാറ്റിക് ഐ പി സംവിധാനം

വിദ്യാഭ്യാസത്തിന്റെ ആധുനികവല്ക്കരണം സുസ്ഥിരയുടെ മറ്റൊരു പ്രത്യേകതയാണ്. മണ്ഡലത്തിലെ എല്ലാ സ്കൂളുകളിലും കമ്പ്യൂട്ടർ,

ഇന്റർനെറ്റ്, എൽ സി ഡി പ്രോജക്ടുകളും നടപ്പിലാക്കി. പുതുക്കാട് സെന്റ് ആന്റണീസ് എച്ച് എസ് എസിനെയാണ് മാതൃകയായി തെരഞ്ഞെടുത്തത്. ഏറ്റവും കൂടുതൽ ഹയർസെക്കന്ററി ബാച്ചുകളുള്ള സ്കൂളാണ് സെന്റ് ആന്റണീസ്. 21 ബാച്ചുകളാണ് ഇപ്പോൾ ഇവിടെയുള്ളത്. ഇവിടെ എല്ലാ ക്ലാസുകളിലും കമ്പ്യൂട്ടറും എൽ സി ഡി പ്രൊജക്ടുകളും നെറ്റ് കണക്ഷനും നല്കി. ഇതോടൊപ്പം സ്റ്റാറ്റിക് ഐ പി എന്ന സംവിധാനവും കൂടി നല്കിയിട്ടുണ്ട്. ഇതോടെ ആധുനിക വിദ്യാലയത്തിന്റെ നല്ലൊരു മാതൃകയായി ഈ സ്കൂൾ മാറി. അദ്ധ്യാപകരുടെ ക്ലാസുകൾ റെക്കോർഡ് ചെയ്യുന്നതിനാൽ നെറ്റ് കണക്ഷനുള്ള വിദ്യാർത്ഥികൾക്ക് വീട്ടിലിരുന്ന് ക്ലാസ് വീണ്ടും കേൾക്കാം. നോട്ട് വീട്ടിലിരുന്ന് പ്രിന്റൗട്ട് എടുക്കാം. പൊതുവിദ്യാഭ്യാസസ്ഥാപനങ്ങളെ ആധുനികവല്ക്കരിക്കുക എന്ന ലക്ഷ്യത്തിലാണ് ഈ പദ്ധതി നടത്തുന്നത്. അടുത്ത ഘട്ടമായി 11 ഹയർ സെക്കന്ററി സ്കൂളുകളും 19 ഹൈസ്കൂളുകളും 2 വൊക്കേഷണൽ ഹയർ സെക്കന്ററിയും ഈ വർഷം തന്നെ ഹൈടെക് സ്ഥാപനങ്ങളാക്കി മാറ്റിക്കഴിഞ്ഞു. ഇതോടെ 32 വിദ്യാലയങ്ങൾ ഹൈടെക് വിദ്യാഭ്യാസ സ്ഥാപനങ്ങളായി മാറി. തുടർന്ന്, യു പി എൽ പി സ്കൂളുകളും മേൽവിവരിച്ചതുപോലെ ഹൈടെക് സ്കൂളുകളായി മാറ്റുവാനാണ് ലക്ഷ്യമിട്ടിട്ടുള്ളത്. ലക്ഷ്യപൂർത്തീകരണത്തിലൂടെ പുതുക്കാട് മണ്ഡലം ഇന്ത്യയിലെ ആദ്യത്തെ ഹൈടെക് മണ്ഡലമായി മാറും.

ആഹാരരീതിയിലെ ആരോഗ്യകരമായ ശീലം പരിശീലിപ്പിക്കുന്നതിനായി വെളിച്ചം ബോധവല്ക്കരണപരിപാടി മണ്ഡലത്തിലുടനീളം നടത്തി. ലഹരി വിമുക്ത പഠനപരിപാടിയോടനുബന്ധമായി ബോധവല്ക്കരണം, ജീവിതശൈലിരോഗങ്ങൾ, ആരോഗ്യകരമായ ജീവിതരീതി, എന്നിവ രൂപപ്പെടുത്തുന്നതിനുതകുന്ന പാഠ്യേതര പരിപാടികളും പുതിയ പാഠ്യപദ്ധതിക്ക് അനുപൂരകമായി നടപ്പിലാക്കി വരുന്നു.

വിദ്യാർത്ഥികൾക്കിടയിൽ വർദ്ധിച്ചുവരുന്ന അമിതഭാരം (obesity) കായിക വിദ്യാഭ്യാസത്തിന്റെ അഭാവത്തെ വ്യക്തമാക്കുന്നതാണ്. ഈയിടെ കേരളത്തിൽ നടത്തിയ പഠനം വ്യക്തമാക്കുന്നത് 18 വയസ്സിൽ താഴെയുള്ള 40 ശതമാനം കുട്ടികളും അമിതവണ്ണത്തിന്റെ പ്രശ്നങ്ങൾ അനുഭവിക്കുന്നവരാണെന്നതാണ്. കായിക വിദ്യാഭ്യാസത്തിന് ഊന്നൽ കൊടുക്കുന്ന കലാസാംസ്കാരിക പാർക്ക് സ്ഥാപിച്ചു കഴിഞ്ഞു. ഒറ്റ ക്യാമ്പസിൽ തന്നെ ക്രിക്കറ്റ് ഒഴികെ എല്ലാറ്റിന്റെയും കോർട്ട് ഉൾപ്പെടുത്തി അളഗപ്പനഗർ ഹയർസെക്കന്ററി സ്കൂളിനെ വികസിപ്പിക്കാൻ കഴിഞ്ഞു.

ഈ കേന്ദ്രത്തിൽ ഓപ്പൺ തിയറ്ററുകളും കലാകായിക ബന്ധങ്ങൾ വളർത്തിയെടുക്കുന്ന മത്സരങ്ങളും പാഠ്യപദ്ധതിയോടിണക്കിച്ചേർത്തു. പഞ്ചഗുസ്തി പോലുള്ള അന്യംനിന്ന കായികരൂപങ്ങളെപ്പോലും പുനരുജ്ജീവിപ്പിക്കാൻ കലാകായിക സാംസ്കാരിക പാർക്കിലൂടെ ശ്രമിക്കുന്നുണ്ട്.

ഓട്ടിസം പാർക്ക്

ഓട്ടിസവും ഡിസ്‌ലക്സിയയും ബാധിച്ച കുട്ടികളെ കണ്ടെത്തി അവർക്ക് പ്രത്യേക ശ്രദ്ധയും പരിചരണവും നല്കുന്ന സ്പെഷ്യൽ സ്കൂൾ സുസ്ഥിരയുടെ ഭാഗമായി ആരംഭിച്ചിട്ടുണ്ട്. അദ്ധ്യാപകരും രക്ഷാകർത്താക്കളും ചേർന്നുള്ള കൂട്ടായ ശ്രമത്തിലൂടെ കുട്ടികളിലെ വൈകല്യങ്ങൾ തിരിച്ചറിഞ്ഞുകൊണ്ട് അവ നേരിടുന്നതിനുള്ള ശ്രമങ്ങൾ നടത്തി വരുന്നു. ഈ ലക്ഷ്യത്തിൽ പുതുക്കാട്, ചെങ്ങാലൂർ സർക്കാർ എൽ പി സ്കൂളിൽ ഒരു ഓട്ടിസം പാർക്ക് നിർമ്മിച്ചു കഴിഞ്ഞു. വ്യത്യസ്തമായ കഴിവുകളുള്ള ഇത്തരം കുട്ടികളെ പ്രോത്സാഹിപ്പിക്കുകയും മാതാപിതാക്കളെ പഠിപ്പിക്കുകയും ചെയ്യുക എന്നതാണ് ഓട്ടിസം പാർക്കിന്റെ ലക്ഷ്യം. പൊതുവിദ്യാഭ്യാസത്തിന് ഏതെല്ലാം മേഖലകളിൽ ശക്തമായി ഇടപെടുവാൻ കഴിയുമെന്നതിന് നല്ല ഉദാഹരണമാണ് ഓട്ടിസം പാർക്ക്. വിദ്യാഭ്യാസരംഗത്തും പാർശ്വവല്ക്കരണത്തെ തടയേണ്ടതുണ്ട് എന്നതുകൊണ്ടാണ് ഓട്ടിസം പാർക്ക് വിഭാവനം ചെയ്തത്.

വിദ്യാജ്യോതി

അധികാരവികേന്ദ്രീകരണത്തിന്റെ ഭാഗമായി, കഴിഞ്ഞ 15 വർഷങ്ങളിൽ കൊടകര ബ്ലോക്കിലെ എസ് സി ജനവിഭാഗത്തിന്റെ ഭൗതിക ജീവിത സൗകര്യങ്ങൾ ഏറെ മെച്ചപ്പെട്ടിട്ടുണ്ട്. വികസനമെന്നതിൽ പ്രഥമ പരിഗണന വീട്, കക്കൂസ്, കുടിവെള്ളം, റോഡ്, വൈദ്യുതി എന്നിവയ്ക്കായിരുന്നു. എന്നാൽ മെച്ചപ്പെട്ട ജീവിതനിലവാര വികസനത്തിന്റെ ദീർഘകാലവും പ്രാപ്യമാകണമെങ്കിൽ വിദ്യാഭ്യാസരംഗങ്ങളിലെ സാമൂഹ്യ ഇടപെടൽ ശക്തമാക്കേണ്ടതുണ്ട്. സാമൂഹ്യമായും സാമ്പത്തികമായും ഏറെ പിന്നോക്കം നില്ക്കുന്ന ജീവിതസാഹചര്യങ്ങളിൽനിന്നുവരുന്ന വിദ്യാർത്ഥികളിൽ ഭൂരിഭാഗവും പഠനത്തിനുവേണ്ട അവശ്യസൗകര്യങ്ങൾ പോലും ഇല്ലാത്തവരാണ്. കൂടാതെ മുതിർന്ന തലമുറയിലെ നിരക്ഷരതയും കോളനികളിലെ ഗാർഹികാന്തരീക്ഷം തീർക്കുന്ന വിപരീത സാഹചര്യങ്ങളും അവരിലെ പഠനസാഹചര്യങ്ങളും അവരിലെ പഠനനിലവാരത്തെ മാത്രമല്ല മനോഘടനയെപ്പോലും ദോഷകരമായി സ്വാധീനിക്കുന്നു. ചുരുക്കത്തിൽ അവരുടെ ഭൗതിക പശ്ചാത്തലം, അക്കാദമിക പശ്ചാത്തലം, ഗാർഹിക പശ്ചാത്തലം, വൈകാരിക പശ്ചാത്തലം എന്നിവയിൽ നിലനില്ക്കുന്ന തകരാറുകൾ ഗുരുതരമായ പ്രതിസന്ധികൾ സൃഷ്ടിക്കുന്നു. ഇത്തരമൊരവസ്ഥയിൽനിന്നും അവരെ കൈപിടിച്ചുയർത്തുന്നതിന് കൊടകരയിൽ ആവിഷ്കരിച്ച പദ്ധതിയാണ് 'വിദ്യാജ്യോതി.'

ഇതിന്റെ ഭാഗമായി 10-ാം തരത്തിലെ വിദ്യാർത്ഥികൾക്ക് 2-ാം ശനിയാഴ്ചകളിൽ കണക്ക്, ഇംഗ്ലീഷ് വിഷയങ്ങളിൽ അധിക ക്ലാസ് നടത്തുന്നു. കൂടാതെ കൗമാരക്ലബ്ബുകളിലൂടെ മാനസികാരോഗ്യക്ലാസും നടത്തുന്നു. ആത്മവിശ്വാസക്കുറവ്, അപകർഷതാബോധം, മനോഘടനയിലെ മറ്റു

വൈകല്യങ്ങൾ എന്നിവ ആത്മാവിഷ്കാരത്തിന്റെ വിവിധ പ്രായോഗിക പ്രവർത്തനങ്ങളിലൂടെ കൈകാര്യം ചെയ്യുന്നു. ഇതിന്റെ ഭാഗമായി തിയറ്റർ ക്ലാസുകളും അക്കാദമിക ക്ലാസുകളും ഉൾപ്പെടുത്തി അവധിക്കാലക്യാമ്പുകളും സംഘടിപ്പിക്കുന്നുണ്ട്.

ഹൈസ്കൂൾ തലത്തിൽ തുടക്കത്തിലെ അടിസ്ഥാനതത്ത്വങ്ങളും കണക്കു ചെയ്യുന്നതിനുള്ള പൊതുവായ വിദ്യയും എളുപ്പത്തിൽ ഗണിതശാസ്ത്ര പ്രശ്നങ്ങൾ വിശകലനം ചെയ്തു പഠിപ്പിക്കുന്നതിനും ഇംഗ്ലീഷിന്റെ വ്യാകരണം പഠിപ്പിക്കുന്നതിനുമുള്ള പ്രത്യേക പാക്കേജ് നടപ്പിലാക്കുന്നു. എസ് സി വിദ്യാർത്ഥികൾക്ക് യാത്രാസൗകര്യം ഉറപ്പാക്കുന്നതിനും ആത്മവിശ്വാസം വർദ്ധിപ്പിക്കുന്നതിനും ലിംഗസമത്വം ഉറപ്പാക്കുന്നതിനും വേണ്ടി സ്കൂളുകൾ സൈക്കിളുകൾ വാങ്ങി പെൺകുട്ടികൾക്ക് നല്കി വരുന്നു.

79 ക്യാമ്പസുകൾ ജൈവവൈവിദ്ധ്യ ക്യാമ്പസുകളായി മാറിക്കൊണ്ടിരിക്കുന്നു

കാർഷികസംസ്കാരത്തിൽ ഉറച്ചു നിന്നുകൊണ്ടുള്ള വളർച്ചയാണ് യഥാർത്ഥ വിദ്യാഭ്യാസം. പക്ഷേ, പുതിയ കച്ചവടസംസ്കാരം ഈ ആശയത്തെ തകർക്കുകയാണ്. അതുകൊണ്ടുതന്നെ ക്യാമ്പസുകൾ കാർഷികാഭിവൃദ്ധിയുടെ സന്ദേശങ്ങൾ നല്കുന്നവയായി മാറ്റണം എന്ന് സുസ്ഥിര തീരുമാനിച്ചു. തുടർന്നാണ് ക്യാമ്പസുകളെ ജൈവവൈവിദ്ധ്യ ക്യാമ്പസുകളാക്കി മാറ്റുവാൻ ശ്രമം ആരംഭിച്ചത്. നക്ഷത്രവനങ്ങൾ വരെ നട്ടുപിടിപ്പിച്ചുകൊണ്ടും പല കാമ്പസ്സുകളിലും നഷ്ടപ്പെട്ടു കൊണ്ടിരിക്കുന്ന നെല്വിത്തുകളുപയോഗിച്ച് നെൽകൃഷി ചെയ്തു കൊണ്ടും സ്കൂളുകളെ ജൈവവൈവിദ്ധ്യ ക്യാമ്പസുകളാക്കിക്കൊണ്ടിരിക്കുകയാണ്. മുല്ലിയം ഗവ:ഹയർസെക്കന്ററി സ്കൂളിൽ 18 ഇനത്തിൽപെട്ട നഷ്ടപ്പെട്ട നെൽവിത്തിനങ്ങൾ നട്ടുവളർത്തി. മലയാളിക്ക് ഏറ്റവും പ്രിയപ്പെട്ട തവളക്കണ്ണൻ വിത്തു പോലും ഈ ഗണത്തിലുണ്ടായിരുന്നു. നഷ്ടപ്പെട്ടുവെന്ന് കരുതുന്ന വിത്തുകളുടെ ജേംപ്ലാസം മണ്ണിൽത്തന്നെ സംരക്ഷിക്കുക എന്ന ജനകീയ പരിപാടിയാണ് 79 സ്കൂളുകളിലും നടക്കുന്നത്. ജേംപ്ലാസം ഇപ്പോൾ സൂക്ഷിക്കപ്പെട്ടിരിക്കുന്നത് കാർഷിക സർവ്വകലാശാലയുടെ ശീതീകരിച്ച പരീക്ഷണശാലകളിൽ മാത്രമാണ്. ആലത്തൂർ സ്കൂൾ, പോങ്കോത്ര സ്കൂൾ, ദീപ്തി സ്കൂൾ എന്നിവ ചില ഉദാഹരണങ്ങളാണ്.

ജൈവവൈവിദ്ധ്യം നിറഞ്ഞുനില്ക്കുന്ന ക്യാമ്പസിൽ അത്യാധുനിക പഠനരീതിയും നിലവിൽ വരുന്നു എന്ന സമാനതകളില്ലാത്ത പൊതുവിദ്യാഭ്യാസ സംരക്ഷണമാണ് പുതുക്കാട് കാണാനാകുന്നത്. പൊതുവിദ്യാലയത്തിലേക്ക് കൂടുതൽ കുട്ടികൾ കടന്നുവന്നുകൊണ്ടിരിക്കുന്നു എന്നത് ഏറ്റവുമധികം ശ്രദ്ധിക്കപ്പെടേണ്ട പ്രധാനപ്പെട്ട സംഗതിയാണ്.

സാംസ്കാരിക തലസ്ഥാനമായ തൃശൂരിലെ സാംസ്കാരിക സ്ഥാപനങ്ങളായ സാഹിത്യ അക്കാദമി, സംഗീത നാടക അക്കാദമി, ലളിത കലാ അക്കാദമി, ഡ്രാമാ സ്കൂൾ, കലാമണ്ഡലം എന്നിവയുടെ സാദ്ധ്യതകളെ പ്രയോജനപ്പെടുത്തിക്കൊണ്ട് വിദ്യാലയങ്ങളുടെ സാംസ്കാരിക വളർച്ചയ്ക്ക് കളമൊരുക്കുന്നതും സുസ്ഥിരയുടെ ലക്ഷ്യമാണ്. സാധാരണക്കാരുടെ കുട്ടികൾ പഠിക്കുന്ന സ്കൂളുകളിൽ സമസ്തസൗകര്യങ്ങളും ലഭ്യമാക്കുക എന്നതിലൂടെ വിദ്യാഭ്യാസ രംഗത്തെ അസമത്വവും പാർശ്വവല്ക്കരണവും ഒഴിവാക്കാനാകും.

11

ഗ്രീൻപുതുക്കാട്: ജൈവവൈവിദ്ധ്യ ഉദ്യാനം

കാർഷികരംഗത്ത് ഗാലസ, കദളീവനം, നാളികേരക്ലസ്റ്റർ, പച്ചക്കറി, വാഴകൃഷികൾ എന്നീ ക്രിയാത്മകമായ ഇടപെടലുകൾ നടത്തിയതുകൊണ്ട് കാർഷികരംഗത്തുണ്ടായ മാറ്റങ്ങളുടെ കണക്കുകൾ താഴെ നല്കുന്നു.

ജലസേചനരംഗത്തുണ്ടായ മാറ്റങ്ങളും മേല്പറഞ്ഞ കാർഷികമാറ്റത്തിന് വഴിയൊരുക്കി. നിരവധി റെഗുലേറ്റർ കം ബ്രിഡ്ജുകളും ലിഫ്റ്റ് ഇറിഗേഷനുകളും പ്രവർത്തനനിരതമാകുമ്പോൾ പുതുക്കാട് മണ്ഡലം ഒരു കാർഷികപ്രാധാന്യമുള്ള മണ്ഡലമായി മാറും. ഇത് മുന്നിൽ കണ്ടുകൊണ്ട് സുസ്ഥിര പദ്ധതി നടപ്പിലാക്കുന്ന നൂതനപദ്ധതിയാണ് ജൈവവൈവിദ്ധ്യ ഉദ്യാനം. മുതലാളിത്ത വികസനത്തിന്റെ ഏറ്റവും വലിയ ഇര ജൈവവൈവിദ്ധ്യം തന്നെയാണ്. നവലിബറൽ നയത്തിന്റെ ഏറ്റവും പ്രധാന ലക്ഷ്യവും ജൈവവൈവിദ്ധ്യം ഇല്ലാതാക്കുക എന്നതാണ്. ഈ നയം ജൈവവൈവിദ്ധ്യത്തെപ്പോലും വെറും ചരക്കാക്കി മാറ്റുന്നു. അതുകൊണ്ടുതന്നെ ബദൽ വികസനപരിപാടികളിൽ ജൈവവൈവിദ്ധ്യസംരക്ഷണം പ്രധാന അജണ്ടയാകണം. ഇന്നത്തെയും നാളത്തെയും തലമുറകൾക്ക് വേണ്ടിയും ഭൂമിയുടെ തന്നെ നിലനില്പിനു വേണ്ടിയും ജൈവവൈവിദ്ധ്യം സംരക്ഷിക്കപ്പെടണം. വികസനപ്രക്രിയയുടെ പ്രധാന അജണ്ടയായി ജൈവവൈവിദ്ധ്യ സംരക്ഷണം മാറേണ്ടിയിരിക്കുന്നു.

ജൈവവൈവിദ്ധ്യം പ്രകൃതിയുടെ നിലനില്പിനാധാരമാണ്. പ്രകൃതിയിലെ ഓരോ ജീവനും പരസ്പരപൂരകവും ഒന്ന് മറ്റൊന്നിന്റെ ഭക്ഷണവുമാണ്. ഒരു തന്മാത്ര മാത്രമാണ് പ്രകൃതിയിൽ ഭക്ഷണം ഉണ്ടാക്കുന്നത്. അത് പച്ചനിറം എന്ന് പൊതുവേ പറയുന്ന ക്ലോറോഫിൽ ആണ്. സൂര്യരശ്മിയേയും അന്തരീക്ഷത്തിലെ കാർബൺഡയോക്സൈഡി

നെയും ഉപയോഗിച്ച് കാർബോഹൈഡ്രേറ്റ് ഉണ്ടാക്കുന്നത് പച്ചനിറമാണ്. ഈ പച്ചിലകളെ ഭക്ഷിക്കുന്നത് സസ്യഭുക്കുകളാണ്. അവയെ ഭക്ഷിക്കുന്നത് മാംസഭുക്കുകളും മിശ്രഭുക്കുകളും ആണ്. ഇവയെല്ലാം മരിക്കുമ്പോൾ അവയെ തിന്ന് പ്രകൃതിയിലേക്ക് എല്ലാം തിരിച്ച് നല്കുന്നവയാണ് മൃതഭോജികൾ. ചുരുക്കത്തിൽ ജൈവവൈവിദ്ധ്യസംരക്ഷണം നടക്കുന്നത് താഴെ കാണുന്ന ശൃംഖലയിലൂടെയാണ്.

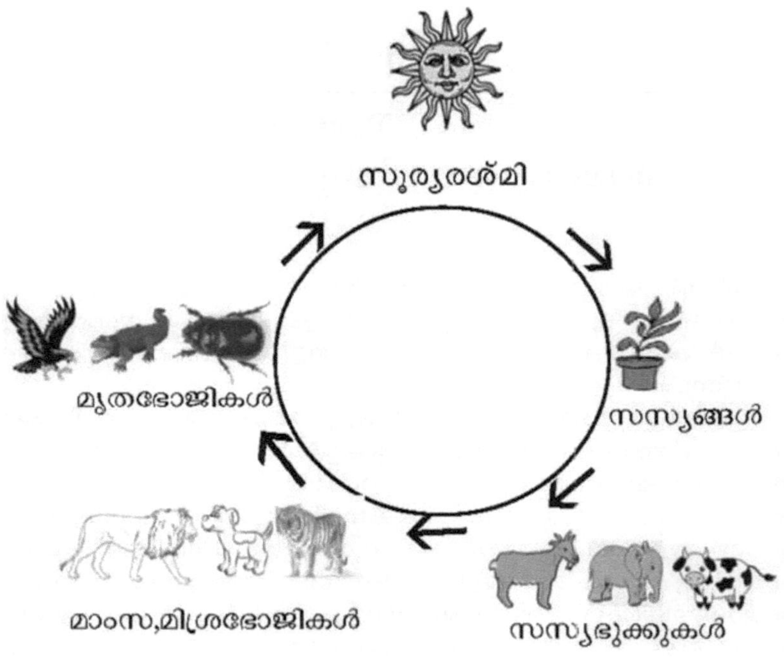

ഭൂമിയുടെ ജൈവവൈവിദ്ധ്യത്തിന്റെ ഊർജ്ജസ്രോതസ്സ് സൂര്യരശ്മിയാണ്. സൂര്യരശ്മിയെ ഭൂമിയിലേക്ക് ആവാഹിച്ചെടുക്കുന്നത് പച്ചനിറമാണ്. അന്തരീക്ഷത്തിലെ കാർബൺഡയോക്സൈഡ് ഉപയോഗിച്ചുകൊണ്ടാണ് സസ്യങ്ങൾ ഭക്ഷണമുണ്ടാക്കുന്നത്. അതുകൊണ്ടുതന്നെ ആ ശൃംഖലയിലെ പ്രഥമ കണ്ണി സസ്യങ്ങളാണ്. മറ്റാരും ഭക്ഷണമുണ്ടാക്കുന്നില്ല എന്നർത്ഥം.

ഭക്ഷണം ഒരുക്കുന്ന സസ്യങ്ങളെ സസ്യഭുക്കുകൾ ഭക്ഷിക്കുമ്പോൾ അവയുണ്ടാക്കിയ ഭക്ഷണം സസ്യഭുക്കുകളിലെത്തുന്നു. സസ്യഭുക്കുകളെ ഭക്ഷിക്കുന്നത് മാംസ, മിശ്രഭുക്കുകളാണ്. ഇവയെയെല്ലാം വിഘടിപ്പിക്കുന്നത് മൃതഭോജികളാണ്.

ഈ ശൃംഖലയിലെ ഏതെങ്കിലും ഒരു കണ്ണി വിട്ടുപോയാൽ തുടർന്നുള്ള പല വർഗ്ഗങ്ങളും നശിക്കും. അത്തരം നാശങ്ങൾ ഭാവിയിൽ പ്രകൃതി സന്തുലനത്തെ തകർക്കും. അതുകൊണ്ടുതന്നെ ജൈവവൈവിദ്ധ്യത്തിന്റെ എല്ലാ കണ്ണികളും നിലനിർത്തുവാൻ ശ്രമിക്കുന്നത് സുസ്ഥിര വികസനത്തിന്റെ പ്രധാന ലക്ഷ്യമാണ്. ഈ ലക്ഷ്യത്തിലാണ് ജൈവവൈവിദ്ധ്യ ഉദ്യാനപദ്ധതി പുതുക്കാട് മണ്ഡലത്തിൽ നടപ്പിലാക്കുന്നത്. 79 സ്കൂൾ ക്യാമ്പസുകളും ജൈവവൈവിദ്ധ്യ ക്യാമ്പസുകളാക്കി മാറ്റുന്നതിലൂടെ പുതിയ തലമുറയ്ക്ക് ജൈവസമ്പത്തിനെക്കുറിച്ച് അറിവ് പകരുവാൻ കഴിയും. ഇത് ഒരു വിദ്യാഭ്യാസ പരിപാടി കൂടിയാണ് എന്നർത്ഥം.

സംസ്ഥാന ഔഷധസസ്യബോർഡും കാർഷിക സർവ്വകലാശാലയും കൃഷിവകുപ്പും ഹോർട്ടികൾച്ചർ മിഷനും വനംവകുപ്പും കുടുംബശ്രീയും തദ്ദേശഭരണസ്ഥാപനങ്ങളും ചേർന്നാണ് ഈ പദ്ധതി നടപ്പിലാക്കുന്നത്. വിദ്യാഭ്യാസസ്ഥാപനങ്ങളുടെ മുഴുവൻ ക്യാമ്പസുകളും ആരാധനാലയങ്ങളും പൊലീസ് സ്റ്റേഷനുകളും ആശുപത്രി കോമ്പൗണ്ടുകളും ജൈവവൈവിദ്ധ്യ കേന്ദ്രങ്ങളായി മാറ്റിക്കൊണ്ടിരിക്കുകയാണ്. 65 ക്യാമ്പസുകളിൽ നക്ഷത്രവനങ്ങളും 25,000 വ്യത്യസ്ത വർഗ്ഗങ്ങളിലെ വൃക്ഷങ്ങളും നട്ടുവളർത്തുന്നു. 101 തരം മാവിൻ തൈകൾ നട്ടുകൊണ്ട് മാന്തോപ്പും ചന്ദനത്തോപ്പും അശോകവനങ്ങളും വളർത്തുകയാണ്. നഷ്ടപ്പെട്ടുകൊണ്ടിരിക്കുന്ന സസ്യസ്പീഷിസുകൾ പുതുക്കാടിന്റെ മണ്ണിൽ നട്ടുവളർത്തുന്നുണ്ട്. ഇത് നീർത്തടത്തെ കൂടുതൽ സമ്പന്നമാക്കും. അത് നാളത്തെ കാർഷികമേഖലയുടെ വളർച്ചയ്ക്ക് വഴിയൊരുക്കുന്ന പശ്ചാത്തലം സൃഷ്ടിക്കും. വികസനത്തിന്റെ സുസ്ഥിരതയ്ക്കുള്ള പ്രധാന മുന്നുപാധിയാണ് ജൈവവൈവിദ്ധ്യസംരക്ഷണം. ഇത് പൂർത്തിയാക്കാൻ കഴിയുക, നീർത്തട പരിപാലനത്തിലൂടെ മാത്രമാണ്. മണ്ണിൽ ജൈവസമ്പത്ത് (Humous Content)വർദ്ധിപ്പിച്ചുകൊണ്ടു മാത്രമേ മണ്ണിന്റെ ജലസംരക്ഷണശേഷി വർദ്ധിപ്പിക്കുവാൻ കഴിയൂ. ജലസംരക്ഷണ ശേഷി വർദ്ധനയിലൂടെ സംഭരിക്കപ്പെടുന്ന അധിക ജലം കൂടുതൽ സസ്യജീവജാലങ്ങളെ നിലനിർത്തും. മണ്ണിലെ സൂക്ഷ്മജീവജാലങ്ങളുടെ എണ്ണത്തിലെ വർദ്ധനവാണ് മണ്ണിന്റെ ഫലഭൂയിഷ്ഠതയെ വർദ്ധിപ്പിക്കുന്നത്. കുടുംബശ്രീയാണ് ഈ പദ്ധതിയുടെ സംഘാടനം ഏറ്റെടുത്തിട്ടുള്ളത്. പുതുക്കാട് മണ്ഡലത്തിലെ 8 ഗ്രാമപഞ്ചായത്തുകളിലെയും കുടുംബശ്രീ അയൽക്കൂട്ടങ്ങളെയും വിളിച്ചു ചേർത്തുകൊണ്ട് ജൈവവൈവിദ്ധ്യപ്രതിജ്ഞ എടുത്തു. ഈ യോഗത്തിൽ വച്ച് നാടൻ ഇനങ്ങളുടെ ആയിരത്തിലധികം മാങ്ങയണ്ടി ശേഖരിച്ച് ചാലക്കുടി സോഷ്യൽ ഫോറസ്ട്രി വിഭാഗത്തെ ഏല്പിച്ചു. അവർ അതിനെ പ്രത്യേക കൂടുകളിലാക്കി മുളപ്പിച്ചു. ഇതുപയോഗിച്ചു കൊണ്ടാണ് മാന്തോപ്പ് യാഥാർത്ഥ്യമാക്കിയത്. പുതുക്കാട് ഗ്രാമപഞ്ചായത്തിലെ മാട്ടുമലയെ നെല്ലിമലയാക്കിക്കൊണ്ട് പുതിയൊരു തോപ്പു കൂടി ആരംഭിച്ചു.

2013 ജൂൺ 5 പരിസ്ഥിതിദിനത്തിൽ 2.5 ലക്ഷം സസ്യങ്ങൾ നടുന്ന

തിന് കുടുംബശ്രീ കൂട്ടായ്മ നേതൃത്വം നല്കി. ഔഷധസസ്യബോർഡ് നെല്ലി, അശോകം, ചന്ദനം എന്നിവ നല്കിയപ്പോൾ 15 ഇനം അപൂർവ്വ മരത്തൈകൾ സോഷ്യൽഫോറസ്ട്രി നല്കി. 2.25 ലക്ഷം ടിഷ്യുകൾച്ചർ റോബസ്റ്റ വാഴകളും 6000 കശുമാവിൻ തൈകളും നാഷണൽ ഹോർട്ടികൾച്ചർ മിഷൻ നല്കി. എല്ലാചെടികളും കുടുംബശ്രീയുടെ നേതൃത്വത്തിൽ നട്ടുപിടിച്ചു. ശീതകാലപച്ചക്കറി എന്ന നിലയിൽ 2 ലക്ഷം കാബേജ്, കോളിഫ്ളവർ തൈകൾ കാർഷിക സർവ്വകലാശാലയും നല്കി. 30 തരം വാഴയുടെ വിത്തുകൾ വാഴവൈവിദ്ധ്യ ഉദ്യാനം എന്ന നിലയിൽ നെന്മണിക്കരയിൽ നട്ടുപിടിപ്പിച്ചു. 2014 വർഷക്കാലത്ത് 1 ലക്ഷം മഴക്കുഴികൾ കുത്തുന്നതിനും, 2 ലക്ഷം സസ്യത്തൈകൾ നടുന്നതിനും തീരുമാനിച്ചിട്ടുണ്ട്. എല്ലാത്തിന്റെയും സംരക്ഷണവും കുടുംബശ്രീ ഏറ്റെടുത്തിട്ടുണ്ട്.

2014 ജൂൺ 5 ന് ഒരു വീട്ടുപറമ്പിൽ ഒരെണ്ണം എന്ന കണക്കിൽ ഒരു ലക്ഷം മഴക്കുഴികൾ സ്ഥാപിച്ചു. നാഷണൽ ഹോർട്ടികൾച്ചർ മിഷൻ നല്കിയ ഒരു ലക്ഷം മാവിൻതൈകൾ, ഓരോ വീട്ടിലും ഓരോ തൈ എന്ന വിധം എത്തിക്കാനായി. സോഷ്യൽ ഫോറസ്ട്രിയുടെ പതിനായിരം ഉങ്ങിൻതൈകൾ നട്ടുവളർത്തി. ജൈവവൈവിദ്ധ്യത്തിന്റെ മാതൃകകൾ മണ്ഡലത്തിൽ രൂപപ്പെടുത്തി വരികയാണ്

12

സുസ്ഥിര: ഉദ്ഗ്രഥനത്തിന്റെ സന്ദേശം

അനുഭവങ്ങളിൽ നിന്നു പഠിച്ചു മുന്നേറുകയെന്ന സമീപനമാണ് ജനകീയാസൂത്രണത്തിൽ കൈകൊണ്ടിട്ടുള്ളത്. മുൻ മാതൃകകളില്ലാത്ത പരീക്ഷണമെന്ന നിലയിൽ ജനകീയാസൂത്രണപ്രസ്ഥാനത്തിന്റെ ഭാഗമായി ഏറ്റെടുത്ത പ്രവർത്തനങ്ങളെ വിമർശനാത്മകമായി പരിശോധിച്ച് ശക്തി തിരിച്ചറിയുന്നതോടൊപ്പം, ദൗർബല്യങ്ങൾ വിലയിരുത്തി പരിഹരിച്ചു മുന്നേറുക എന്ന സമീപനമാണ് സുസ്ഥിരയിൽ സ്വീകരിച്ചത്. അധികാര വികേന്ദ്രീകരണമെന്നാൽ നിലവിലുള്ള ഭരണകൂടത്തിന്റെ ജനാധിപത്യ വല്ക്കരണമാണ്. 73, 74 ഭരണഘടനാ ഭേദഗതിയിലൂടെ ജനാധിപത്യപരമായ രാഷ്ട്രീയ അധികാര വികേന്ദ്രീകരണമാണ് ലക്ഷ്യമിട്ടതും ഇന്ത്യയിലൊട്ടാകെ നടപ്പിലാക്കിയതും. എന്നാൽ കേരളത്തിൽ ഭരണഘടനാ ഭേദഗതിയെത്തുടർന്നുണ്ടായ കേവലമായ രാഷ്ട്രീയാധികാര കൈമാറ്റം മാത്രമല്ല നടന്നത്. ആസൂത്രണം പൂർണ്ണമായും ജനപങ്കാളിത്തത്തോടെയും സുതാര്യത ഉറപ്പുവരുത്തിക്കൊണ്ടും താഴേ തട്ടിൽനിന്നു തുടങ്ങുന്ന രീതിയിൽ ആസൂത്രണ വികേന്ദ്രീകരണം നടപ്പിലാക്കി. സംസ്ഥാന സർക്കാരിന്റെ പ്ലാൻ ഫണ്ടിൽ നിന്നും 40% തുക തദ്ദേശസ്വയംഭരണ സ്ഥാപനങ്ങളുടെ പദ്ധതി നടത്തിപ്പിനായി നല്കി. പദ്ധതി നിർവ്വഹണത്തിനായി തദ്ദേശതലത്തിലുള്ള സ്ഥാപനങ്ങൾ പ്രാദേശിക സർക്കാരുകൾക്കു കൈമാറി. ചുരുക്കത്തിൽ രാഷ്ട്രീയാധികാര കൈമാറ്റത്തിനു പുറമേ ആസൂത്രണം, സാമ്പത്തികം, ഉദ്യോഗസ്ഥ സംവിധാനം തുടങ്ങിയവയും തദ്ദേശസ്വയംഭരണസ്ഥാപനങ്ങൾക്കു കൈമാറി. ഒപ്പം ഭരണപരമായ വികേന്ദ്രീകരണത്തിലൂടെ വകുപ്പുകളും ജീവനക്കാരും പഞ്ചായത്തുകൾക്ക് നല്കി. ഇതോടെ തദ്ദേശസ്വയംഭരണസ്ഥാപനങ്ങളെ എല്ലാം പ്രാദേശിക സർക്കാരുകളാക്കി മാറ്റി. ജനകീയാസൂത്രണം= അധികാരവികേന്ദ്രീകരണം+ ആസൂത്രണവി

കേന്ദ്രീകരണം+ധനവികേന്ദ്രീകരണം+ഭരണപരമായ വികേന്ദ്രീകരണം എന്ന സമവാക്യം അന്വർത്ഥമായി.

അർത്ഥവത്തായ അധികാര വികേന്ദ്രീകരണത്തിനും പരിഹരിക്കാനാവാത്ത തരത്തിൽ, വികസനപ്രവർത്തനങ്ങൾക്കായി വിനിയോഗിക്കുന്ന മൊത്തം തുകയുടെ ഒരു നിശ്ചിത ശതമാനം മാത്രമേ പഞ്ചായത്തിന്റെ പദ്ധതി വിഹിതത്തിലേക്കെത്തുന്നുവെന്നുള്ള പരിമിതി നിലനിന്നു. മൊത്തം വികസനപ്രവർത്തനങ്ങൾക്കായി ഒരു മണ്ഡലത്തിലേക്ക് ലഭിക്കുന്ന വിഭവത്തിന്റെ ചെറിയൊരു ശതമാനം മാത്രമാണ് നേരിട്ട് പഞ്ചായത്തിലെത്തുന്നത്. ഉദാഹരണത്തിന് കൊടകര ബ്ലോക്കിൽ എല്ലാ സ്രോതസ്സിൽനിന്നുമുള്ള പണം കൂട്ടിചേർത്താൽ 38 കോടി രൂപയാണ് വരുന്നത്. പക്ഷേ, എല്ലാ സ്രോതസ്സിൽ നിന്നുമുള്ള പണം ഉദ്ഗ്രഥനമില്ലാത്തതുകൊണ്ടുതന്നെ പ്രയോഗതലത്തിൽ എത്തുമ്പോൾ പലവിധത്തിൽ ചിതറിപ്പോകുന്നു. പല പ്രവർത്തനങ്ങളും പരസ്പരപൂരകമല്ല. ചിലപ്പോഴെങ്കിലും പരസ്പരവിരുദ്ധമായി പോകാറുണ്ട്. അതുകൊണ്ടുതന്നെ ഒരു പ്രദേശത്തിന്റെ വികസനം പലപ്പോഴും സാക്ഷാൽക്കരിക്കപ്പെടുന്നില്ല എന്ന തിരിച്ചറിവിൽ നിന്നാണ് സുസ്ഥിരയുടെ ആസൂത്രണരീതിശാസ്ത്രം രൂപപ്പെട്ടത്. ഉദ്ഗ്രഥനമാണ് ആ രീതി ശാസ്ത്രത്തിന്റെ ആശയം.

ഉദാഹരണത്തിന് നെന്മണിക്കര കുടിവെള്ളപദ്ധതി ജനകീയാസൂത്രണത്തിന്റെ ആദ്യഘട്ടത്തിൽ തൃശൂർ ജില്ലയിൽ ഒരു ഗ്രാമപഞ്ചായത്ത് ഏറ്റെടുത്ത സമഗ്രകുടിവെള്ള പദ്ധതിയാണ്. 1998 ൽ തുടങ്ങിയ പദ്ധതി ചുരുക്കം ചില പ്രാഥമിക പ്രവർത്തനങ്ങൾ നടത്തി പൂർത്തീകരിക്കാനാവാതെ കിടക്കുകയായിരുന്നു. വിഭവദാരിദ്ര്യംമൂലം യാതൊന്നും ചെയ്യാനാകാതെ പത്തു വർഷത്തോളം മുടങ്ങികിടന്ന പദ്ധതി 2007 ൽ 'സുസ്ഥിര'യിൽ ഉൾപ്പെടുത്തി കേവലം രണ്ടുവർഷംകൊണ്ട് പണി പൂർത്തീകരിച്ച് പ്രവർത്തനമാരംഭിക്കാൻ കഴിഞ്ഞു. സാദ്ധ്യമായ വിഭവങ്ങളുടെ ഏകീകരണമുണ്ടായിരുന്നെങ്കിൽ ഒന്നോ രണ്ടോ വർഷങ്ങൾകൊണ്ട് പൂർത്തീകരിക്കാൻ കഴിയുമായിരുന്ന പദ്ധതി പത്തുവർഷങ്ങൾക്കുശേഷമാണ് ലക്ഷ്യം കണ്ടത്. സുസ്ഥിര തുടങ്ങിയില്ലായിരുന്നെങ്കിൽ ഇന്നും കാടും പടലും മൂടിയ തുരുമ്പിച്ച ടാങ്കും അവശിഷ്ടവുമായി നെന്മണിക്കര കുടിവെള്ള പദ്ധതി സ്വപ്നപദ്ധതിയായി തുടരുമായിരുന്നുവെന്നതിൽ സംശയമില്ല. നാല് തരത്തിലുള്ള ഇടപെടലുകളാണ് സുസ്ഥിരയ്ക്കടിസ്ഥാനമായത്. വിഭവങ്ങളുടെ ഉദ്ഗ്രഥനം (Integration), നീർത്തടാധിഷ്ഠിത വികസനത്തിനാവശ്യമായ സ്ഥല, ജല, വിഭവ ഉദ്ഗ്രഥനം.

1. വിഭവങ്ങളുടെ ഉദ്ഗ്രഥനം (Integration of resources)

വിവിധ സ്രോതസ്സുകളിൽനിന്നുള്ള ഫണ്ടുകളുടെ ഉദ്ഗ്രഥനമാണ് സുസ്ഥിരയുടെ ഏറ്റവും പ്രധാന ഘടകം. നിയോജകമണ്ഡലത്തിലേക്ക്

വരേണ്ടുന്നതായ എല്ലാ ഫണ്ടുകളും, എം പി ഫണ്ട്, എം എൽ എയുടെ പ്രാദേശികവികസന ഫണ്ട്, സംസ്ഥാനസർക്കാരിന്റെ വിവിധ പദ്ധതികളിൽ നിന്നുള്ള ഫണ്ടുകൾ, സംസ്ഥാനാവിഷ്കൃതപദ്ധതികളുടെ ഫണ്ട്, കുടുംബശ്രീ, നാളികേരവികസനബോർഡ്, NABARD, NAFED പട്ടികജാതി പട്ടികവർഗ്ഗ വികസനവകുപ്പ്, സ്പോർട്സ് കൗൺസിൽ, കാർഷിക സർവ്വകലാശാല, സഹകരണസംഘങ്ങൾ, SSA, മറ്റു ധനകാര്യസ്ഥാപനങ്ങൾ കേന്ദ്രാവിഷ്കൃത ഫണ്ടുകൾ എന്നിവയിൽനിന്നുള്ള വിഭവങ്ങൾ എല്ലാം മനസ്സിലാക്കിക്കൊണ്ട് അനുയോജ്യമായവയെ പദ്ധതിയനുസരിച്ച് ഉദ്ഗ്രഥിക്കുക എന്നതാണ് സമീപനം. തുടർന്ന് മുൻഗണന (priority) നിശ്ചയിച്ച് മുൻകൂട്ടി തയ്യാറാക്കിയ മാസ്റ്റർപ്ലാനിന്റെ അടിസ്ഥാനത്തിൽ പണം ചെലവഴിക്കുന്നു. ഇതിലൂടെ സമാന്തരഏജൻസികളിൽനിന്നു വരുന്ന വിവിധ പദ്ധതികളെ കൂട്ടിയോജിപ്പിക്കാനും വിഭവം ഏകീകരിച്ച് വൻതുക വീതം ഓരോ മേഖലയിലും ചെലവഴിക്കാനും കഴിയുന്നു. അതിലൂടെ വിഭവദാരിദ്ര്യത്തിൽനിന്ന് കരകയറാൻ തദ്ദേശഭരണ സ്ഥാപനങ്ങൾക്കു സാധിച്ചു. മാത്രമല്ല സമാന്തര ഏജൻസികൾ സമാന്തരമായി വിവിധ പദ്ധതികൾ ഏറ്റെടുക്കുന്നവ മതിയായ മുതൽ മുടക്കിന്റെ അഭാവത്തിൽ പൂർത്തീകരിക്കാനോ ഫലപ്രാപ്തിയിലെത്തിക്കാനോ കഴിയാത്ത മുൻകാല അനുഭവങ്ങളെ അതിജീവിക്കാനുമാകും. ഉദാ: ഗാലസ നെൽകൃഷി പദ്ധതി. 7 ലക്ഷം രൂപ നെൽകൃഷിക്കായി നീക്കിവയ്ക്കുന്ന മറ്റത്തൂർ പഞ്ചായത്തിൽ 24 ലക്ഷം രൂപ ഒരേ കൃഷിഭൂമിയിൽ ഒരേ കൃഷിക്ക് എത്തിക്കുവാൻ കഴിഞ്ഞു. കൃഷി വകുപ്പ് ഗ്രാമ, ബ്ലോക്ക്, ജില്ലാ പഞ്ചായത്ത് ഫണ്ടുകളും സഹകരണ സ്ഥാപനങ്ങളുടെ ഫണ്ടും എം എൽ എ ഫണ്ടുമാണ് ഇവിടെ ഉദ്ഗ്രഥിച്ചത്.

2. മാസ്റ്റർ പ്ലാൻ തയ്യാറാക്കലും മുൻഗണന നിശ്ചയിക്കലും

വിഭവസമാഹരണം പോലെത്തന്നെ പ്രധാനമായതാണ് അതിന്റെ നീതിപൂർവ്വമായ വിതരണം. മുൻഗണന നിശ്ചയിച്ചുകൊണ്ട്, മാസ്റ്റർ പ്ലാനിലെ പദ്ധതിയടിസ്ഥാനത്തിലാണ് വിഭവം പങ്കുവയ്ക്കുന്നത്. കൃഷി, ജലസേചനം, വ്യവസായം, വിദ്യാഭ്യാസം, ആരോഗ്യം, പൊതുമരാമത്ത്, പിന്നോക്കവിഭാഗ വികസനം, കുടിവെള്ളം, മൃഗസംരക്ഷണം, സാമൂഹ്യക്ഷേമം എന്നിങ്ങനെ ഓരോ മേഖലയ്ക്കും ഓരോ മാസ്റ്റർപ്ലാൻ ബ്ലോക്കടിസ്ഥാനത്തിലും, അതാതു പഞ്ചായത്തുകൾക്ക് തനതായ മാസ്റ്റർ പ്ലാൻ പഞ്ചായത്തടിസ്ഥാനത്തിലും ഉണ്ട്. ഇവയ്ക്കെല്ലാം അടിസ്ഥാനപരമായി പഞ്ചായത്തുതല നീർത്തടാധിഷ്ഠിത വികസന മാസ്റ്റർപ്ലാനും തയ്യാറാക്കി. മാസ്റ്റർ പ്ലാൻ ഉണ്ടായാൽ അതു മറികടന്നുകൊണ്ട് പുതിയ പദ്ധതിയേറ്റെടുക്കാനാവില്ലെന്ന പൊതുധാരണയുണ്ടായാൽ മാത്രമേ ഉദ്ഗ്രഥനം സാദ്ധ്യമാവൂ. മാസ്റ്റർ പ്ലാനിന്റെ സമഗ്രതയാണ് ഉദ്ഗ്രഥനത്തിന്റെ ഭൂമിക.

നടത്തുന്ന പ്രവർത്തനങ്ങൾ സ്ഥായിയായും നീതിപൂർവ്വകവും ദ്രുത

ഗതിയിലുള്ളതും പരിസ്ഥിതിസൗഹൃദമായതും സാമ്പത്തിക വളർച്ച ലക്ഷ്യം വച്ചുകൊണ്ടുള്ള കാഴ്ചപ്പാടിലൂടെയാവണം മുൻഗണനാക്രമം നിർണ്ണയിക്കേണ്ടത്. പാർശ്വവല്കൃത ജനവിഭാഗത്തെ സമൂഹത്തിന്റെ പൊതുധാരയിലേക്കെത്തിക്കുന്നതിനാണ് പ്രഥമ പരിഗണന. അതിൽ തന്നെ പട്ടികജാതി പട്ടികവർഗ്ഗവിഭാഗങ്ങളുടെ സമഗ്രവികസനം, വീട്, വെള്ളം, വെളിച്ചം, വിദ്യാഭ്യാസം, ആരോഗ്യം എന്നിങ്ങനെ അവയിലോരോന്നിന്റെയും മുൻഗണനയും നിശ്ചയിക്കണം. തുടർന്ന് ഉല്പാദന മേഖലയ്ക്ക് ഭക്ഷ്യസുരക്ഷയെ മുൻനിർത്തിയുള്ള കൃഷിയിൽത്തന്നെ ആദ്യം നെല്ല്, തെങ്ങ്, പച്ചക്കറി, വാഴ, ജാതി, കവുങ്ങ്, റബ്ബർ തുടങ്ങിയ നിലയിൽ കൃഷിയിലും ഓരോ ഉപവിഭാഗത്തിനും മുൻഗണന നിശ്ചയിക്കണം.

ആരോഗ്യ മാസ്റ്റർപ്ലാൻ അനുസരിച്ച് രോഗപ്രതിരോധം, ചികിത്സ, സാന്ത്വനം ഇങ്ങനെ ഓരോന്നിനും മുൻഗണന നല്കിക്കൊണ്ട് മൂന്നും ഉദ്ഗ്രഥിക്കുക. വിദ്യാഭ്യാസത്തിൽ തന്നെ പൊതുവിദ്യാഭ്യാസസ്ഥാപനങ്ങളുടെ സംരക്ഷണം, അഭിവൃദ്ധി, കാർഷികസംസ്കാരത്തിൽ ഊന്നിനിന്നുകൊണ്ടുള്ള വിദ്യാഭ്യാസത്തിന്റെ ആധുനികവല്ക്കരണത്തിലൂടെ, പ്രാദേശിക സംസ്കാരത്തിന്റെ പശ്ചാത്തലത്തിൽ വളരുന്ന വിദ്യാഭ്യാസ രീതിയാണ് സുസ്ഥിര വിഭാവനം ചെയ്തത്. വിവിധ മേഖലയിലായി 14 മാസ്റ്റർ പ്ലാനുകൾ തയ്യാറാക്കി ഓരോന്നിനും മുൻഗണനയും തീരുമാനിച്ച് നടപ്പിലാക്കി.

പാർശ്വവല്ക്കരണമില്ലാത്ത ഒരു ജനതയുടെ സൃഷ്ടിക്കുള്ള മുൻഗണനാക്രമമാണ് സുസ്ഥിരയുടെ യുക്തിഭദ്രത.

3.വകുപ്പുകളുടെ കൂട്ടായ്മ (Departmental Integration)

വിഭവവും വിനിയോഗവും പോലെ തന്നെ മറ്റൊരു ഭാഗമാണ് നടപ്പിലാക്കൽ (Implementation). ഓരോ വിഭാഗവും ഓരോ തരത്തിലുള്ള സമാന്തരമായ പ്രവർത്തനങ്ങളുമായി മുന്നോട്ടു പോകുമ്പോഴും ഇവ തമ്മിലുള്ള പരസ്പരബന്ധം സ്ഥാപിക്കുന്നത് പ്രവർത്തനമികവിന് അത്യന്താപേക്ഷിതമാണെന്നു മാത്രമല്ല, ഒന്നിന്റെ പ്രവർത്തനം മറ്റൊന്നിന് തടസ്സമാകാതിരിക്കാനും നല്ലതാണ്. ഓരോ മേഖലയിലും മാസ്റ്റർ പ്ലാനുണ്ടാകുന്നതോടെ ഓരോന്നിനും ആവശ്യമായ വകുപ്പുകളുടെ കൂട്ടായ പ്രവർത്തനവും അനിവാര്യമാണ്. ഉദാഹരണത്തിന് നീർത്തടാധിഷ്ഠിത മാസ്റ്റർ പ്ലാനിൽതന്നെ കൃഷി, ജലസേചനം, മരാമത്ത്, പ്രാദേശിക സാമ്പത്തിക വികസനം, കുടുംബശ്രീ തുടങ്ങി വിവിധ വകുപ്പുകളുടെയും ഏജൻസികളുടെയും സംയോജിത സഹായം ആവശ്യമാണ്. ഉദാ: കാർഷികസർവ്വകലാശാല, കൃഷിവകുപ്പ്, വൈദ്യുതി ബോർഡ്, സഹകരണവകുപ്പ്, ഭക്ഷ്യസിവിൽസപ്ലൈസ് വകുപ്പ് എന്നിവയുടെ ഉദ്ഗ്രഥനം. ഇത് കാർഷിക മേഖലയിലെ ഗാലസ, നിവേദ്യകദളി പദ്ധതികളുടെ വിജയത്തിന് വഴിയൊരുക്കി.

4.നീർത്തടാധിഷ്ഠിത മാസ്റ്റർ പ്ലാൻ

വികസനത്തിന്റെ ഏറ്റവും ചെറിയ യൂണിറ്റ് നീർത്തടമാണ്. നീർത്തടത്തിന്റെ സമ്പന്നതയാണ് പാരിസ്ഥിതിക സന്തുലനത്തിന്റെ പ്രധാന ഘടകം. ഊഷരതയുടെ കാരണം നീർത്തടത്തിന്റെ ജലജൈവസമ്പന്നതയുടെ കുറവാണ്. നഷ്ടപ്പെട്ടുകൊണ്ടിരിക്കുന്ന പാരിസ്ഥിതിക സന്തുലനം തിരിച്ചു പിടിക്കാൻ നീർത്തടത്തെ ജല, ജൈവസമ്പന്നമാക്കണമെന്ന സമീപനമാണ് സുസ്ഥിരയ്ക്കുള്ളത്. അതുകൊണ്ടാണ് നീർത്തടാധിഷ്ഠിത വികസനത്തിന് മാസ്റ്റർ പ്ലാൻ രൂപീകരിച്ചത്. ഉദ്ഗ്രഥനത്തിന്റെ അനിവാര്യ ഉപകരണമാണ് ഈ മാസ്റ്റർ പ്ലാൻ എന്നതും സുസ്ഥിരയുടെ ആസൂത്രണ രീതിശാസ്ത്രത്തിന്റെ കാഴ്ചപ്പാടാണ്.

5. ഉദ്യോഗസ്ഥ സഹകരണം

സർക്കാർ സംവിധാനങ്ങളുപയോഗിച്ചുകൊണ്ടും വകുപ്പുകളെ ഉദ്ഗ്രഥിച്ചുകൊണ്ടും അർത്ഥപൂർണ്ണമായ വികസനം അസാദ്ധ്യമാണെന്ന പൊതുധാരണ നിലനില്ക്കുന്ന കേരളസമൂഹത്തിലാണ് സുസ്ഥിര അതിനൊരു ബദൽ സമീപനം മുന്നോട്ടുവച്ചത്. പൂർണ്ണമായും സർക്കാർ സംവിധാനങ്ങളെ ഉപയോഗിക്കുകവഴി അവയുടെ യഥാർത്ഥ സാദ്ധ്യത എന്തെന്ന് തെളിയിക്കാൻ കഴിഞ്ഞത് സുസ്ഥിരയുടെ ആദ്യഘട്ടവിജയങ്ങളിൽ ഒന്നാണ്. ബ്യൂറോക്രസിയാണ് നാടിന്റെ ശാപമെന്നും വികസനത്തിന് തടസ്സമെന്നുമുള്ള സാധാരണ ന്യായീകരണങ്ങളെ അസ്ഥാനത്താക്കിക്കൊണ്ടാണ് ഉദ്യോഗസ്ഥ സംവിധാനവും ജനപ്രതിനിധി നേതൃത്വവും അക്ഷരാർത്ഥത്തിൽ ഒരേ മനസ്സോടെ പ്രവർത്തന പന്ഥാവിലേക്കെത്തിച്ചത്. സർക്കാർ സംവിധാനങ്ങളെ നോക്കുകുത്തിയാക്കികൊണ്ട് NGO കളെ പ്രോത്സാഹിപ്പിക്കുകയും ഔട്ട്സോഴ്സിങ്ങിലൂടെ സൗകര്യപൂർവ്വം സ്വകാര്യമേഖലയെ പ്രോത്സാഹിപ്പിക്കുന്ന വികസനരീതിക്ക് മറുപടിയാണ് സുസ്ഥിര. പൂർണ്ണമായി ബ്ലോക്കിന്റെ പരിധിയിലുള്ള ഉദ്യോഗസ്ഥസംവിധാനം മാത്രമാണ് വികസനപ്രവർത്തനങ്ങൾ ഏറ്റെടുത്തു നടപ്പിലാക്കിയത്. അസാദ്ധ്യമായതല്ല ഔദ്യോഗികസഹകരണം എന്ന് ബോദ്ധ്യപ്പെടുത്തുവാനുള്ള ഉപാധിയായിരുന്നു ഈ വികസനരീതി.

വികസനമെന്നാൽ വാർഡുതലത്തിലുള്ള സമ്പത്തിന്റെ വിതരണമല്ലെന്നും മറിച്ച് പ്രാദേശികമായ ജനകീയപ്രശ്നങ്ങൾ പരിഹരിക്കുകയാണെന്നുമുള്ള ധാരണയുണ്ടാക്കാൻ പരിമിതമായ സ്ഥലങ്ങളിലെങ്കിലും സാധിച്ചുവെന്നതും സുസ്ഥിരയുടെ നേട്ടമാണ്. ജനപ്രതിനിധികൾ, രാഷ്ട്രീയനേതൃത്വം, ഉദ്യോഗസ്ഥവൃന്ദം. സന്നദ്ധപ്രവർത്തകർ എന്നിങ്ങനെയുള്ള വിവിധ രംഗങ്ങളിൽ സംഘബോധം വളർത്താൻ കഴിഞ്ഞുവെന്നതും മറ്റൊരു പ്രത്യേകതയാണ്. പുതിയ തലമുറയെ വികസനപ്രവർത്തനങ്ങളിൽ പ്രത്യേകിച്ചും, ഉല്പാദനാധിഷ്ഠിത വികസനത്തിൽ പങ്കാളിയാകുന്നതിന് ഒരു പരിധിവരെ കഴിഞ്ഞുവെന്നതും സുസ്ഥിരയുടെ പരോക്ഷമായ നേട്ടമാണ്.

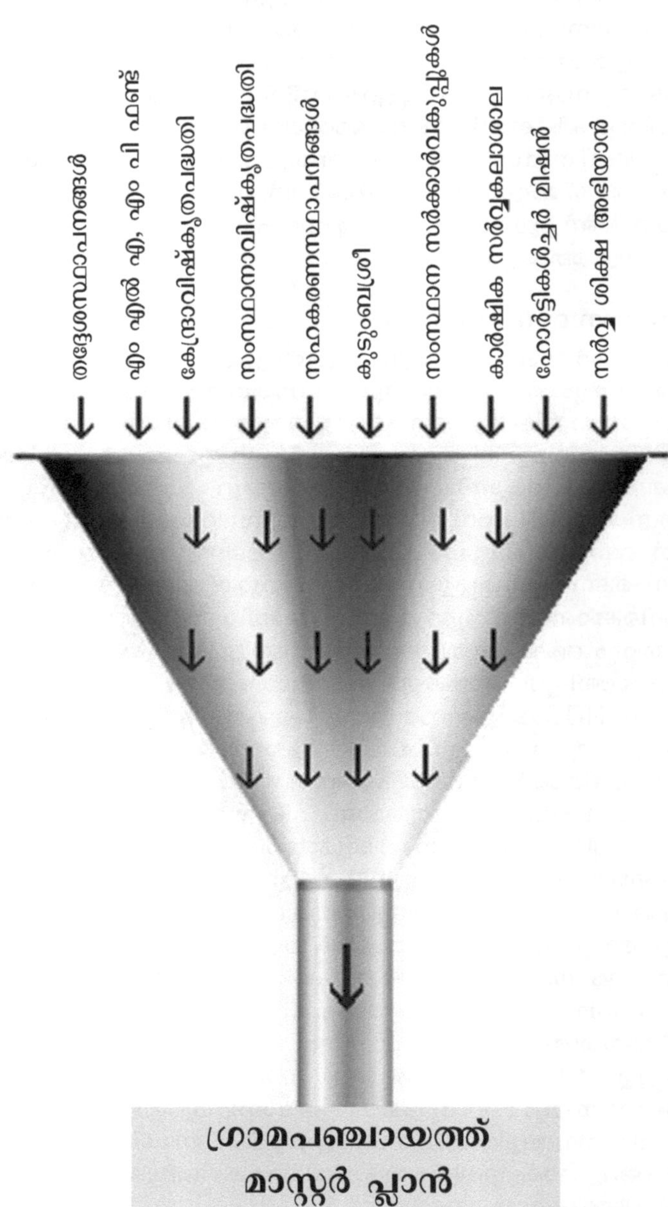
ഫണ്ടുകൾ
തദ്ദേശസ്ഥാപനങ്ങൾ
എം എൽ എ, എം പി ഫണ്ട്
കേന്ദ്രാവിഷ്കൃതപദ്ധതി
സംസ്ഥാനാവിഷ്കൃതപദ്ധതി
സഹകരണസ്ഥാപനങ്ങൾ
കുടുംബശ്രീ
സംസ്ഥാന സർക്കാർവകുപ്പുകൾ
കാർഷിക സർവ്വകലാശാല
ഹോർട്ടികൾച്ചർ മിഷൻ
സർവ്വ ശിക്ഷ അഭിയാൻ
ഗ്രാമപഞ്ചായത്ത്
മാസ്റ്റർ പ്ലാൻ

13

വികസനം ഇന്നിനും നാളേക്കും കൂടി

ചരിത്രത്തിന്റെ വളരെ നിർണ്ണായകമായ ഘട്ടത്തിലാണ് ആഗോള വല്ക്കരണ നവലിബറൽ നയങ്ങൾ ആരംഭിക്കുന്നത്. ക്ഷേമരാഷ്ട്രസങ്ക ല്പങ്ങൾ കീഴ്മേൽ മറിയുകയും ജനക്ഷേമമെന്നത് സർക്കാർ ചെലവിൽ നടത്തേണ്ടതല്ല എന്ന് തെറ്റിദ്ധരിക്കുകയും ചെയ്ത കാലഘട്ടത്തിന്റെ അനി വാര്യമായ ഉല്പന്നമാണ് ആഗോളവല്ക്കരണം. ജീവിതമൂല്യങ്ങളെയെല്ലാം കശക്കിയെറിഞ്ഞ ധനമൂലധനം (finance capital) സംഹാരതാണ്ഡവമാ ടുവാൻ തുടങ്ങിയത് ഈ കാലഘട്ടത്തിലാണ്. വികസനസങ്കല്പങ്ങൾക്ക് താളം തെറ്റിത്തുടങ്ങിയത് ഇങ്ങനെയാണ്. പ്രകൃതിവിഭവങ്ങളും പാരിസ്ഥി തിക ഘടകങ്ങളും മാനുഷിക മൂല്യങ്ങളും വില്പനച്ചരക്കുകളാകുന്ന ദുര വസ്ഥയിൽ, സമഗ്രവികസനസങ്കല്പവും വെല്ലുവിളികളെ നേരിടുന്നു എന്നത് യാഥാർത്ഥ്യമാണ്. കാരണം നാളെയ്ക്ക് വേണ്ട വിഭവങ്ങളെ ഇന്നു തന്നെ പണമാക്കുന്ന വികസനമാതൃക സമൂർത്തമാകുന്ന ഒരു വ്യവസ്ഥി തിയാണ് നിലനില്ക്കുന്നത്. നാളക്കുള്ളതു കരുതിവെച്ചു കൊണ്ടു തന്നെ വർത്തമാനത്തെ സമ്പന്നമാക്കുന്നതാണ് സുസ്ഥിരവികസനത്തിന്റെ അർത്ഥതലം. ഈ അർത്ഥത്തിൽ പരിശോധിക്കുമ്പോൾ ആഗോളവല്ക്ക രണം നല്കുന്ന സാംസ്കാരിക പരിസരം സുസ്ഥിര വികസനത്തിന് പ്രതി കൂലമാണെന്ന് പ്രഥമ പരിശോധനയിൽ തന്നെ ബോദ്ധ്യപ്പെടും. ഇത്തര മൊരു പ്രതികൂല അവസ്ഥയുടെ പരിസരത്തിൽ നിന്നുകൊണ്ടാണ് പുതു ക്കാട് മണ്ഡലം ഈ എളിയ ബദലിന് ശ്രമിച്ചത്.

ആഗോളവല്ക്കരണം പ്രതിലോമകരമായ ഒരു സാമ്പത്തിക പരിസ രത്തെയും സൃഷ്ടിക്കുന്നുണ്ട്. അതു സമ്മാനിക്കുന്നത് അസന്തുലിതമായ ഒരു ജീവിതവ്യവസ്ഥയാണ്. പണവും ശാസ്ത്രസാങ്കേതിക വിദ്യയും

യഥേഷ്ടം കുന്നുകൂടുമ്പോഴും ദാരിദ്ര്യവും നിരക്ഷരതയും രോഗാതുരതയും കൂടി അത് ഉല്പാദിപ്പിക്കുന്നു. സമ്പത്തിന്റെ ഭൂരിപക്ഷവും വളരെ ചെറിയ ന്യൂനപക്ഷത്തിന്റെ കൈകളിലെത്തിച്ചേരുന്നത് കേവലം കെട്ടുകഥകളല്ല. ധനമൂലധനത്തിന്റെ തേരോട്ടത്തിൽ വളരെ കുറച്ച് അതിസമ്പന്നരേയും വളരെക്കൂടുതൽ ദരിദ്രരേയും ഉല്പാദിപ്പിക്കപ്പെട്ടുകൊണ്ടിരിക്കുകയാണ്.

നാളെയുടെ ജനതയേയും അവരുടെ വരാൻപോകുന്ന ജീവിത സങ്കല്പങ്ങളേയും മുൻകൂട്ടിക്കണ്ടുകൊണ്ടും അത് എല്ലാവർക്കും സാർത്ഥകമാകുവാൻ സാദ്ധ്യത സൃഷ്ടിച്ചുകൊണ്ടും വർത്തമാനകാല വികസനസങ്കല്പങ്ങളെ അർത്ഥപൂർണ്ണമാക്കുന്നതാണ് സുസ്ഥിര വികസനം. അതുകൊണ്ടു തന്നെ അത് ആഗോളവല്ക്കരണത്തിന് താല്ക്കാലികമായ ഒരു ബദൽ സൃഷ്ടിക്കുവാൻ കഴിയാവുന്ന ഒരു സങ്കല്പനമാണ്. പ്രകൃതിവിഭവങ്ങളുടെ സന്തുലനത്തെ കാലങ്ങളോളം നിലനിർത്തുവാൻ ശ്രമിക്കുന്നു എന്നതാണ് സുസ്ഥിരവികസനത്തിന്റെ പ്രത്യേകത. വിഭവങ്ങളുടെ സന്തുലിതമായ ഉപഭോഗവും മനുഷ്യന്റെ അത്യാർത്തിയെ പരിമിതപ്പെടുത്തലും പരസ്പരം കൈകോർത്തു പോകുന്ന സുസ്ഥിരവികസനം യുക്തിഭദ്രമായി പരീക്ഷിക്കപ്പെടേണ്ടത് ആഗോളവല്ക്കരണ കാലഘട്ടത്തിന്റെ അനിവാര്യതയാണ്.

സാമ്രാജ്യത്വ ആഗോളവല്ക്കരണം സൃഷ്ടിക്കുന്ന അസന്തുലിതാവസ്ഥ നമ്മുടെ രാജ്യത്തും രൂക്ഷമായിക്കൊണ്ടിരിക്കുകയാണ്. ലോകത്തെ ഏറ്റവും കൂടുതൽ കോടീശ്വരന്മാർ അധിവസിക്കുന്ന രാജ്യം ഇന്ത്യയായിക്കൊണ്ടിരിക്കുകയാണ്. ഇന്ത്യൻ ദേശീയവരുമാനത്തിന്റെ മൂന്നിൽ രണ്ടു ഭാഗവും ഇവരുടെ കൈകളിലാണ് എത്തിച്ചേരുന്നത്. ലോകത്താകമാനമുള്ള ദരിദ്രരിൽ 27% വും ഇന്ത്യയിലാണ്. 77 % ജനങ്ങളുടേയും ശരാശരി ഒരു ദിവസത്തെ വരുമാനം 20 രൂപയിൽ താഴെയാണ്. 70% ത്തിലധികം ജനത നരകയാതന അനുഭവിക്കുന്ന ഒരു രാജ്യത്താണ് സമ്പത്ത് മുഴുവൻ ചെറു ന്യൂനപക്ഷം വരുന്ന കോടീശ്വരന്മാരുടെ കൈകളിൽ കേന്ദ്രീകരിക്കുന്നത്. ശതകോടീശ്വരന്മാരുടെ എണ്ണത്തിൽ 2008 ൽ 8-ാം സ്ഥാനത്തായിരുന്ന ഇന്ത്യ ഇന്ന് നാലാം സ്ഥാനത്താണ്. സമ്പന്നനും ദരിദ്രനും തമ്മിലുള്ള വിടവ് വർണ്ണിക്കാനാവാത്തവിധം വർദ്ധിച്ചുകൊണ്ടേയിരിക്കുന്നു എന്ന വർത്തമാനകാലത്താണ് സുസ്ഥിരവികസനം പ്രസക്തമാകുന്നത്.

കേരളത്തിന്റെ സമ്പദ്‌വ്യവസ്ഥയിലും ഏകദേശം ഇതേ പ്രശ്നം നിലനില്ക്കുന്നു. സാമ്പത്തിക വളർച്ചയുടെ നേട്ടം എല്ലാവർക്കും പങ്കുവെക്കപ്പെടുന്നില്ല. മുകൾത്തട്ടിലുള്ള 20 ശതമാനത്തിനു മാത്രമാണ് ഗുണഫലം അനുഭവിക്കുന്നത്. താഴെയുള്ള 20 ശതമാനത്തിന്റെ വരുമാനം വർദ്ധിക്കുന്നില്ലെന്നു മാത്രമല്ല കുറയുകയും ചെയ്യുന്നു.

പ്രകൃതിവിഭവങ്ങളുടെ ശാസ്ത്രീയമല്ലാത്ത ഉപഭോഗവും അമിത ചൂഷണവുംമൂലം കേരളം പാരിസ്ഥിതിക തകർച്ചയിലേക്കെത്തിക്കൊണ്ടിരിക്കുന്നു. തല്ഫലമായി കടലും കാടും നശിച്ചുകൊണ്ടിരിക്കുന്നതായി കണക്കുകൾ വ്യക്തമാക്കുന്നു. ബ്രിട്ടീഷ് ആധിപത്യകാലത്ത് ആരംഭിച്ചതും കഴിഞ്ഞ അരനൂറ്റാണ്ടായി വൻതോതിൽ വർദ്ധിച്ചുവരുന്നതുമാണ് വനനശീകരണം. ഇരുപതാം നൂറ്റാണ്ടിന്റെ ആദ്യം കേരളത്തിന്റെ മൂന്നിലൊന്നിലധികം വനപ്രദേശമായിരുന്നത് 1965-ൽ 27.1 ശതമാനവും 1983 ൽ 14.3 ശതമാനവുമായി കുറഞ്ഞു. സർവ്വസമ്പുഷ്ടമായ നീർത്തടത്തിൽ അതിസമ്പന്നമായ ജൈവസമ്പത്തിനെയാണ് വനം എന്ന് പറയുന്നത്. അതിന്റെ അംശം നാലിലൊന്നിൽ കുറഞ്ഞാൽ മത്സ്യസമ്പത്തടക്കം എല്ലാ ജൈവസമ്പത്തും നശിക്കും. ഇരുപതാം നൂറ്റാണ്ടിന്റെ മദ്ധ്യം വരെ മത്സ്യസമ്പത്തിൽ കാര്യമായ മാറ്റമുണ്ടായിരുന്നില്ലെങ്കിൽ പോലും യന്ത്രവല്കൃത ബോട്ടുകളുടെയും ആധുനിക വലകളുടെയും വരവോടെ മത്സ്യസമ്പത്തിലും സാരമായ കുറവു വന്നു.

ജലസ്രോതസ്സുകൾ മലിനീകരിക്കപ്പെടുന്നുവെന്നുമാത്രമല്ല, ഉള്ളവ ചുരുങ്ങിക്കൊണ്ടിരിക്കുകയുമാണ്. CWDRM നടത്തിയ പഠനപ്രകാരം കേരളത്തിൽ 995 കുളങ്ങളുണ്ടായിരുന്നു. അവയിൽ നല്ലൊരു ശതമാനവും ഇപ്പോൾ മൂടിക്കഴിഞ്ഞു. നിലവിലുള്ള തോടുകളും ജലാശയങ്ങളും മാലിന്യങ്ങൾ നിറഞ്ഞ് ഉപയോഗശൂന്യമായിരിക്കുന്നു. ചാലിയാർ, പമ്പ, പെരിയാർ തുടങ്ങിയ നദികളുടെ മലിനീകരണപ്രശ്നങ്ങളാണ് പരക്കെ ചർച്ചാവിഷയമായതെങ്കിലും, അതിലേറെ പുഴകളുടെ മലിനീകരണം ഗൗരവമേറിയ പ്രശ്നമാണ്. നിരവധി ജനസേചനവൈദ്യുതപദ്ധതികളും, അമിതമായ മണൽവാരൽപോലുള്ള വിഭവചൂഷണത്തിന്റെയും പശ്ചാത്തലത്തിൽ ഭാരതപ്പുഴ മുതൽ വലുതും ചെറുതുമായ എല്ലാ നദികളും ഭീഷണി നേരിടുന്നു. ഹൈടെക് ഡ്രില്ലറുകൾ ഉപയോഗിച്ച് വൻ പാറപ്രദേശങ്ങളിൽപോലും നിർമ്മിക്കുന്ന ബോർവെല്ലുകൾ ഭൂഗർഭജലത്തിന്റെ ചൂഷണവും വർദ്ധിപ്പിക്കുന്നു. ചുരുക്കത്തിൽ ഇവയെല്ലാം ചേർന്ന് കേരളത്തിന് ലഭ്യമായ ജലത്തിന്റെ തോത് വലിയ അളവിൽ കുറച്ചിരിക്കുന്നു.

വയലും പറമ്പും കുന്നുകളും കാടുകളും അവയെ മുറിച്ചു കൊണ്ടൊഴുകുന്ന അരുവികളും തോടുകളും പുഴകളും ചേർന്ന കേരളത്തിന്റെ തനതായ ഭൂപ്രകൃതിതന്നെ നഷ്ടപ്പെടുന്ന തരത്തിലാണ് ഭൂമിയുടെ വിനിയോഗം. പറമ്പു പുരയിടങ്ങൾ നെൽവയലുകളിലേക്ക് കടന്നു കയറുന്നു. ആദ്യം വയലുകൾ തരിശിടുകയും പിന്നീട് പറമ്പും പാർപ്പിടവുമായി മാറ്റുകയും ചെയ്യുന്നു.

ഒരു വശത്തെ നിലം നികത്തൽ, നിലം കുഴിക്കൽ, മണ്ണെടുപ്പ് എന്നിവ മറുവശത്തെ മണ്ണിടിക്കലിനും കാരണമാകുന്നു. നഗരവല്ക്കരണം തകൃതിയായി നടക്കുന്നു. കൃഷിഭൂമിയുടെ തുണ്ടുവല്ക്കരണം കൃഷിഭൂമി

കൃഷിക്കും, കർഷകനും എന്ന സങ്കല്പത്തെ അട്ടിമറിച്ച് ഭൂമി മൂലധന നിക്ഷേപത്തിനും കൈമാറ്റത്തിനുമായുള്ള ചരക്കായി മാറുന്നു. ഭൂമിയുടെ ഉല്പാദനമൂല്യം കുറയുകയും വിപണനമൂല്യം മാത്രം വർദ്ധിക്കുകയും ചെയ്യുന്നു. ചുരുക്കത്തിൽ ഭൂവിപണിയുടെ വളർച്ച കേരളത്തിന്റെ തനതായ മണ്ണും ജലവും ജൈവസമ്പത്തും തകർക്കുകയും അത് ഉല്പാദന വിതരണവ്യവസ്ഥയേയും പരിസ്ഥിതിയേയും തകിടം മറിക്കുന്ന നിലയിലേക്കെത്തുകയും ചെയ്തിരിക്കുന്നു.

ശാസ്ത്രസാങ്കേതിക വിദ്യയുടെ വളർച്ചയുണ്ടാകുമ്പോഴും സാധാരണക്കാരന്റെ ചികിത്സാലഭ്യത കുറയുന്നു. ചികിത്സാചെലവ് കുത്തനെ ഉയർന്നുകൊണ്ടിരിക്കുന്നു. പ്രാന്തവല്ക്കരിക്കപ്പെടുന്ന ജനവിഭാഗത്തിന്റെ ആരോഗ്യപ്രശ്നങ്ങളും വർദ്ധിച്ചുവരുന്ന രോഗാതുരതയും കൃത്യമായി പരിഗണിക്കപ്പെടുന്നില്ല. ആരോഗ്യരംഗത്തെ സ്വകാര്യമേഖലയുടെ മേധാവിത്വപരമായ വളർച്ച മനുഷ്യശരീരത്തെ അമിത വൈദ്യവല്ക്കരണത്തിന് വിധേയമാക്കുന്നു.

സാങ്കേതിക ഉല്പന്നങ്ങളെ സൃഷ്ടിച്ചെടുക്കുന്നതുപോലെ മനുഷ്യാദ്ധ്വാനത്തെ ശക്തിപ്പെടുന്ന നിക്ഷേപമായി വിദ്യാഭ്യാസത്തെയും കണക്കാക്കുകയും തങ്ങളുടെ വളർച്ചയ്ക്കാവശ്യമായ 'മനുഷ്യ ഉല്പന്ന' ങ്ങളെ വാർത്തെടുക്കുകയാണ് വിദ്യാഭ്യാസത്തിന്റെ ലക്ഷ്യം എന്ന് പരിമിതപ്പെടുത്തുകയും ചെയ്യുന്നു. അതുകൊണ്ടുതന്നെ ഗുണഭോക്താക്കളുടെ കൈയിലുള്ള ആസ്തി ഉപയോഗിച്ച് പഠിച്ച് ജോലി നേടി തിരിച്ച് മൂലധനമായി തീരുന്ന തരത്തിലാണ് സ്വാശ്രയ സ്ഥാപനങ്ങൾ വ്യാപരിക്കുന്നത്. പുത്തൻ സാമ്പത്തിക നയങ്ങൾ വിദ്യാഭ്യാസം, ആരോഗ്യം എന്നീ സ്റ്റേറ്റിന്റെ ചുമതലയിൽനിന്നും ഒഴിവാക്കപ്പെട്ടുകൊണ്ടിരിക്കുന്നു. വിദ്യാഭ്യാസം നേടുന്നവരെ ഗുണഭോക്താക്കളായി കാണുന്നതുകൊണ്ടുതന്നെ കർശന നിബന്ധനകൾക്ക് വിധേയമാക്കേണ്ടിവരുന്നു. യോഗ്യതാപരീക്ഷ, കാപ്പിറ്റേഷൻ ഫീ, തുടങ്ങിയവമൂലം ദുർബ്ബലവിഭാഗത്തിൽപ്പെട്ട വിദ്യാർത്ഥികൾക്ക് അപ്രാപ്യമായതായി തൊഴിലധിഷ്ഠിത വിദ്യാഭ്യാസം മാറി.

മനുഷ്യന്റെ സർവ്വതോമുഖമായ വികാസവും സർഗ്ഗാത്മകതയും സാമൂഹ്യപരതയിലും ഊന്നി നിന്നുകൊണ്ടുള്ള സാർവ്വത്രിക വിദ്യാഭ്യാസം കേവലസാക്ഷരതയിലേക്ക് ചുരുങ്ങുന്നു. അതിനപ്പുറത്തെ മാനവികതയിലേക്ക് വിദ്യാഭ്യാസം വികസിക്കുന്നില്ല. മനുഷ്യനെ മനുഷ്യനാക്കി മാറ്റുന്ന സാമൂഹിക പ്രക്രിയയാണ് വിദ്യാഭ്യാസം എന്ന നിർവ്വചനം പൂർണ്ണമായും അവഗണിക്കുന്നതാണിന്നത്തെ വിദ്യാഭ്യാസ സമ്പ്രദായം.

ഭക്ഷണം, വസ്ത്രം, വീട്, കുടിവെള്ളം , വിദ്യാഭ്യാസം തുടങ്ങിയ അടിസ്ഥാന സാഹചര്യങ്ങൾ സമൂഹത്തിന്റെ താഴെതട്ടിലുള്ളവർക്ക് പൂർണ്ണമായും നിഷേധിക്കുന്ന തരത്തിലേക്ക് കേരളവും മാറുന്നു. 80%

പ്രകൃതി വിഭവങ്ങളും സമ്പത്തും 20% പേരുടെ കൈകളിലാകുന്നു. ഈ അസമത്വത്തിന്റെയും അസന്തുലിതാവസ്ഥയുടെയും പാർശ്വവല്ക്കരണത്തിന്റെയും പ്രധാനകാരണം മുതലാളിത്ത വികസനനയമാണ്.

എന്താണ് മുതലാളിത്ത വികസനനയം?

മുതലാളിത്തത്തെ സംബന്ധിച്ച് വികസനമെന്നാൽ കേവലമായ സമ്പത്തുല്പാദനമാണ്. പ്രതിശീർഷവരുമാനവും ആഭ്യന്തര ഉല്പാദനവു(Gross Domestic Product)മാണ് വികസനത്തിന്റെ മാനദണ്ഡമായി കണക്കാക്കുന്നത്. കേന്ദ്രീകൃത വളർച്ച (GDP) എന്നാൽ പ്രതിശീർഷ വരുമാനത്തിലും GDP യിലും വർദ്ധനവുണ്ടാകുമ്പോഴും മാനുഷികവികസനസൂചിക (Human Development Incex), ദാരിദ്ര്യസൂചിക (Poverty Index), ശരീരഭാരസൂചിക (Body mass Index) തുടങ്ങിയവ കണക്കാക്കപ്പെടുന്നില്ല. സാമ്പത്തിക ശക്തിയായി മാറുന്നു എന്നു പറയുന്ന ഇന്ത്യ മാനുഷിക വികസനസൂചികയിൽ 136-ാം സ്ഥാനത്തായി നില്ക്കുന്നതെന്നതിനുള്ള കാരണം മുതലാളിത്ത വികസനരീതിയാണ്. അതായത് ഒരു സമൂഹത്തിലെ ജനങ്ങളുടെ ഭക്ഷണം, പാർപ്പിടം മറ്റ് അടിസ്ഥാന സൗകര്യങ്ങൾ, തൊഴിൽ, വിദ്യാഭ്യാസം, ആരോഗ്യം തുടങ്ങിയവയുടെ പ്രാപ്യതയും ലഭ്യതയുമൊന്നുംതന്നെ അളക്കപ്പെടാതെ പണം മാത്രം പരിഗണിക്കുന്നതാണ് മുതലാളിത്ത വികസന കാഴ്ചപ്പാടിന്റെ പ്രത്യേകത. സമ്പത്തുല്പാദനം മാത്രമായി വികസന ലക്ഷ്യം മാറുമ്പോൾ ഏതുവിധേനയും പണമുണ്ടാക്കുവാനുള്ള അത്യാഗ്രഹം വളരുകയാണ്.

മുതലാളിത്ത വികസനത്തിൽ വർദ്ധിക്കുന്ന സമ്പത്ത് വിതരണം ചെയ്യപ്പെടാതെ സ്വകാര്യമേഖലയുടെ ആധിപത്യത്തിൽ ഭൂരിപക്ഷവും ധ്രുവീകരിക്കപ്പെടുന്നു. അതിന്റെ ഭാഗമായി സമ്പത്തുള്ളവൻ കൂടുതൽ സമ്പന്നനും ദരിദ്രൻ പരമദരിദ്രനുമായിത്തീരുന്നു. സമ്പത്തിന്റെ എൺപതു ശതമാനവും ഇരുപതുശതമാനം പേരിൽ കുന്നുകൂടുന്നത് ഇതുകൊണ്ടാണ്. ദാരിദ്ര്യം മുതലാളിത്തത്തിന്റെ അനിവാര്യമായ ഉല്പന്നമാകുന്നു.

വർത്തമാനകാല മുതലാളിത്തത്തിന്റെ ലക്ഷ്യം നവലിബറൽ നയത്തിലൂടെയുള്ള ധനമൂലധനത്തിന്റെ (financial capital) വളർച്ചയാണ്. ചൂഷണത്തിനായി ഉപയോഗിക്കുന്ന വിഭവമാണ് മൂലധനം. മൂലധനത്തിന്റെ ലക്ഷ്യം ചൂഷണമാണ്. ഭൂതകാല മുതലാളിത്ത വ്യവസ്ഥിതിയിൽ പ്രധാനമായും മൂലധനം ഉല്പാദന മേഖലയിലായിരുന്നു നിക്ഷേപിക്കാറുണ്ടായിരുന്നത്. അതിന്റെ ഭാഗമായി ഉല്പാദനവും അനുബന്ധ മേഖലകളും വികസിക്കുകയും തൊഴിലവസരവും ക്രയശേഷിയും വർദ്ധിക്കുകയും ചെയ്തിരുന്നു. എന്നാൽ നവലിബറൽ ആശയങ്ങൾ മൂലധന നിക്ഷേപം നടത്തുന്നത് ഊഹക്കച്ചവടമേഖലയിലാണ്. ഭൂമിയിലും പ്രകൃതിവിഭവങ്ങളിലുമുള്ള മൂലധനത്തിന്റ ക്രിയാത്മകമായ വളർച്ചയെ തകിടം മറിച്ചുകൊണ്ട് റിയൽ എസ്റ്റേറ്റുകൾ, ഊഹക്കച്ചവടം, ഓഹരിക്കച്ചവടം എന്നി

ങ്ങനെ ധനകൈമാറ്റങ്ങളിലൂടെ ഊഹക്കച്ചവട മൂലധനം (Interest bearing capital) വളരുകയാണ്.

വിവിധതരത്തിലുള്ള കരാറുകൾ, ചൂതാട്ടം, വാണിജ്യ ശൃംഖലകൾ, ബ്ലേഡുകമ്പനികൾ, മണിചെയിൻ, ഹവാല തുടങ്ങി പലരൂപങ്ങളിലും ധന മൂലധന വളർച്ച സംഭവിക്കുന്നു. വിഭവങ്ങളുടെ ചരക്കുവല്ക്കരണം സംഭ വിക്കുന്നതിന് കാരണം ധനമൂലധനവളർച്ചയിലേക്ക് സകലമേഖലയി ലെയും വിഭവങ്ങളെ സമാഹരിക്കുന്നതുകൊണ്ടാണ്. ഉപഭോഗത്തെയും സംസ്കാരത്തെയും നിയന്ത്രിക്കുന്നതായി ധനമൂലധനം മാറുന്നു. ചുരു ക്കത്തിൽ ആഗോളവല്ക്കരണ കാലമെന്നാൽ ധനമൂലധനത്തിന്റെ സർവ്വാ ധിപത്യകാലമാണ്. കൊളോണിയൽ കാലത്ത് വിഭവങ്ങളുടെ മേൽ ആധി പത്യം സ്ഥാപിച്ചിരുന്നത് സാമ്രാജ്യത്വമായിരുന്നെങ്കിൽ ആഗോളവല്ക്ക രണകാലത്ത് ധനമൂലധനത്തിന്റെ ആധിപത്യമാണ് സർവ്വമേഖലയിലു മുള്ളത്.

പണം ഉണ്ടാക്കുന്ന വികസനമെന്ന മുതലാളിത്ത വികസനസങ്കല്പ ത്തിന്റെ അനിവാര്യമായ ഉല്പന്നമാണ് അസമത്വം. താല്ക്കാലികമായി ട്ടെങ്കിലും മുതലാളിത്ത വ്യവസ്ഥിതിക്കുള്ളിൽ നിന്നുകൊണ്ട് ഈ അസ മത്വത്തെ പരമാവധി കുറയ്ക്കുകയെന്നതാണ് കാലഘട്ടത്തിന്റെ ദൗത്യം. അതിനുള്ള വഴി സുസ്ഥിര വികസനമെന്ന സങ്കല്പം സാക്ഷാൽക്കരിക്ക ലാണ്. വികസനമെന്നാൽ ഭൂമിയിൽ പിറന്ന എല്ലാവരുടെയും ജീവിത സാഹചര്യങ്ങൾ പടിപടിയായും സ്ഥായിയായും ഉയർത്തുന്ന സാമൂഹ്യ പ്രക്രിയയാണ്. ഈ വികസനസങ്കല്പം കേരളത്തിന്റെ മൂർത്തമായ സാഹ ചര്യത്തിൽ പ്രായോഗികമായി നടപ്പിലാക്കുന്നതാണ് സുസ്ഥിര വികസന പദ്ധതി. പാർശ്വവല്ക്കരണമില്ലാത്ത ഒരു ജനതയെ സൃഷ്ടിക്കുകയെന്ന താണ് സുസ്ഥിര വികസനത്തിന്റെ പ്രഥമ ലക്ഷ്യം. പ്രകൃതിക്ക് ക്ഷതം വരാതെയും, പ്രകൃതി വിഭവങ്ങൾക്ക് കാര്യമായ കോട്ടം സംഭവിക്കാ തെയും, ദരിദ്രമനുഷ്യരുടെ വികസനം എങ്ങനെ സാദ്ധ്യമാക്കാമെന്നതാണ് സുസ്ഥിര വികസനം ലക്ഷ്യമിടുന്നത്. ഇന്നിന്റെ വിഭവങ്ങൾ നാളത്തെ തലമുറയ്ക്കുവേണ്ടി കരുതിവയ്ക്കാതെ ഉപയോഗിക്കപ്പെടരുത്. പ്രകൃ തിയെ ആശ്രയിച്ചു കഴിയുന്നവർ സമൂഹത്തിലെ അടിസ്ഥാന ജനവിഭാഗ മാണ്. കാലാവസ്ഥയിലുണ്ടാകുന്ന ഭീകരമായ വ്യതിയാനം പ്രകൃതി വിഭ വങ്ങളുടെ സർവ്വനാശത്തിലേക്ക് നീങ്ങുമ്പോൾ ദരിദ്ര വിഭാഗങ്ങളുടെ വിഭവലഭ്യത കുറയും. മാത്രവുമല്ല ഉള്ള വിഭവങ്ങൾ വില്പനച്ചരക്കുക ളായി മാറിക്കൊണ്ടിരിക്കുമ്പോഴും ഈ അടിസ്ഥാനജനവിഭാഗത്തിന്റെ വിഭവലഭ്യതയും ഭൂമിയുടെ ഉടമസ്ഥതയും കുറയുന്നു. സമ്പത്ത് ചെറു ന്യൂനപക്ഷത്തിലേക്ക് കേന്ദ്രീകരിക്കപ്പെടുന്നതിന്റെയും സാധാരണക്കാ രന്റെ വാങ്ങൽശേഷിയും വിഭവലഭ്യതയും കുറയുന്നതിന്റെയും ഭാഗമാ യുണ്ടാകുന്ന ദാരിദ്ര്യവല്ക്കരണവും പാർശ്വവല്ക്കരണവും അതിജീവി ക്കുന്നതാവണം സുസ്ഥിരവികസനം.

സുസ്ഥിര വികസനം - നാലു ഘടകങ്ങൾ

1. ഉല്പാദന വർദ്ധനവ്

ഭക്ഷ്യസുരക്ഷിതത്വം മുന്നിൽ കണ്ടുകൊണ്ടുള്ള ഉല്പാദനവർദ്ധനവിനാണ് ഊന്നൽ നല്കേണ്ടത്. ഉല്പാദനമെന്നത് വ്യവസായിക ഉല്പാദനമാണെന്ന തെറ്റായ സമീപനം മാറണം. കാർഷിക ഉല്പാദനത്തിൽ പ്രത്യേകിച്ച് ഭക്ഷ്യഉല്പാദനത്തിൽ പ്രാമുഖ്യം നല്കുന്ന ഭൂവിനിയോഗമാണുണ്ടാകേണ്ടത്. കൃഷിക്ക് അനുബന്ധമായുണ്ടാകേണ്ട പരമ്പരാഗത വ്യവസായങ്ങളും പ്രോത്സാഹിപ്പിക്കണം. കൃഷി, പരമ്പരാഗത വ്യവസായം, ചെറുകിട വ്യവസായം, വൻകിടവ്യവസായങ്ങൾ, ഐ ടി ഉൾപ്പെടെയുള്ള ആധുനിക സാങ്കേതിക മേഖല എന്നീ മുൻഗണനാക്രമത്തിലാവണം വികസനം സാദ്ധ്യമാക്കേണ്ടത്.

ഒരു പ്രദേശത്തെ ജനങ്ങൾക്ക് ആ പ്രദേശത്തെ വിഭവങ്ങളിൽ (മണ്ണ്, പ്രകൃതി വിഭവങ്ങൾ, സാങ്കേതിക വിദ്യ, മനുഷ്യാദ്ധ്വാനം എന്നിവയുടെ മേൽ) നിയന്ത്രണമുണ്ടാകുകയും, ജനങ്ങളുടെ ജീവിതാവശ്യങ്ങൾക്കായി ഉപയോഗിക്കാനും കഴിയുന്ന അവസ്ഥയാണ് ഉല്പാദനാധിഷ്ഠിത വികസനം.

2.സമ്പത്തിന്റെ നീതിപൂർവ്വകമായ വിതരണം

സമ്പത്തിന്റെ കേന്ദ്രീകരണത്തിനപ്പുറം സാമൂഹ്യനീതിയിലടിസ്ഥാനപ്പെടുത്തിയ വിതരണമാവണം സുസ്ഥിരവികസനത്തിന്റെ മറ്റൊരു ഘടകം. ഉല്പാദനമേഖലയുടെ വളർച്ചയോടൊപ്പമുണ്ടാവുന്ന തൊഴിലവസരങ്ങൾ, ആരോഗ്യം, വിദ്യാഭ്യാസം, വൈദ്യുതി, പാർപ്പിടം തുടങ്ങി അടിസ്ഥാന സൗകര്യങ്ങൾ എല്ലാവർക്കും ലഭ്യമാക്കുന്നതാവണം സുസ്ഥിരവികസനം. ഇവ സാദ്ധ്യമാക്കുന്നതിന് തദ്ദേശീയമായ വികസനസാദ്ധ്യതകൾ പരമാവധി ഉപയോഗപ്പെടുത്തണം. തദ്ദേശഭരണസ്ഥാപനങ്ങളും പ്രാദേശിക സർക്കാരും വിഭവസ്രോതസ്സാവണം. പരിമിതമായ വിഭവങ്ങളും വിപുലമായ അധികാരവുമുള്ള തദ്ദേശഭരണസ്ഥാപനങ്ങളും പരിമിതമായ അധികാരവും വർദ്ധിച്ച സമ്പത്തുള്ള സഹകരണസംഘങ്ങളുമാവണം തദ്ദേശവികസനത്തിൽ ഒത്തുചേർന്നു പ്രവർത്തിക്കേണ്ടത്.

3. പാരിസ്ഥിതിക സന്തുലനം

കേരളത്തിലെ പാരിസ്ഥിതിക നാശങ്ങളുടെ ഉറവിടം കേവലം വനനശീകരണവും മലിനീകരണവും മാത്രമല്ല, അവയേക്കാൾ വിപുലമായ പാരിസ്ഥിതിക മാറ്റവും സംഭവിച്ചു കൊണ്ടിരിക്കുകയാണ്. നീർത്തടങ്ങളെ പരിവർത്തനം ചെയ്തു ഭൂതലരൂപത്തിലാക്കിയതിന്റെ ഭാഗമായി ജലഗ്രാമങ്ങളുടെ അധഃപതനമാണ് സംഭവിച്ചത്. നെൽകൃഷിയുടെ അധഃപത

നവും നീർത്തടങ്ങളിലെ തോട്ടവിള വ്യാപനവും കാർഷിക വ്യവസ്ഥയിൽ നിന്നും ജലഉപയോഗം മാറി. പകരം ഗാർഹികവും വ്യാവസായികവുമായി ജലത്തിന്റെ ഉപയോഗം മാറ്റിയതോടെ ജലസ്രോതസ്സുകൾ വാണിജ്യ വല്ക്കരിക്കപ്പെടുന്നു. കൃഷിയുടെ അടിസ്ഥാനത്തിലുണ്ടായിരുന്ന ജലവി ഭവസങ്കല്പം തന്നെ മാറി. ജലം നിത്യോപയോഗത്തിനും കുടിവെള്ള മായും ജലസേചനം ജലവിതരണവുമായി ചുരുക്കപ്പെട്ടു.

നീർത്തടാധിഷ്ഠിതവികസന സങ്കല്പത്തിൽ ഊന്നിക്കൊണ്ട് ഉല്പാ ദനമേഖലയെ കാണുകയെന്നതാണ് പാരിസ്ഥിതിക സന്തുലനം നില നിർത്തുന്നതിനായി ചെയ്യേണ്ടത്. ഭൂമിയിലെ ജലം സംഭരിക്കപ്പെട്ടിട്ടുള്ള പ്രദേശമാണ് നീർത്തടം. നദി, അരുവികൾ, കുളങ്ങൾ എന്നിങ്ങനെയുള്ള മൈക്രോ, മാക്രോ വാട്ടർഷെഡുകളെ അതിനായി ഉപയോഗപ്പെടുത്തണം.

44 നദീനീർത്തടങ്ങളുടെ ജലസമ്പന്നതയാണ് കേരളത്തിന്റെ പരി സ്ഥിതിയെയും കൃഷിയെയും നിലനിർത്തുന്നത്. ജലം ചരക്കാവുമ്പോൾ പരിസ്ഥിതിയെ ദോഷകരമായി ബാധിക്കുമെന്നതിൽ സംശയമില്ല. ജലത്തെ സംഭരിച്ചും പരിസ്ഥിതിയെ സംരക്ഷിച്ചുമുള്ള വികസനം മാത്രമേ സ്ഥായിയായിട്ടുള്ളൂവെന്നതിൽ തർക്കമില്ല. സുസ്ഥിര വികസനം ലക്ഷ്യ മിടുന്നത് അതാണ്.

4. സാമൂഹിക സ്വസ്ഥത

മതനിരപേക്ഷമായ അന്തരീക്ഷത്തിൽ മാത്രമേ സുസ്ഥിര വികസനം സാദ്ധ്യമാകൂ. മതനിരപേക്ഷതയെന്നാൽ മതമില്ലാത്തതോ, മതാതീതമോ ആയ അവസ്ഥയല്ല. എല്ലാ മതങ്ങളുടെയും ചിന്താധാരകളുടെയും ജീവിത ശൈലികളുടെയും സംസ്കാരത്തെ ഉൾക്കൊണ്ടുകൊണ്ടുള്ള ഉദാത്തമായ സാംസ്കാരിക പരിസരമാണ് മതനിരപേക്ഷത. നാടുവാഴിത്തത്തിനെതി രായി ഉയർന്നുവന്ന നവോത്ഥാന സംസ്കാരവും പുരോഗമനസ്വഭാവമുള്ള ജനകീയസാംസ്കാരിക രൂപങ്ങളും കേരളസംസ്കാരത്തിന്റെ മുഖ്യ ധാരയായിരുന്നത് ക്രമേണ അപ്രത്യക്ഷമാവുകയാണ് എന്നതുകൊണ്ടും, ഊഹക്കച്ചവടസംസ്കാരം വളരുന്നതുകൊണ്ടും കേരളത്തിലെ സാമൂഹ്യ സ്വസ്ഥത തകരുന്നു.

ഫിനാൻസ് മൂലധനത്തിന്റെ തേരോട്ടത്തിൽ മൂല്യങ്ങൾ ഇല്ലാതാ കുന്നു. മുതലാളിത്ത ചിന്തയുടെയും ആവിഷ്കാരത്തിന്റെയും വിവിധ ഘട്ടങ്ങൾ അറിഞ്ഞോ അറിയാതെയോ പുരോഗമനാശയവാദികളെ പ്പോലും സ്വാധീനിക്കുന്നു. അതിന്റെ ഫലമായി ഭാഷയിലും ആവിഷ്കാ രത്തിലും എഴുത്തിലുമെല്ലാം പുതിയ വരേണ്യ സംസ്കാരം വളർന്നു വരു ന്നതായി കാണാം. നവലിബറൽ ആശയങ്ങൾ മനുഷ്യനെ സാമൂഹ്യ ബോധത്തിൽനിന്ന് വ്യക്തിപരതയിലേക്കും സ്വാർത്ഥതയുടെയും ലാഭേ ച്ഛയുടെയും തുറന്ന ന്യായീകരണത്തിലേക്കും നയിക്കുന്നു. ഈ വളർന്നു വരുന്ന വ്യക്തിപരത സ്വതന്ത്രവാണിജ്യവ്യവസ്ഥയുടെ ഉല്പന്നമാണ്. മനു

ഷ്യനെ വ്യക്തിവല്ക്കരിക്കുകയും വ്യക്തിയുടെ ശക്തി ദൗർബല്യങ്ങളെ സമർത്ഥമായി കമ്പോളതാല്പര്യത്തിനായി ഉപയോഗിക്കുകയുമാണ് ഇവിടെ. വ്യക്തിനിഷ്ഠമല്ലാത്ത സാമൂഹ്യവീക്ഷണങ്ങളേയും, കൂട്ടങ്ങളേയുമൊക്കെ തകർക്കുന്നതിനും ശ്രമം നടക്കുന്നു. ചുരുക്കത്തിൽ ജനങ്ങളുടെ സംഘടിതശക്തിയെ തകർക്കുകയും വിഘടിപ്പിക്കുകയും ചെയ്യുന്നു. സമ്പത്തുല്പാദനത്തിന് വിഘാതമായി നില്ക്കുന്ന സംഘടിത ശക്തിയെയും സാമൂഹ്യബോധത്തെയും മൂല്യങ്ങളെയും നശിപ്പിക്കുകയെന്ന ഫിനാൻസ് മൂലധനത്തിന്റെ ആക്രമണത്തിൽനിന്ന് മതനിരപേക്ഷസാമൂഹ്യസാംസ്കാരികബോധം വീണ്ടെടുക്കേണ്ടതും സ്വസ്ഥമായ സാമൂഹ്യാന്തരീക്ഷം സൃഷ്ടിക്കേണ്ടതും സുസ്ഥിരവികസനത്തിന്റെ അനിവാര്യഘടകങ്ങളിലൊന്നാണ്.

ചുരുക്കത്തിൽ സമൂഹത്തിൽ സംഭവിച്ചുകൊണ്ടിരിക്കുന്ന ശിഥിലീകരണത്തെ ചെറുക്കുന്നതിനും പരിമിതമായ ചട്ടക്കൂടിനകത്തുനിന്നുകൊണ്ട് പരിസ്ഥിതി, ഉല്പാദന വ്യവസ്ഥ, സാമൂഹ്യ ബന്ധങ്ങൾ, ജീവിതശൈലി, സംസ്കാരം എന്നിങ്ങനെ വികസനത്തിന്റെ അനിവാര്യഘടകങ്ങളെ കോർത്തിണക്കി പാർശ്വവല്കൃത സമൂഹത്തെ പൊതുധാരയിലേക്ക് നയിക്കുന്ന സുസ്ഥിര വികസന സാദ്ധ്യതയെ പ്രയോജനപ്പെടുത്തുന്നതിനുള്ള ശ്രമമാണ് 'കൊടകര' നിയോജകമണ്ഡലത്തിൽ 'സുസ്ഥിര കൊടകര' പദ്ധതിയിലൂടെ ഏറ്റെടുത്തത്.

സ്വാതന്ത്ര്യാനന്തരം മുതലാളിത്ത വികസനപാത പിന്തുടർന്ന ഇന്ത്യൻ ഭരണകൂടം സമ്പന്നവർഗ്ഗത്തെ പിന്തുണയ്ക്കുന്ന സാമ്പത്തിക നയങ്ങളാണ് പിന്തുടരുന്നത്. ഉദാരവല്ക്കരണനയങ്ങൾ നടപ്പിലാക്കി. ആഗോളവല്ക്കരണത്തിന് അനുകൂലമായ നിലപാടുകളിലൂടെ രാജ്യത്തെ വിദേശ ഫിനാൻസ് മൂലധനത്തിന് തുറന്നു കൊടുത്തു. ഭൂപരിഷ്കരണത്തിന്റെ അഭാവത്തിൽ ആഭ്യന്തരകമ്പോളം മുരടിച്ചു. അതുകൊണ്ടുതന്നെ തദ്ദേശീയമായ സംരംഭങ്ങൾക്ക് വിദേശമൂലധനത്തെ ആശ്രയിക്കാതെ നിവൃത്തിയില്ലെന്ന നിലയിലേക്കെത്തിച്ചു. വിദേശഫിനാൻസ് മൂലധനവുമായി സന്ധിചെയതു മുതലാളിത്ത വികസന പാത പിന്തുടരുന്ന ഇന്ത്യൻ ഭരണകൂടത്തിന്റെ ആഗോളവല്ക്കരണനയങ്ങൾക്കെതിരെയുള്ള പ്രാദേശികമായ ചെറുത്തുനില്പാണ് സുസ്ഥിര കൊടകര വികസനപദ്ധതി.

ഭരണകൂടത്തിന്റെ വിഭവദാരിദ്ര്യംമൂലം മൂലധനനിക്ഷേപം നടത്താനാവാത്തതിനാലാണ് പല മേഖലകളിലും അമിതമായി സ്വകാര്യനിക്ഷേപത്തെ ആശ്രയിക്കേണ്ടി വരുന്നത്. എന്നാൽ തദ്ദേശീയവിഭവസമാഹരണത്തിലൂടെ ഈ കടമ്പ മുറിച്ചു കടക്കാനാവുമെന്നും അതുമാത്രമാണ് സ്വകാര്യവല്ക്കരണത്തിനുള്ള താല്ക്കാലിക ബദലെന്നും 'സുസ്ഥിര' കേരളസമൂഹത്തിൽ സാക്ഷ്യപ്പെടുത്തുന്നു. വികസനമെന്നാൽ കേവലമായ സാമ്പത്തിക വളർച്ചയല്ലെന്നും, ജനങ്ങളുടെ ജീവിത നിലവാരത്തെ ഉയർത്തുന്ന തരത്തിൽ അടിസ്ഥാന ജീവിതോപാധികളായ ഭക്ഷണം,

പാർപ്പിടം, വിദ്യാഭ്യാസം, ആരോഗ്യം തുടങ്ങിയവ എല്ലാവർക്കും പ്രാപ്യമാകുന്നതാണ് വികസനമെന്നും 'സുസ്ഥിര'യിലൂടെ ചൂണ്ടികാണിക്കപ്പെടുന്നു.

സർക്കാർ സംവിധാനങ്ങളിൽ മാത്രം വിശ്വാസമർപ്പിച്ചും, അവയെ സജീവമാക്കിയും ഉദ്ഗ്രഥിച്ചുമാണ് 'സുസ്ഥിര'യുടെ പ്രവർത്തനം മുന്നേറിയതെന്നതാണ് ഇതിന്റെ മറ്റൊരു പ്രാധാന്യം. വ്യക്തികളെന്ന നിലയിലും പ്രസ്ഥാനങ്ങളെന്ന നിലയിലും ഉള്ള സന്നദ്ധസഹായവും സാങ്കേതിക സഹായവും സുസ്ഥിരയ്ക്ക് ലഭിച്ചു. അല്ലാതെ എൻ ജി ഒകളുടെയോ സ്വകാര്യ ഏജൻസികളുടെയോ പങ്കാളിത്തമോ സ്പോൺസറിങ്ങോ സാമ്പത്തിക സഹായമോ ആവശ്യമായി വരുകയോ ലഭിക്കുകയോ ചെയ്തിട്ടില്ല. പുറത്തു നിന്നുള്ള ഏജൻസികളുടെ സഹായത്തോടെ വളർന്നു വരുന്ന വികസനസംരംഭങ്ങൾ ആ ഏജൻസികളുടെ പിന്മാറ്റത്തോടെ തകർന്നു വീഴുന്നതായാണ് ഇന്നലെകളിലെ അനുഭവം. എന്നാൽ പ്രാദേശിക സർക്കാരും ജനപ്രതിനിധി സമൂഹവും ഏറ്റെടുത്ത വികസനപ്രവർത്തനങ്ങളെന്ന നിലയിൽ അവ നടപ്പിലാക്കാനുള്ള സംവിധാനവും പദ്ധതിയോടൊപ്പം വളർന്നു വന്നിട്ടുണ്ട്. അതുകൊണ്ടു തന്നെ സുസ്ഥിരയുടെ പ്രവർത്തനങ്ങൾ സ്ഥായിയായിരിക്കുമെന്നതിൽ സംശയമില്ല. ചുരുക്കത്തിൽ ആഗോളവല്ക്കരണത്തിന് താല്ക്കാലിക ബദലായി ജനകീയാസൂത്രണം മാറുന്നതിന്റെ നേർക്കാഴ്ചയാണ് കൊടകരയിൽ കാണുന്നത്.

സുസ്ഥിര വികസനം
സമ്പത്തിന്റെ വർദ്ധനവ്
നീതിപൂർവ്വകമായ വിതരണം
പാരിസ്ഥിതികമായ സന്തുലനം
സാമൂഹിക സ്വസ്ഥത

സുസ്ഥിര വികസന സങ്കല്പങ്ങൾ
തദ്ദേശസ്വയംഭരണസ്ഥാപനങ്ങളുടേയും
ജനപ്രതിനിധികളുടേയും കൂട്ടായ്മ.
വിഭവങ്ങളുടെ ഉദ്ഗ്രഥനം
ജനകീയ മാസ്റ്റർ പ്ലാൻ രൂപീകരണം
വകുപ്പുകളുടെ കൂട്ടായ്മ
നീർത്തടാധിഷ്ഠിത ആസൂത്രണം
ഉദ്യോഗസ്ഥ സഹകരണം
ജനകീയ മോണിറ്ററിങ്

14

തണൽ

സുസ്ഥിര വികസനത്തിന്റെ പ്രധാനപ്പെട്ട ഒരു ലക്ഷ്യമാണ് സാമൂഹിക സ്വസ്ഥത. ഇതിന് ഏറ്റവും ആവശ്യമായത് മതനിരപേക്ഷമായ ഒരു സാംസ്കാരിക അന്തരീക്ഷമാണ്. അതുപോലെ തന്നെ ദുർബ്ബലവിഭാഗങ്ങളുടെ ജീവിതസ്വാസ്ഥ്യവും വികസനലക്ഷ്യമാകണം. ഈ അർത്ഥത്തിൽ ഏറ്റവുമധികം ശ്രദ്ധിക്കപ്പെടേണ്ട വിഭാഗമാണ് പ്രായമായ മനുഷ്യൻ. വർത്തമാനകാലസാംസ്കാരിക, സാമൂഹികചുറ്റുപാടുകളിൽ ഏറ്റവുമധികം വേദനയനുഭവിക്കുന്നവരാണ് ഇവർ. ഒറ്റപ്പെടലിന്റെ വേദന അവരുടെ തീരാദു:ഖമാണ്. ഈ പ്രശ്നം കൂടിക്കൂടിവരുന്നു എന്നത് വികസന സങ്കല്പം നേരിടുന്ന ഏറ്റവും വലിയ ഭീഷണിയാണ്. അനുഭവ സമ്പത്ത് ഏറ്റവുമധികം നിറഞ്ഞുതുളുമ്പുന്ന ഈ വിഭാഗത്തെ ശരിയാംവണ്ണം ഭരണകൂടവും സമൂഹവും കുടുംബവും ഉപയോഗിക്കുന്നില്ല. കൂട്ടുകുടുംബങ്ങളിൽനിന്ന് അണുകുടുംബങ്ങളിലേക്കുള്ള മാറ്റം സാമൂഹിക പുരോഗതിയിൽ അനിവാര്യമാണ്. പക്ഷേ, അത് സൃഷ്ടിക്കുന്ന നിരവധി പ്രശ്നങ്ങൾ ഇന്ന് കേരളം നേരിട്ടുകൊണ്ടിരിക്കുകയാണ്. ടെൻഷൻ നിറഞ്ഞുനില്ക്കുന്ന ഒരു അണുകുടുംബത്തിൽ വളരുന്ന പുതിയ തലമുറയുടെ സ്വഭാവവൈശിഷ്ട്യങ്ങൾ നാം അനുഭവിച്ചുകൊണ്ടിരിക്കുകയാണ്. അതുകൊണ്ടുതന്നെ ഈ സാമൂഹിക പ്രശ്നം ശരിയാംവണ്ണം അഭിമുഖീകരിച്ച് പോകേണ്ടതുണ്ട്. ജനകീയാസൂത്രണ കാലത്ത് പ്രായമായവരുടെ അനുഭവസമ്പത്ത് ഉപയോഗിക്കുവാൻ വലിയൊരു ശ്രമം നടന്നിരുന്നു. പക്ഷേ, പിന്നീട് വന്ന കേരളവികസനം മുതൽ ഇന്നുവരെ ആ സാദ്ധ്യതയെ പൂർണ്ണമായും തള്ളിക്കളഞ്ഞു. വൃദ്ധസദനങ്ങളിൽ അഭയം തേടി മണ്ണടിഞ്ഞുപോകുകയാണ് ഈ സമ്പത്ത്.

ഇതെല്ലാം കണക്കിലെടുത്തുകൊണ്ട് സുസ്ഥിര വിഭാവനം ചെയ്ത

പദ്ധതിയാണ് തണൽ പദ്ധതി. 60 വയസ്സ് പിന്നിട്ട പുതുക്കാട് മണ്ഡലത്തിലെ മുഴുവൻ പേരേയും ഉൾപ്പെടുത്തിക്കൊണ്ടുള്ള ബൃഹദ് പദ്ധതിയാണ് തണൽ. കക്ഷി രാഷ്ട്രീയ വ്യത്യാസമില്ലാതെ സാമ്പത്തിക തരംതിരിവില്ലാതെ മുഴുവൻ പ്രായമായവർക്കും അംഗങ്ങളാകാവുന്ന പദ്ധതിയാണിത്. ഏകദേശം 25,000 പേർ ഈ പദ്ധതിയിൽ അംഗങ്ങളാണ്. തണലിന് വാർഡുതോറും കമ്മിറ്റികൾ ഉണ്ട്. എല്ലാ വാർഡ് കമ്മിറ്റികളേയും ബന്ധിപ്പിച്ച് പ്രവർത്തിക്കുന്നതിന് പഞ്ചായത്ത്തല സമിതിയുണ്ട്. എല്ലാ പഞ്ചായത്തിന്റേയും പഞ്ചായത്ത്തല സമിതികളെ കോർത്തിണക്കുവാൻ ബ്ലോക്ക് തലത്തിൽ ഒരു സമിതിയും രൂപീകരിച്ചിട്ടുണ്ട്.

തദ്ദേശസ്വയംഭരണ സ്ഥാപനങ്ങളുടെ പദ്ധതിവിഹിതമുപയോഗിച്ച് പദ്ധതി പ്രവർത്തനം നടത്തികൊണ്ടാണ് പ്രവർത്തനം ആരംഭിച്ചത്. പ്രധാനമായും പ്രായമായവരുടേയും കുട്ടികളുടെയും സർഗ്ഗസംവാദങ്ങളാണ് നടന്നത്. തലമുറകൾ തമ്മിൽ ചർച്ചകളും ഇടപഴകലും നടക്കുമ്പോൾ കുട്ടികൾക്ക് വലിയൊരു നേട്ടമുണ്ടായിരുന്നതായി അനുഭവങ്ങൾ തെളിയിക്കുന്നു. വൃദ്ധരായവർക്കുണ്ടായ ആത്മസംതൃപ്തി അവർണ്ണനീയമാണ്. ഇരുവരുടേയും സർഗ്ഗസൃഷ്ടികൾ പ്രസിദ്ധീകരിക്കുവാനും ശ്രമങ്ങൾ നടന്നിട്ടുണ്ട്. പഴമ നല്കുന്ന മധുരം എന്നും കുട്ടികൾക്ക് ആസ്വാദ്യമാണ്. കൂട്ടുകുടുംബങ്ങളിലെ തഴുകലും തലോടലും നഷ്ടപ്പെടുന്ന പുതിയ തലമുറയ്ക്ക് സർഗ്ഗസംവാദങ്ങൾ മധുരതരമായിരുന്നു. കേരളത്തിൽ മുഴുവനും പകർത്തേണ്ട അനന്യമായ ഒരു പദ്ധതിയാണ് തണൽ.

പക്ഷേ, പ്രാദേശികാസൂത്രണ നിയമങ്ങൾ മാറിവന്നപ്പോൾ ഈ പദ്ധതിക്ക് പണം ചെലവഴിക്കുവാൻ ബുദ്ധിമുട്ടുണ്ടായി. എ പി എൽ, ബി പി എൽ വ്യത്യാസമില്ലാത്ത ഈ പദ്ധതിക്ക് വ്യത്യസ്തമായ സമീപനമുണ്ടാകേണ്ടതാണ്. ഇന്നും പദ്ധതി നിലനില്ക്കുന്നുണ്ടെങ്കിലും പുതുക്കിയ സർക്കാർ നിയമങ്ങൾ തടസ്സമായതിനാൽ ഗ്രാമ, ബ്ലോക്ക് പഞ്ചായത്തുകൾക്ക് പദ്ധതിയിൽ പണം ഉൾപ്പെടുത്തുവാൻ കഴിയുന്നില്ല എന്ന പരിമിതിയുണ്ട്. പക്ഷേ, സാമൂഹിക സാഹചര്യം കണക്കിലെടുത്ത് പ്രത്യേക തരത്തിൽ ഈ പദ്ധതിയെ മുന്നോട്ടുകൊണ്ടുപോകേണ്ടത് ആവശ്യമാണ്.

ഓരോ വാർഡിലും തണൽ സംരക്ഷണ സമിതി രൂപീകരിക്കുവാനുള്ള ശ്രമം നടന്നുവരികയാണ്. 60 വയസ്സിനു താഴെയുള്ളവരുടെ ഒരു കൂട്ടായ്മയാണ് സംരക്ഷണസമിതിയിലൂടെ ഉദ്ദേശിക്കുന്നത്. തണൽ പ്രവർത്തനത്തെ സാമ്പത്തികമായും മറ്റു തരത്തിലും സഹായിക്കുമ്പോൾ ഉണ്ടാകുന്ന സാമൂഹ്യ അവബോധം സ്വന്തം കുടുംബത്തിലും പ്രതിഫലിക്കുവാൻ സാദ്ധ്യതയുണ്ട് എന്ന ആശയം കൂടി ഈ പരിപാടിയുടെ ലക്ഷ്യമാണ്.

15

പാലിയേറ്റീവ് കെയർ

ശാരീരികവും മാനസികവും സാമൂഹികവുമായ സ്വസ്ഥതയെയാണ് ആരോഗ്യം എന്നു പറയുന്നത്. അതുകൊണ്ടുതന്നെ ജനതയുടെ ആരോഗ്യ സംരക്ഷണത്തിന് വ്യക്തമായും ദിശാബോധമുള്ളതുമായ സർവ്വതലസ്പർശിയായ നയം ആവശ്യമാണ്. അത്തരം ഒരു നയത്തിന്റെ അപര്യാപ്തതമൂലമാണ് കേരള മോഡലിനു തന്നെ ചില പിന്നോട്ടടികൾ നേരിട്ടിരിക്കുന്നത്. സുസ്ഥിര പുതുക്കാട് വികസന പരിപാടിയുടെ ആരോഗ്യരംഗത്തെ നയം ജനകീയാരോഗ്യപരിപാലനം ആണ്. പ്രതിരോധ, സാക്ഷരതാ, ബോധവല്ക്കരണപരിപാടികൾക്ക് പ്രാധാന്യം നല്കുന്നതാണ് ഈ നയത്തിന്റെ പ്രത്യേകത. സുസ്ഥിര ആരോഗ്യനയത്തിൽ 3 ഘടകങ്ങളുണ്ട്. (1) രോഗപ്രതിരോധം (2) രോഗചികിത്സ (3) സാന്ത്വനം. ഇവയിൽ ഏറ്റവും പ്രാധാന്യം നല്കുന്നത് രോഗപ്രതിരോധത്തിനാണ്. ജലസേചന പദ്ധതികളും കുടിവെള്ള പദ്ധതികളും പ്രധാനമായും ലക്ഷ്യമിടുന്നത് രോഗപ്രതിരോധമാണ്. ഏറ്റവുമധികം മലിനീകരിക്കപ്പെട്ടിരിക്കുന്നത് ജലവും വായുവുമാണ് എന്നതാണ് ആരോഗ്യരംഗം നേരിടുന്ന പ്രധാന വെല്ലുവിളി. ഈ പ്രശ്നമാണ് അനാരോഗ്യത്തിന്റെ ഭൂമിക. അതുകൊണ്ടുതന്നെ ശുദ്ധജലലഭ്യതയും ശുദ്ധവായു ലഭ്യതയും വർദ്ധിപ്പിക്കുക എന്നതാണ് രോഗപ്രതിരോധത്തിന് പ്രധാന വഴി. ഈ ദിശയിലാണ് എല്ലാവർക്കും കുടിവെള്ള പദ്ധതിയും ജൈവവൈവിദ്ധ്യ പദ്ധതിയും സുസ്ഥിരയിൽ വിഭാവനം ചെയ്തത്. ജൈവവൈവിദ്ധ്യത്തിന്റെ വ്യാപനം ജല, വായു ശുദ്ധീകരണത്തിനുള്ള സുപ്രധാനമായ വഴിയാണ്. ഇതോടൊപ്പം ആശുപത്രികളിലുള്ള രോഗപ്രതിരോധ സംവിധാനം മെച്ചപ്പെടുത്തുന്നതിനും പരിപാടികൾ നടപ്പിലാക്കി. കാർഷിക മേഖലയിൽ ജൈവകൃഷി പ്രോത്സാഹിപ്പിക്കുക എന്നതു കൂടിയാകുമ്പോൾ പ്രതിരോധ പ്രവർത്ത

നത്തിന് ഒരു തലം കൂടി കൈവരുന്നു. പക്ഷേ, വർദ്ധിച്ചു വരുന്ന ലഹരി ഉപയോഗം ഈ പ്രതിരോധത്തെ തകർക്കുവാൻ പര്യാപ്തമാണ് എന്ന കാര്യം വിസ്മരിക്കുന്നില്ല. ഈ മേഖലയിലെല്ലാം സംസ്ഥാന, ദേശീയതലത്തിൽ തന്നെ ശക്തമായ ഇടപെടലുകൾ ഉണ്ടാകേണ്ടതാണ്.

ചികിത്സാരംഗത്ത് വലിയ മാറ്റങ്ങളുണ്ടാക്കുവാൻ സുസ്ഥിരയ്ക്ക് കഴിഞ്ഞിട്ടുണ്ട്. 1 കോടി രൂപ ചെലവ് ചെയ്ത് പുതുക്കാട് താലൂക്ക് ആശുപത്രിക്ക് പുതിയ കെട്ടിടം ഉണ്ടാക്കി. 65 ലക്ഷം രൂപ ചെലവിൽ മറ്റത്തൂർ മദർ പി എച്ച് സിയുടെ കെട്ടിടവും പണി തീർത്തു. പുതുക്കാട് ആശുപത്രിയെ താലൂക്കാശുപത്രിയായി ഉയർത്തുകയും സൗകര്യങ്ങൾ ഉണ്ടാക്കുകയും ചെയ്തു. മണ്ഡലത്തിലെ എല്ലാ ആശുപത്രികളിലും ഇ സി ജി മെഷീൻ അടക്കം ആധുനിക ചികിത്സാ സൗകര്യങ്ങൾ ലഭ്യമാക്കി. ആശുപത്രി കോമ്പൗണ്ടുകൾ ജൈവവൈവിദ്ധ്യകാമ്പസുകളാക്കി മാറ്റുവാനും നടപടികളെടുത്തിട്ടുണ്ട്.

സാന്ത്വനരംഗത്താണ് സുസ്ഥിരയുടെ മറ്റൊരു ഇടപെടൽ. 2007 ൽ സുസ്ഥിര പാലിയേറ്റീവ് കെയർ സൊസൈറ്റി രൂപീകരിച്ചു കൊണ്ടാണ് സാന്ത്വനരംഗത്ത് ഇടപെടുന്നത്. ക്യാൻസർ എന്ന മഹാരോഗം ഏറ്റവും കൂടുതൽ ബാധിക്കുന്ന ഒരു മണ്ഡലമാണ് പുതുക്കാട്. അതുകൊണ്ടു തന്നെ പാലിയേറ്റീവ് കെയർ, പ്രതിരോധ ബോധവല്ക്കരണപരിപാടി എന്നിവയ്ക്ക് കൂടുതൽ പ്രാധാന്യം നല്കുന്നുണ്ട്. സാന്ത്വനം ആവശ്യമായ ക്യാൻസർ, ഇതര രോഗബാധിതർ എന്നീ മുഴുവൻ പേർക്കും ഹോം കെയർ അടക്കമുള്ള സൗകര്യങ്ങൾ ചെയ്തുകൊണ്ടാണ് കഴിഞ്ഞ 7 വർഷമായി സുസ്ഥിര പാലിയേറ്റീവ് കെയർ സൊസൈറ്റി പ്രവർത്തിച്ചു വരുന്നത്. കിഡ്നി, ലിവർ രോഗികൾക്കും മുഴുവൻ തണൽ അംഗങ്ങൾക്കും സൗജന്യ ചികിത്സാ സൗകര്യം നല്കുന്ന പ്രവർത്തനം കൂടി സൊസൈറ്റി ഏറ്റെടുത്തിട്ടുണ്ട്. ഐ പി വിഭാഗം കൂടി ഭാവിയിൽ തുടങ്ങുന്നതിന് സൊസൈറ്റി ലക്ഷ്യമിട്ടിട്ടുണ്ട്. സാന്ത്വനം ആവശ്യമായ മുഴുവൻ പേർക്കും സുസ്ഥിര പാലിയേറ്റീവ് കെയർ സൊസൈറ്റി അത്താണിയായി മാറിക്കഴിഞ്ഞു.

ക്യാൻസറിനെതിരായ ജനകീയ പ്രതിരോധത്തിന് സൊസൈറ്റിയെ ഒരായുധമാക്കുവാൻ സുസ്ഥിര ശ്രമിച്ചു കൊണ്ടിരിക്കുകയാണ്. പുതുക്കാടിന്റെ ജനതയെ രോഗാതുരത കുറഞ്ഞ ഒരു ജനതയാക്കി തീർക്കണമെന്നതാണ് സുസ്ഥിര ആരോഗ്യ നയത്തിന്റെ ലക്ഷ്യം. ആരോഗ്യമുള്ള ഒരു ജനതയാണ് ഏറ്റവും വലിയ സാമൂഹ്യ മൂലധനം. പുരോഗതിക്കുള്ള ജനകീയ ആയുധമാണ് ഈ മൂലധനം. പാർശ്വവല്ക്കരിക്കപ്പെടാത്തതും ആരോഗ്യവുമുള്ള ജനതയുടെ സൃഷ്ടിക്കായുള്ള സുസ്ഥിരയുടെ ഇടപെടൽ സാർത്ഥകമാകുകയാണ് എന്നത് ചാരിതാർത്ഥ്യജനകമാണ്.

16

പശ്ചാത്തല സൗകര്യങ്ങൾക്കും മാസ്റ്റർപ്ലാൻ

വികസനത്തിൽ അദ്വിതീയസ്ഥാനമാണ് റോഡുകൾക്കും പാലങ്ങൾക്കും മറ്റു ഗതാഗതസൗകര്യങ്ങൾക്കും ഉള്ളത്. ജീവിതത്തിന്റെ എല്ലാ മേഖലകളിലും ഗതാഗതസൗകര്യങ്ങൾ അനിവാര്യമായിരിക്കുന്ന വർത്തമാനകാല അവസ്ഥ, പശ്ചാത്തല വികസനത്തിന്റെ ആവശ്യകതയെ വിളിച്ചറിയിക്കുന്നു. അതുകൊണ്ടുതന്നെ സുസ്ഥിര വികസനപദ്ധതിയിലും പശ്ചാത്തല വികസനത്തിന് പ്രത്യേക പരിഗണന നല്കിയിട്ടുണ്ട്. പക്ഷേ, റോഡുകളുടെ പുനർനിർമ്മാണത്തിന് രണ്ടാം പരിഗണനയാണ് നല്കിയിരുന്നത്. കാരണം, റോഡ് പുനരുദ്ധാരണം മിക്കവാറും എല്ലാ വർഷവും വേണ്ടി വരുന്ന പരിപാടിയാണ്. അതായത് തുടർചെലവുള്ള പദ്ധതിയാണിത്. അതുകൊണ്ട് സ്ഥിര ആസ്തികൾ (Fixed Assets) സൃഷ്ടിക്കുന്നതിന് മുൻതൂക്കം നല്കുന്നതായിരിക്കണം സുസ്ഥിര വികസനത്തിന്റെ മുൻഗണന. ഉദാ: എല്ലാവർക്കും വീട്, വെള്ളം, വെളിച്ചം, തെരുവ് വിളക്ക്, ആവശ്യമായ പാലങ്ങൾ, റെഗുലേറ്റർ കം ബ്രിഡ്ജുകൾ എന്നിവ നിർമ്മിക്കുന്നതിന് പ്രഥമപരിഗണന നല്കുമ്പോൾ മാത്രമേ അവയുടെ നിർമ്മാണം ചുരുങ്ങിയ കാലയളവിനുള്ളിൽ നടത്തുവാൻ കഴിയൂ. ഒരിക്കൽ സ്ഥിര ആസ്തികൾ സൃഷ്ടിക്കപ്പെട്ടു കഴിഞ്ഞാൽ ചുരുങ്ങിയത് 50 വർഷക്കാലത്തേക്ക് ഈ മേഖലയിൽ കാര്യമായ നിക്ഷേപം വേണ്ടി വരുന്നില്ല. ഉദാ: എല്ലാവർക്കും വീടും വെളിച്ചവും നല്കുന്നതിന് മുൻതൂക്കം നല്കിയപ്പോൾ 3 വർഷത്തിനുള്ളിൽ 50 കോടി രൂപ ഈ മേഖലയിൽ നിക്ഷേപിക്കുവാൻ കഴിഞ്ഞു. തുടർന്ന് പുതിയ ആവശ്യങ്ങൾ മാത്രമേ സാക്ഷാൽക്കരിക്കപ്പെടേണ്ടതുള്ളൂ. അതിന് വളരെ ചെറിയ തുകമാത്രം മതിയാകും. ഇത്തരമുള്ള ഗ്യാപ് ഫില്ലിങ് പരിപാടികൾക്ക് പഞ്ചായത്തുകൾക്ക് പണം കണ്ടെത്തുവാനും കഴിയും. സ്ഥിര ആസ്തികൾ പൂർത്തീ

കരിച്ചശേഷം തുടർചെലവുകൾക്കാവശ്യമായ പദ്ധതികൾക്ക് മുൻതൂക്കം കൊടുത്താൽ മാത്രമേ സുസ്ഥിര വികസനം സാദ്ധ്യമാകൂ എന്ന് മാത്ര മല്ല, തുടർചെലവുകൾക്കാവശ്യമായ റോഡടക്കമുള്ള പദ്ധതികൾക്ക് കൂടു തൽ പണം ലഭ്യമാക്കുവാനും കഴിയൂ. ഒരിക്കൽ സ്ഥിര ആസ്തികൾ സൃഷ്ടിച്ചാൽ തുടർചെലവ് വരുന്ന പദ്ധതികൾക്ക് കൂടുതൽ പണം കണ്ടെ ത്തുവാൻ കഴിയും എന്നർത്ഥം. പഞ്ചായത്തുകൾക്ക് ലഭിക്കുന്ന പദ്ധതി വിഹിതം വർഷംതോറും വർദ്ധിക്കുകയും സ്ഥിര ആസ്തികൾക്കാവശ്യ മായ വിഹിതം കുറയുകയും ചെയ്യും. ഈ സമീപനത്തിലൂടെ മാത്രമേ റോഡ് പുനരുദ്ധാരണം പൂർത്തീകരിക്കാൻ കഴിയൂ എന്ന ദീർഘവീക്ഷ ണമാണ് സുസ്ഥിര പദ്ധതിക്കുള്ളത്.

ഈ ലക്ഷ്യം സാക്ഷാൽക്കരിക്കുന്നതിനുവേണ്ടി റോഡ് മാസ്റ്റർ പ്ലാൻ തയ്യാറാക്കിയിട്ടുണ്ട്. പഞ്ചായത്ത് തലത്തിൽ തയ്യാറാക്കിയ ലോക്കൽ മാസ്റ്റർ പ്ലാനുകൾ NH47 നെ കേന്ദ്രീകരിച്ച് ബ്ലോക്ക് തലത്തിൽ ഉദ്ഗ്രഥി ക്കുകയും പഞ്ചായത്തും പഞ്ചായത്തും തമ്മിൽ ബന്ധിപ്പിക്കുന്ന റോഡു കളുടേയും ഗ്രാമ, ജില്ലാ പഞ്ചായത്ത്, PWD റോഡുകളുടേയും സമഗ്ര മായ പ്ലാൻ തയ്യാറാക്കിക്കൊണ്ടുമാണ് മാസ്റ്റർ പ്ലാൻ പൂർത്തീകരിച്ചത്. പഞ്ചായത്ത് തലത്തിൽ വാർഡുതല പങ്കുവെക്കൽ പ്രക്രിയ ഒഴിവാക്കു വാൻ ശ്രമിക്കുക എന്നത് പ്രധാന ലക്ഷ്യങ്ങളിൽ ഒന്നാണ്. പുതിയ റോഡു നിർമ്മാണവും കൃഷി ഭൂമിയിലൂടെയുള്ള റോഡ് നിർമ്മാണവും പരമാ വധി നിരുത്സാഹപ്പെടുത്തുക എന്നതാണ് സമീപനം. NH 47 നേയും എട്ട് പഞ്ചായത്തുകളേയും പരമാവധി കാര്യക്ഷമമായി ബന്ധിപ്പിക്കുവാൻ കഴി യുന്ന പാലങ്ങൾ നിർമ്മിക്കണം എന്നത് മാസ്റ്റർപ്ലാനിന്റെ കാഴ്ചപ്പാടാണ്. ഈ ലക്ഷ്യത്തിൽ വിഭാവനം ചെയ്ത പാലങ്ങൾ താഴെ കൊടുക്കുന്നു.

ആദ്യം പ്രസ്താവിച്ച റോഡുമാസ്റ്റർപ്ലാനിലെ റോഡുകളുടെ വിന്യാസം മേല്പറഞ്ഞ 13 പാലങ്ങളുമായി ബന്ധിപ്പിച്ചുകൊണ്ടാണ് നട ത്തിയിട്ടുള്ളത്. ഇവയിൽ ചേലക്കാട്ടുകരപാലം, പൂവാലിത്തോട് പാലം,, കുഴിക്കാനി പാലം, സുറായിത്തോട് പാലം, ചെറുവാൾപ്പാടം പാലം, വെള്ളാനിക്കോട് പാലം തുടങ്ങിയ പാലങ്ങളുടെ പണി പൂർത്തീകരിച്ചു കഴിഞ്ഞു. മറ്റു പാലങ്ങളെല്ലാം വിവിധ സ്റ്റേജുകളിലാണ്. മുഴുവൻ പാല ങ്ങളും പൂർത്തീകരിച്ചാൽ പുതുക്കാടിന്റെ ഗതാഗതസൗകര്യങ്ങൾ പൂർണ്ണ മാകും. ആറ്റപ്പിള്ളി റെഗുലേറ്റർ കം ബ്രിഡ്ജും പൂർത്തീകരണഘട്ടത്തി ലാണ്.

ആമ്പല്ലൂർ - പാലപ്പിള്ളി റോഡ്, നന്തിക്കര - മാപ്രാണം റോഡ് കൊട കര - വെള്ളിക്കുളങ്ങര റോഡ് മെക്കാഡം ടാറിങ് (BMBC) ചെയ്യുവാൻ അനുമതി ലഭിച്ചു. നന്തിക്കര -മാപ്രാണം റോഡും മെക്കാഡം ടാറിങ് ചെയ്യു ന്നതിന്റെ പ്ലാനും എസ്റ്റിമേറ്റും തയ്യാറാക്കിക്കൊണ്ടിരിക്കുകയാണ്. മാസ്റ്റർപ്ലാനിൽ കൊടകര-വെള്ളിക്കുളങ്ങര റോഡും പുതുക്കാട്-മുപ്ലിയം റോഡും BMBC ചെയ്യണം എന്ന് നിർദ്ദേശമുണ്ട്. ഇതു കൂടി പൂർത്തിയാ യാൽ മണ്ഡലത്തിലെ എല്ലാ പ്രധാന റോഡുകളും BMBC ആയിത്തീരും.

1.	ചക്കാലക്കടവ് പാലം	ഡിസൈൻ തയ്യാറായിക്കഴിഞ്ഞു. 5 കോടി അനുവദിച്ചു.
2.	കച്ചേരിക്കടവ് പാലം	പണി പുരോഗമിക്കുന്നു.
3.	തോട്ടുംമുഖം പാലം	പണി പൂർത്തീകരിച്ചു.
4.	പുലക്കാട്ടുകര പാലം	ടെണ്ടർ നടപടിയാകുന്നു.
5.	കാരികുളം കടവുപാലം	വനംവകുപ്പിന്റെ അനുമതി കാത്തിരിക്കുന്നു.
6.	ചേലക്കാട്ടുകര പാലം	പുതുക്കിപ്പണി തീർത്തു.
7.	പൂവാലിത്തോട് പാലം	പുതുക്കിപ്പണി തീർത്തു.
8.	സുറായിത്തോട് പാലം	പുതുക്കിപ്പണി തീർത്തു.
9.	ചെറുവാൾപ്പാടം പാലം	പുതുക്കിപ്പണി തീർത്തു.
10.	കുഴിക്കാണി പാലം	പുതുക്കിപ്പണി തീർത്തു.
11.	പാലക്കടവ് പാലം	ഡിസൈൻ തയ്യാറായി വരുന്നു.
12.	ഉഴിഞ്ഞാൽപാടം പാലം	അനുമതി ലഭിച്ചിട്ടില്ല.
13.	വെള്ളാനിക്കോട് പാലം	പണി തീർത്തു.
14.	ആറ്റപ്പിള്ളി പാലം	പണി പുരോഗമിക്കുന്നു.

ലക്ഷ്യമിട്ട പാലങ്ങളുടെ പൂർത്തീകരണവും പ്രധാന റോഡുകളുടെ മെക്കാഡം ടാറിങ്ങും പൂർത്തീകരിച്ചാൽ ഗ്രാമീണറോഡ് നിർമ്മാണമാസ്റ്റർ പ്ലാനിലേക്ക് കടക്കും. പ്രധാന ഗ്രാമീണ റോഡുകൾ കോൺക്രീറ്റ് ചെയ്യുവാനാണ് ലക്ഷ്യമിട്ടിരിക്കുന്നത്. ബാക്കി ചെറിയ റോഡുകളുടെ പണി എല്ലാവർഷവും ഗ്രാമപഞ്ചായത്തുകൾക്ക് ചെയ്ത് തീർക്കാനാവും എന്നതിനാൽ നൂറുശതമാനം റോഡുകളും ഗതാഗത യോഗ്യമാകുന്ന മണ്ഡലം എന്ന ലക്ഷ്യം ക്രമേണ നേടിയെടുക്കുവാനാകും.

17

കളിമൺ വ്യവസായം

പുതുക്കാട് മണ്ഡലത്തിന്റെ സമ്പദ്‌വ്യവസ്ഥയിലെ മുഖ്യ ഘടകമാണ് കളിമൺ വ്യവസായം. കളിമൺപാത്ര നിർമ്മാണവും, ഓട്ടുകമ്പനികളും ഇഷ്ടികനിർമ്മാണവും ആണ് കളിമൺ വ്യവസായത്തിൽ പ്രധാനപ്പെട്ടവ. 140 വ്യവസായ ശാലകൾ ഈ മണ്ഡലത്തിൽ ഉണ്ട്. കേരളത്തിൽ ഓടു വ്യവസായം ഏറ്റവും കൂടുതലുള്ള മണ്ഡലമാണ് പുതുക്കാട്. 10,000 ലധികം തൊഴിലാളികൾക്ക് പ്രത്യക്ഷമായും അത്രതന്നെ പേർക്ക് പരോക്ഷമായും തൊഴിൽ നല്കുന്ന മേഖലയാണിത്. ചരിത്രപരമായി വളർന്നുവന്ന വ്യവസായ മേഖലയാണിത്. മണലിപ്പുഴയോട് ചേർന്ന് പുഴയോരത്ത് ശുദ്ധമായ കളിമണ്ണ് കണ്ടെത്തിയതു മുതലാണ് കളിമൺ വ്യവസായം ആരംഭിക്കുന്നത്. അതിനുമുമ്പ് തന്നെ കളിമണ്ണുപയോഗിച്ച് മൺപാത്രങ്ങൾ ഉണ്ടാക്കുന്ന പരമ്പരാഗത വ്യവസായം നിലനിന്നിരുന്ന പ്രദേശം കൂടിയാണ് പുതുക്കാട്. പുതുക്കാട് മണ്ഡലത്തെ സാമ്പത്തികമായി വികസിപ്പിച്ചെടുത്ത വ്യവസായ മേഖലയാണിത്. അതുകൊണ്ടുതന്നെ ആ മേഖലയെ നിലനിർത്തേണ്ടത് ഏതു വികസന പരിപാടികളുടേയും ലക്ഷ്യമാകണം.

പക്ഷേ, ഈ വ്യവസായംമൂലം പ്രതികൂലമായി ബാധിച്ച മേഖലയാണ് നെൽകൃഷി. നെല്ലുല്പാദിപ്പിച്ചിരുന്ന പാടശേഖരങ്ങൾ പലതും മണ്ണെടുത്ത് കുഴികളായി മാറിപ്പോയി. ഇതുമൂലം പുതുക്കാടിന്റെ കാർഷിക മേഖലയ്ക്ക് തിരിച്ചടി ഉണ്ടായി.

മേൽവിവരിച്ച രണ്ട് വസ്തുതകളും കണക്കിലെടുത്തുകൊണ്ടാണ് സുസ്ഥിര പദ്ധതി പുരോഗമിച്ചത്. കൃഷിയും വ്യവസായവും പരസ്പര പൂരകമാക്കികൊണ്ട് വികസനപ്രവർത്തനം മുന്നോട്ടുപോകണം എന്നതാണ് സമീപനം. ഈ സമീപനത്തിന്റെ ഭാഗമായി നെല്ല് കൃഷി ചെയ്യുന്ന ഭൂവിസ്തൃതി വർദ്ധിച്ചു. നെല്ലുല്പാദനം വർദ്ധിച്ചു. അതേ സമയം വലിയ

കുതിപ്പ് ഇല്ലെങ്കിലും കളിമൺ വ്യവസായശാലകൾ ബഹുഭൂരിപക്ഷവും നിലനില്ക്കുന്നു. മണ്ണെടുക്കുന്ന പ്രദേശങ്ങളിൽ വീണ്ടും കൃഷി ചെയ്തും ഉല്പാദനക്ഷമത വർദ്ധിപ്പിച്ചും ആണ് മേൽവിവരിച്ച അവസ്ഥ രൂപപ്പെടുത്തിയത്.

കളിമൺ വ്യവസായം അസംസ്കൃത വസ്തുവായ കളിമണ്ണിനു വേണ്ടി പ്രധാനമായും ആശ്രയിച്ചത് പുതുക്കാട് മണ്ഡലത്തിലെ കളിമൺശേഖരത്തേയും തൃശൂർ ജില്ലയിലെ മറ്റു പ്രദേശങ്ങളേയുമാണ്. അതുകൊണ്ടുതന്നെ നിരവധി പാരിസ്ഥിതിക പ്രശ്നങ്ങൾ ഈ പ്രദേശങ്ങളിൽ ഉണ്ടായി. ഇതിനുപകരം ഡാമുകളടക്കമുള്ള കേരളത്തിലെ മുഴുവൻ കളിമൺ ശേഖരത്തേയും അസംസ്കൃത വസ്തു സ്രോതസ്സായി കാണണം എന്നതാണ് സുസ്ഥിരയുടെ നിലപാട്. ഡാമുകളിൽ നിറയുന്ന കളിമണ്ണ് ഡാമിന്റെ സംഭരണശേഷി കുറയ്ക്കുകയാണ്. ഈ ശേഖരം പുറത്തെടുത്താൽ ഡാമുകളിൽ കൂടുതൽ ജലം സംഭരിക്കാം. ഒപ്പം തന്നെ പാരിസ്ഥിതികപ്രശ്നങ്ങൾ കുറച്ചു കൊണ്ട് കളിമൺവ്യവസായം മുന്നോട്ടു കൊണ്ടു പോകാനും കഴിയും. മണലിന്റെ ദൗർല്ലഭ്യവും ഇതുവഴി കുറെയൊക്കെ പരിഹരിക്കാം. കൃഷിക്ക് കോട്ടം വരാതെ സംസ്ഥാനത്തെ കളിമൺ ശേഖരത്തെ ഉപയോഗിക്കുകയും കളിമൺ വ്യവസായത്തിന്റെ കൺസോർഷ്യം ഉണ്ടാക്കുകയും വേണം യഥാർത്ഥ ഡിമാന്റ് അനുസരിച്ച് കൺസോർഷ്യത്തിന് അസംസ്കൃത വസ്തു സപ്ലൈ ചെയ്യുന്ന പൊതു സംവിധാനം ഉണ്ടാക്കുവാൻ സർക്കാർ മുൻകൈയെടുക്കണം. കളിമണ്ണ് കുറച്ചു മാത്രം ഉപയോഗിക്കുന്ന സാങ്കേതികവിദ്യ പൊതുസംവിധാനമായി നിലവിൽ വരണം. ഈ നയം സർക്കാർ സ്വീകരിച്ചാൽ കളിമൺപാത്ര നിർമ്മാണപരമ്പരാഗത വ്യവസായത്തെയും നിലനിർത്താം. ഈ നയത്തിനു വേണ്ടിയാണ് സുസ്ഥിര നിലകൊള്ളുന്നത്.

18

തിരിച്ചറിവുകൾ

സാർവ്വത്രിക വിദ്യാഭ്യാസം, പൊതു ആരോഗ്യപരിരക്ഷ, മിനിമം കൂലി, ഭൂരിപക്ഷത്തിനും ഭൂമി തുടങ്ങി നാം ആർജ്ജിച്ച സാമൂഹിക നേട്ടങ്ങൾക്കനുസരിച്ച് സാമ്പത്തിക വളർച്ച നേടിയെടുക്കാനായില്ലെന്നതാണ് കേരള വികസന ചർച്ചയിലെ കാതലായ പ്രശ്നം. കാർഷിക-വ്യാവസായിക മേഖല ശക്തിപ്പെടാത്തതും വിദ്യാഭ്യാസത്തിന്റെയും ആരോഗ്യത്തിന്റെയും നിലവാരത്തകർച്ചയും തൊഴിലില്ലായ്മയും ഇന്നിന്റെ പ്രശ്നങ്ങൾ തന്നെയാണ്. നിലനില്ക്കുന്ന ദാരിദ്ര്യത്തിന്റെ ചില തുരുത്തുകൾ സാമൂഹ്യശ്രദ്ധയിലൂടെ പരിഹരിക്കപ്പെടേണ്ടതുമാണ്. കേരളത്തിന്റെ ഈ വികസനപ്രശ്നങ്ങള പരിഹരിക്കുന്നതിനുള്ള ക്രിയാത്മക ഇടപെടൽ ഇടതുപക്ഷ ജനാധിപത്യമുന്നണിയുടെ സംസ്ഥാന സർക്കാർ സ്വീകരിച്ചതോടൊപ്പം ചേർന്നുനിന്ന് വികസന മുൻഗണനന തീരുമാനിച്ചുകൊണ്ടുള്ള ആസൂത്രണവും വിഭവസമാഹരണവുമാണ് സുസ്ഥിരപദ്ധതിയിലൂടെ ചെയ്തത്. ജാതിമത വർഗ്ഗീയ ചിന്തകൾക്കും കക്ഷിരാഷ്ട്രീയത്തിനും അതീതമായ ജനകീയ മുന്നേറ്റത്തിലൂടെ വികസനപ്രവർത്തനങ്ങൾ നടത്തണമെന്ന ഇടതുപക്ഷ വികസന സത്ത ഉൾക്കൊണ്ടുകൊണ്ടുള്ള ഇടപെടലിനാണ് സുസ്ഥിരയിൽ ശ്രമിച്ചത്. എന്നാൽ ആഗ്രഹിച്ചതരത്തിൽ കക്ഷിരാഷ്ട്രീയ ജാതിഭേദമെന്യേ ജനങ്ങളെ അണിനിരത്താൻ സാധിച്ചില്ല എന്നത് സ്വയം വിമർശനപരമായി തിരിച്ചറിയുന്നു. ജനാധിപത്യപരവും ഐശ്വര്യപൂർണ്ണവുമായ പ്രാദേശിക വികസനം സാദ്ധ്യമാക്കേണ്ടതു മുഴുവൻ ജനതയുടെയും ഉത്തരവാദിത്വമാണെന്ന് ബോദ്ധ്യപ്പെടുവാൻ കൂടുതൽ സമയമെടുക്കേണ്ടിവന്നു.

ഉദ്ഗ്രഥനമാണല്ലോ സുസ്ഥിരയുടെ മുഖമുദ്ര. പക്ഷേ, വിവിധ ഫണ്ടുകളുടെയും വകുപ്പുകളുടെയും ഉദ്ഗ്രഥനം ആഗ്രഹിച്ച തരത്തിൽ സാദ്ധ്യ

മാകാത്തതാണ് നേരിട്ട പ്രധാന വെല്ലുവിളി. ഓരോ വകുപ്പിനും വികസനപ്രവർത്തനങ്ങൾക്കും അവയ്ക്കുവേണ്ട വിഭവം മാറ്റിവയ്ക്കുന്നതിനുള്ള നിയമാവലികൾ വ്യത്യസ്തമാണ്. വിവിധ വിഭവസ്രോതസ്സുകളുടെ പരിഗണനയും രീതിയും തമ്മിലുള്ള വ്യത്യാസവും വിഭവങ്ങളുടെ ഉദ്ഗ്രഥനത്തിന് വിഘാതമാണ്. ഉദാഹരണത്തിന് നിയമസഭാംഗത്തിന്റെ പ്രാദേശിക വികസനഫണ്ട് ചെലവഴിക്കുന്നതിനുള്ള രീതിയും ചട്ടങ്ങളുമല്ല പാർലമെന്റംഗത്തിന്റെ ഫണ്ട് ചെലവഴിക്കുന്നതിനുള്ളത്. ഗ്രാമപഞ്ചായത്തിന്റെ ഫണ്ടിന്റെ കാര്യത്തിൽ ജില്ലാ ആസൂത്രണ സമിതിയുടെയും സർക്കാർ നിർദ്ദേശങ്ങളും വ്യത്യസ്തമാണ്. കേന്ദ്രീകൃത ആസൂത്രണ പ്രകാരം തീരുമാനിക്കുന്ന വികസന സ്കീമുകൾ വിവിധ വകുപ്പുകൾ വഴിയാണ് നടപ്പാക്കുന്നത്. മന്ത്രിതലം മുതൽ പഞ്ചായത്തുവരെ നീളുന്ന ശ്രേണീശൃംഖല ഓരോ വകുപ്പിനുമുണ്ട്. വകുപ്പിനകത്തുള്ള കീഴ്മേൽ ബന്ധമില്ലായ്മ വകുപ്പുകൾ തമ്മിൽ പ്രാദേശികമായ പരസ്പരബന്ധം സാദ്ധ്യമല്ലെന്നത് എന്നിവയൊക്കെ പ്രാദേശിക വികസനത്തിന് പലപ്പോഴും ബുദ്ധിമുട്ടുണ്ടാക്കുന്നു. അതിരുകവിഞ്ഞ ഡിപ്പാർട്ടുമെന്റലിസവും ഉദ്യോഗസ്ഥ മേധാവിത്വവും ജനങ്ങൾക്ക് സംവിധാനത്തിലുള്ള വിശ്വാസ്യത തകർക്കുകമാത്രമല്ല വികസന പ്രക്രിയയിൽനിന്നും അകറ്റുകയും ചെയ്തിരിക്കുന്നു. ചുരുക്കത്തിൽ ഉദ്ഗ്രഥനത്തിന് നിരവധി പ്രായോഗിക പ്രശ്നങ്ങൾ നിലകൊള്ളുന്നു എന്നർത്ഥം. ഇവ മാറ്റിയെടുക്കുന്നതിനുള്ള ശ്രമങ്ങൾ തുടരേണ്ടതുണ്ട്.

ത്രിതല പഞ്ചായത്തുകളുടെ ചുമതലാവിഭജനവും വികസന പ്രവർത്തനങ്ങളും പരസ്പരപൂരകമല്ല. ഉദാഹരണത്തിന് വിദ്യാഭ്യാസത്തിനായി തുക ചെലവഴിക്കാൻ ബ്ലോക്ക് പഞ്ചായത്തിന്റെ ഫണ്ട് ഉപയോഗിക്കാനാവില്ല. ഹൈസ്കൂൾ ജില്ലാ പഞ്ചായത്തിന്റെയും, എൽ പി യു പി സ്കൂളുകൾ ഗ്രാമപഞ്ചായത്തിന്റെയും പരിധിയിൽപ്പെടുന്ന സ്ഥാപനങ്ങളാണ്. ബ്ലോക്ക് പഞ്ചായത്തിന്റെ അനിവാര്യ ചുമതലകളും വികസന പദ്ധതികളും തമ്മിലുള്ള അന്തരം മാറ്റിയെടുത്തേ മതിയാകൂ. പ്രാദേശിക വികസനത്തിന്റെ വമ്പിച്ച വിഭവസ്രോതസ്സായി മാറേണ്ട സഹകരണ ബാങ്കുകളും തദ്ദേശ സ്വയംഭരണ സ്ഥാപനങ്ങളും തമ്മിൽ യോജിക്കാത്ത തരത്തിലുള്ള ചട്ടങ്ങളാണ് നിലവിലുള്ളത്. ഇവ രണ്ടിന്റെയും പ്രവർത്തന പരിധിയും മേഖലയും തമ്മിൽ വളരെയേറെ ഐക്യമുണ്ടെങ്കിലും പരസപര സഹായക സംവിധാനങ്ങളായി വർത്തിക്കാൻ കഴിയാത്ത സാഹചര്യമാണുള്ളത്. ഈ തിരിച്ചറിവ് ഉപയോഗപ്പെടുത്തിയാൽ വികസന രംഗത്ത് വിപ്ലവം സൃഷ്ടിക്കാം.

വിവിധ മേഖലയിലുള്ള മാസ്റ്റർ പ്ലാൻ നിർമ്മിക്കുന്നതിനുള്ള സാങ്കേതിക സംവിധാനത്തിന്റെ പരിമിതി പുതുക്കാടിന്റെ അനുഭവത്തിന്റെ അടിസ്ഥാനത്തിൽ വ്യക്തമായി ചൂണ്ടിക്കാണിക്കാനാവും. ഇത് പ്രാദേശിക വികസനത്തിന്റെ വലിയ പരിമിതിയാണ്. വികസന പ്രക്രിയയെ ആധുനിക ശാസ്ത്രസാങ്കേതിക വിദ്യയുമായി കൂട്ടിയിണക്കണം. കുടുംബശ്രീ

യുമായി ബന്ധപ്പെടുത്തിയ സംരംഭകത്വവികസനത്തിനപ്പുറം സ്ത്രീപ്രശ്നങ്ങളെ മുൻനിർത്തിയുള്ള ഇടപെടൽ ആദ്യഘട്ടത്തിൽ വേണ്ടത്രയുണ്ടായില്ല. ബ്ലോക്ക് പഞ്ചായത്തിന്റെ നേതൃത്വത്തിൽ പദവി പഠനം നടത്തിയെങ്കിലും ആ റിപ്പോർട്ടിന്റെ കണ്ടെത്തലുകളെ തുടർപദ്ധതി രൂപീകരണത്തിൽ സന്നിവേശിപ്പിക്കാനായില്ല.

പ്രാദേശിക വികസനത്തിന്റെ ചില സാദ്ധ്യതകൾ ചൂണ്ടിക്കാണിക്കുമ്പോഴും നിലനില്ക്കുന്ന വ്യവസ്ഥകളിൽ നിന്നുകൊണ്ട് എല്ലാ പ്രശ്നങ്ങളും പരിഹരിക്കാനാവില്ലെന്ന തിരിച്ചറിവുണ്ടായി. ഫെഡറൽ ഘടന ഉയർത്തുന്ന പരിമിതിക്കുള്ളിലും നവലിബറൽ നയത്തിനകത്തുനിന്നുകൊണ്ടും ചിലതെങ്കിലും ചെയ്യാനാകുമെന്ന വിശ്വാസം സുസ്ഥിരയിലൂടെ ആർജ്ജിക്കാനായി എന്നത് ഗുണപാഠമാണ്. തദ്ദേശ സ്വയംഭരണസ്ഥാപനങ്ങളുടെയും എം എൽ എ, എം പി എന്നിവരുടെയും വിഭവങ്ങളുടെ ഉദ്ഗ്രഥനം എത്രകണ്ട് ശക്തമാണോ, അത്രയും പദ്ധതികളുടെ കാര്യക്ഷമത വർദ്ധിപ്പിക്കാമെന്നും അനുഭവങ്ങൾ പഠിപ്പിക്കുന്നു.

9 789386 364609

Printed by Libri Plureos GmbH in Hamburg, Germany